औद्योगिक अर्थशास्त्र

Industrial Economics

डॉ. अविनाश कुलकर्णी

डायमंड पब्लिकेशन्स

औद्योगिक अर्थशास्त्र
लेखक : डॉ. अविनाश कुलकर्णी
Audyogik Arthshastra
Lekhak : Dr. Avinash Kulkarni

© डायमंड पब्लिकेशन्स

मुखपृष्ठ
शाम भालेकर

पहिली आवृत्ती : २०२१

ISBN : 978-93-91948-06-1

प्रकाशक
डायमंड पब्लिकेशन्स
२६४/३ शनिवार पेठ,
३०२ अनुग्रह अपार्टमेंट,
ओंकारेश्वर मंदिराजवळ,
पुणे ४११ ०३०
☎ ८६०००१०४१६,
०२०-२४४५२३८७, २४४६६६४२
info@dpbooks.in

अक्षरजुळणी
मानसी घाणेकर, पुणे

ऑनलाईन पुस्तकखरेदीसाठी भेट द्या
www.dpbooks.in

प्रस्तावना

युरोपमधील आद्योगिक क्रांतीपासून उदयास आलेली 'औद्योगिक अर्थशास्त्र' ही अर्थशास्त्राच्या अभ्यासातील एक स्वतंत्र शाखा आहे. ही उद्योग, समाज, धोरणकर्ते, भूप्रदेश, विज्ञान आणि तंत्रज्ञान अशा विविध घटकांशी व विषयांशी परस्परसंबंधित आहे. ही शाखा आंतरविद्याशाखा व बहुविद्याशाखा स्वरूपाची आहे. या विषयातील विविध घटक, संकल्पना आणि भूमिका उदा. उद्योगातील भांडवलदार, गुंतवणुकदार, उद्योजक, श्रमिक, ग्राहक, धोरणकर्ते इत्यादी बाबींचा; शास्त्रीय दृष्टिकोनातून अभ्यास करणे आज अत्यंत आवश्यक आहे. त्यामुळे औद्योगिक अर्थशास्त्र आणि त्यातील विविध संकल्पना, विविध तपशील यांची ओळख करून घेण्याच्या दृष्टीने या पुस्तकाची मांडणी करण्यात आली आहे.

यामध्ये औद्योगिक क्रांतीनंतरच्या प्रथम पिढीतील उद्योग १.० पासून जागतिकीकरण, उदारीकरणाच्या काळातील आधुनिक तंत्रज्ञानावर आधारित उद्योग ४.० पिढीपर्यंतच्या (संगणक, माहिती तंत्रज्ञान, कृत्रिम बुद्धिमत्ता इ.) औद्योगिक स्थित्यंतराचे विवेचन आणि विश्लेषण करण्यात आले आहे. या विषयातील आधुनिक संकल्पना, त्यांचे परिणाम, त्यावरील सकारात्मक व नकारात्मक युक्तिवाद यांचीसुद्धा चर्चा या पुस्तकात केली आहे.

जागतिकीकरण व अ-जागतिकीकरण या घडामोडींची मांडणी करत असतानाच, विशेष आर्थिक क्षेत्र (SEZ), थेट विदेशी गुंतवणूक (FDI), ADR, GDR, विदेशी संस्थात्मक गुंतवणूकदार (Foreign Institutional Investors), युरो चलन (Euro Issue), बाह्य व्यावसायिक कर्जे (External Commercial Borrowings), खासगीकरण यांसारख्या विविध घडामोडींचा आढावा या पुस्तकात घेण्यात आला आहे. तसेच जागतिकीकरणाच्या काही दुष्परिणामांतून अ-जागतिकीकरणाची प्रक्रिया समजून घेताना, मेक-इन-इंडिया, स्टार्टअप यांसारख्या संकल्पना आणि उद्योगांची सामाजिक जबाबदारी अशा अद्ययावत कार्यक्रमांचाही

आढावा या पुस्तकात घेण्यात आला आहे.

औद्योगिक अर्थशास्त्रातील विविध घटकांचा या पुस्तकातील ऊहापोह पाहता, लहान-मोठे व्यावसायिक, कामगार क्षेत्रातील कार्यकर्ते, सामाजिक कार्यकर्ते, लेखक, विद्यार्थी, पत्रकार, संशोधक, विश्लेषक अशा सर्वांना हा विषय सोप्या पद्धतीने समजून घेण्यासाठी या पुस्तकाचा निश्चितच उपयोग होईल याची खात्री वाटते. औद्योगिक अर्थशास्त्राच्या विविध पैलूंवर व्यापक विचार व संशोधन होणे गरजेचे आहे. त्यासाठी या पुस्तकाची निश्चितच मदत होईल अशी आशा आहे.

औद्योगिक अर्थशास्त्राच्या महाविद्यालयीन व विद्यापीठीय अध्ययनामध्ये अनेक नव्या मुद्द्यांचा समावेश झालेला फारसा आढळून येत नाही. ही त्रुटी भरून काढण्याचा प्रामाणिक प्रयत्न या पुस्तक लेखनातून केलेला आढळून येईल. औद्योगिक अर्थशास्त्राची शास्त्रशुद्ध ओळख करून देण्याचे काम हे पुस्तक यशस्वीपणे करेल असा विश्वास आहे.

हे पुस्तक लिहिण्याची संधी उपलब्ध करून प्रोत्साहन व सहकार्य दिल्याबद्दल मी डायमंड पब्लिकेशन्सचे श्री. दत्तात्रय पाष्टे व श्री. निलेश पाष्टे यांचे मन:पूर्वक आभार मानतो. हे पुस्तक लिहीत असताना विविध संदर्भ ग्रंथ उपलब्ध करून मोलाचे सहकार्य केल्याबद्दल मी टिळक महाराष्ट्र विद्यापीठ, पुणे येथील ग्रंथपाल यांचेसुद्धा आभार मानतो. या पुस्तकाचे लेखन करताना, विषयातील विविध संकल्पना या पुस्तकात मांडण्याची प्रेरणा मला मराठी विश्वकोशच्या कामातून मिळाली. त्याबद्दल मी मराठी विश्वकोश निर्मिती मंडळ, आणि त्याचे अर्थशास्त्र ज्ञानमंडळाचे समन्वयक व माझे आदरणीय मार्गदर्शक प्रा.डॉ. संतोष दास्ताने सर यांचा मी सदैव ऋणी आहे.

– डॉ. अविनाश कुलकर्णी

अनुक्रम

प्रकरण – १

विषयाची ओळख आणि संकल्पना
(Introduction and Concepts)

प्रस्तावना

विसाव्या शतकात अर्थशास्त्राच्या अनेक शाखा उदयास आल्या; त्यापैकी एक म्हणत्त्वपूर्ण शाखा म्हणजे 'औद्योगिक अर्थशास्त्र तथा उद्योगांचे अर्थशास्त्र' होय. याच शतकात भारताने स्वातंत्र्यप्राप्तीनंतर जलद आर्थिक विकास साधण्यासाठी औद्योगिकीकरणास पर्याय नाही हे ओळखून वेळोवेळी औद्योगिक धोरणांमध्ये सुधारणा केल्या. मिश्र अर्थव्यवस्थेचा स्वीकार केल्यानंतर अवजड व पायाभूत उद्योगांमध्ये मोठ्या प्रमाणात भांडवलाची आवश्यकता असल्याने, असे उद्योग सार्वजनिक क्षेत्रामध्ये उभारण्यात आले. त्याचबरोबर ग्राहकोपयोगी वस्तूंची निर्मिती करण्याच्या उद्योगांची उभारणी खासगी क्षेत्रात झाली. तरीही १९९० च्या दशकापर्यंत देशातील औद्योगिक विकासाचा दर अपेक्षित धेय गाठू शकला नाही. दुसरे म्हणजे, औद्योगिकीकरणाचा प्रादेशिक असमतोल दूर करणे हे आव्हानात्मक होते. अशा परिस्थितीत जागतिक पातळीवरील घडामोडी, मोठ्या प्रमाणातील भांडवली गुंतवणुकीची आवश्यकता आणि जागतिकीकरणाचा वाढता दबाव, यामुळे उदारीकरण व खासगीकरणास चालना देणे अपरिहार्य ठरले. औद्योगिक क्षेत्रातील नवनवीन व विविध संकल्पना, धोरणे, समस्या आणि उपाययोजना इत्यादीबाबींचा अभ्यास अर्थशास्त्राच्या या शाखेमध्ये केला जातो, त्याची ओळख खालीलप्रमाणे आहे.

१.१ औद्योगिक अर्थशास्त्राचा अर्थ, स्वरूप, व्याप्ती, आवश्यकता व महत्त्व (Meaning, Nature, Scope, Need and Significance of Industrial Economics)

(अ) अर्थ व व्याख्या -

औद्योगिक अर्थशास्त्र म्हणजे काय? तर त्याची ओळख नेमक्या शब्दात

सांगण्यासाठी विविध अर्थतज्ज्ञांनी व अभ्यासकांनी 'औद्योगिक अर्थशास्त्रा'च्या व्याख्या तथा त्यांचा दृष्टिकोन मांडला आहे. त्यापैकी काही महत्त्वाच्या **व्याख्या आणि अर्थ** खालीलप्रमाणे आहे.

(१) प्रसिद्ध अर्थतज्ज्ञ **पी.डब्ल्यू.एस. ऑन्ड्रयूज** यांनी 'औद्योगिक अर्थशास्त्र' ही संज्ञा त्यांच्या Industrial Analysis in Economics या ग्रंथामध्ये मांडली. या संज्ञेत त्यांनी असे नमूद केले की, औद्योगिक अर्थशास्त्र हा अर्थशास्त्राचा असा एक अविभाज्य भाग आहे, ज्यामध्ये उद्योगांच्या आर्थिक अडचणी, त्यांचा समाजाशी असलेले संबंध इत्यादींचा अभ्यास केला जातो.

(२) रिचर्ड एल. स्कमालान्सी यांच्या मते, औद्योगिक अर्थशास्त्र म्हणजे आर्थिक बाबींचा पुरवठा करणाऱ्या बाजारपेठेतील व्यावसायिक उद्योगसंस्थेचा अभ्यास होय.

(३) केव्हीन हीन्डे यांच्या मते, कारखाने, बाजरपेठा आणि उद्योगसंस्था यांच्या विश्लेषणास सूक्ष्मलक्षी अर्थशास्त्रीय सिद्धांत लागू करणे, म्हणजे औद्योगिक अर्थशास्त्र होय.

औद्योगिक अर्थशास्त्र ही अर्थशास्त्राची एक स्वतंत्र शाखा आहे, जी कंपन्या आणि उद्योग यांच्या आर्थिक समस्या, त्याचबरोबर उद्योग आणि त्यांचा समाजिक संबंध यांचा अभ्यास करते. अर्थशास्त्राची ही शाखा उद्योगांचे अर्थशास्त्र, उद्योग आणि व्यापार, वाणिज्य आणि व्यवसायिक अर्थशास्त्र इत्यादींसारख्या वेगवेगळ्या नावानेही संबोधली जाते.

वरील व्याख्यांवरून असा अर्थ ध्वनीत होतो की, प्रामुख्याने उद्योगसंस्थांच्या आर्थिक समस्या आणि त्यासंबंधी इतर घटकांचा विश्लेषणात्मक अभ्यास करणारे शास्त्र म्हणजे औद्योगिक अर्थशास्त्र होय. थोडक्यात, उद्योगधंद्याचा व त्यातील समस्यांचा अर्थशास्त्रीय पद्धतीने केलेला अभ्यास म्हणजे औद्योगिक अर्थशास्त्र होय. यामध्ये कंपन्या, उद्योग आणि बाजारपेठ (Firms, Industries and Market) यांचा अभ्यास करताना सर्वप्रकारच्या आणि आकाराच्या कंपन्यांचा अभ्यास केला जातो. उदा. दुकानापासून बहुराष्ट्रीय कंपन्यांचा अभ्यास केला जातो. जसे की, विद्युत निर्मिती, वाहन उत्पादन आणि उपाहारगृहे इत्यादी.

(ब) औद्योगिक अर्थशास्त्राचे स्वरूप

औद्योगिक अर्थशास्त्राचे स्वरूप हे आंतरविद्याशाखीय व बहुविद्याशाखीय आहे. यामध्ये प्रामुख्याने औद्योगिक अर्थशास्त्राचे आंतरविद्याशाखीय स्वरूप म्हणजे अर्थशास्त्रातील इतर शाखा आणि औद्योगिक अर्थशास्त्र कसे एक स्वरूप आहेत ते पुढीलप्रमाणे पाहू.

(१) औद्योगिक अर्थशास्त्र आणि सूक्ष्मलक्षी अर्थशास्त्र (Industrial Economics and Microeconomics) – कोणत्या वस्तूचे उत्पादन करावयाचे, प्रत्येकाची उत्पादन पातळी किती असावी, कोणत्या प्रकारचे तंत्रज्ञान वापरावयाचे, मालाचे उत्पादन कोठे करावयाचे, कारखान्याचा आकार किती असावा, किंमत आकारणी, वेतन व मजुरी, जाहिरात खर्च, कर्ज उभारणी इत्यादी विविध प्रकारचे निर्णय उत्पादकास घेणे आवश्यक असते. तर दुसऱ्या बाजूस कोणत्याही उद्योजगकाकडे संसाधने मर्यादित असतात, अशा वेळी निर्णय प्रारूपांची (decision making models) आवश्यक असते. हे सर्व सूक्ष्म अर्थशास्त्रातील निर्णय प्रक्रिया किंवा अभ्यास करण्यासारखे आहे.

(२) औद्योगिक अर्थशास्त्र आणि समग्रलक्षी अर्थशास्त्र (Industrial Economics and Macroeconomics) – अर्थशास्त्राच्या औद्योगिक अर्थशास्त्र व समग्रलक्षी अर्थशास्त्र यादोन्ही शाखांमध्ये काही फरक अथवा भेद आहेत. 'समग्रलक्षी अर्थशास्त्र' हे औपचारिक आणि निगमनात्मक स्वरूपाचे आहे, तर 'औद्योगिक अर्थशास्त्र' हे कमी औपचारिक आणि अधिक परस्परसंबंधी स्वरूपाचे आहे. समग्रलक्षी अर्थशास्त्र असे गृहीत धरते की, महत्तम नफा हे व्यवसायिक संस्थेचे धेय असते. म्हणून त्यामध्ये एकप्रकारचा विरोध किंवा निष्क्रिय दृष्टिकोन असतो. तर दुसऱ्या बाजूस औद्योगिक अर्थशास्त्र महत्तम नफा या उद्दिष्टाबरोबरच बाजारपेठेतील हिस्सा, सामाजिक उद्दिष्टे आणि सातत्याने येणाऱ्या आव्हानांचा सामाना करणे हे गृहीत धरते, म्हणून ही शाखा अधिक कार्यक्षम आहे. तसेच, समग्रलक्षी अर्थशास्त्रात जे निष्कर्ष काढले जातात ते अनुभवाधिष्ठित पडताळणी केले जात नाहीत. त्यामुळे आपण त्याच्या सूचक कार्यक्षमतेचे मूल्यमापन करू शकत नाही. औद्योगिक अर्थशास्त्र मात्र अशा मर्यादांपासून मुक्त आहे.

(३) औद्योगिक अर्थशास्त्र आणि व्यवस्थापकीय अर्थशास्त्र (Industrial Economics and Managerial Economics) – व्यवस्थापकीय अर्थशास्त्र ही एक अर्थशास्त्राची शाखा आहे जी मागणी, खर्च, नफा, स्पर्धा आणि इतर संकल्पना आणि विश्लेषण यांचा अभ्यास करते जे योग्य निर्णय घेण्यासाठी आवश्यक असते. या अर्थशास्त्राचा हा पैलू त्यास औद्योगिक अर्थशास्त्रासारखे स्वरूप प्रदान करतो. परंतु या शाखांमध्ये प्रमुख दोन फरक आहेत. त्यापैकी एक म्हणजे, 'व्यवस्थापकीय अर्थशास्त्रा'त असे गृहीत धरले जाते की, महत्तम नफा कमविणे हा उद्योगसंस्थेचा उद्देश असतो आणि त्यानुसार निर्णय घेतले जातात. तर 'औद्योगिक अर्थशास्त्रा'मध्ये प्रामुख्याने अस्तित्वातील व्यवस्थेचे कार्यवहन समजून घेणे आणि स्पष्ट करणे यावर

भर असतो. ही एक 'सामाजिक शास्त्रा'ची शाखा आहे जी प्रत्यक्षात काय घडते यामध्ये अधिक उत्सुक असते. हा एक व्यवस्थापकीय अर्थशास्त्रापेक्षा सकारात्मक दृष्टिकोन आहे. दुसरा फरक म्हणजे, व्यवस्थापकीय अर्थशास्त्र हे अधिकतर आंतरविद्याशाखा स्वरूपाचे आहे. त्यामध्ये लेखापद्धती (Accounting), कार्यात्मक संशोधन, मानसशास्त्र, विपणन इत्यादींचे एकत्रीकरण असते. तर औद्योगिक अर्थशास्त्र हे व्यवस्थापकीय अर्थशास्त्रातील एक मूलभूत घटक आहे. कारण ते कंपनीचे व्यवस्थापकीय धेय गाठण्यामधील संरचनात्मक अडचणींचे तथा समस्यांचे ज्ञान प्रदान करते.

परंतु नव्याने उदयास येत असणारे अभ्यासाचे क्षेत्र अर्थात संघटनात्मक अर्थशास्त्र, (Organisational economics) व्यवस्थापकीय अर्थशास्त्र आणि औद्योगिक अर्थशास्त्र या दोन्हीस एकत्रित करित आहे.

वरील विवेचनावरून असे लक्षात येते की, औद्योगिक अर्थशास्त्राचे स्वरूप हे विश्लेषणात्मक आहे, तसेच ते वर्णनात्मककही आहे. त्यास सूक्ष्मलक्षी अर्थशास्त्रातील संकल्पना तथा सिद्धांतांचा सक्षम आधार आहे. ते औद्योगिक व्यवस्थापन आणि सार्वजनिक धोरणे यासाठी उपयुक्तता प्रदान करते आणि या अर्थशास्त्राने विशेष विषयाचा दर्जा प्राप्त केलेला आहे.

तसेच औद्योगिक अर्थशास्त्राचे स्वरूप आर्थिक व सामाजिक परंपरस्परसंबंध यांवर आधारित आहे. उद्योगातील संबंधांचे 'अंतर्गत संबंध आणि बहिर्गत संबंध' असे दोन प्रकार पडतात. त्यामुळे औद्योगिक अर्थशास्त्राचे स्वरूप हे सामाजिक शास्त्रांप्रमाणेच आंतरविद्याशाखीय किंवा बहुविद्याशाखीय आहे, असे म्हणणे उचित होईल.

(क) औद्योगिक अर्थशास्त्राची व्याप्ती

औद्योगिक अर्थशास्त्राची व्याप्ती अधिक व्यापक स्वरूपाची आहे. औद्योगिक अर्थशास्त्राचे दोन प्रमुख घटक आहेत. एक वर्णनात्मक तर दुसरा घटक व्यावसायिक धोरणे आणि निर्णय प्रक्रिया यासंबंधी आहे. वर्णनात्मक घटकामध्ये व्यावसायिक माहिती पुरविणे हा हेतू असतो. त्यामध्ये व्यवसायिक संघटनांचा घरेलू आणि विदेशी सर्वेक्षण अहवाल, कच्चा माल, उत्पादनाच्या घटकांचा पुरवठा, देशाचे औद्योगिक वातावरण, शासनाची व्यापार व वाणिज्यिक धोरणे, उद्योग ज्या क्षेत्रात कार्यरत आहे, त्यातील स्पर्धेची पातळी इत्यादींचा समावेश होतो. तर औद्योगिक अर्थशास्त्राच्या दुसऱ्या घटकामध्ये बाजारपेठेचे विश्लेषण, किंमत निश्चिती, तांत्रिक विकल्प, उद्योगाचे स्थान, गुंतवणूक नियोजन, आर्थिक निर्णय इत्यादींचा समावेश होतो. या अर्थशास्त्राचे

हे दोन्ही घटक स्वतंत्र आहेत. पर्यास माहिती अभावी कोणीही एक व्यावसायिक दृष्टिकोनातून योग्य तो निर्णय घेऊ शकत नाही.

औद्योगिक अर्थशास्त्र यामध्ये उद्योगांच्या उभारणीसाठी स्थानिकीकरण, उत्पादन घटकांची उपलब्धता, उद्योगांचा आर्थिक विकास व समस्या यांचा विश्लेषणात्मक अभ्यास केला जातो. त्याचबरोबर यामध्ये वेगवेगळ्या प्रदेशातील, देशविदेशातील उद्योगांची उत्पादकता, त्यांची लाभक्षमता, स्पर्धात्मकता यांसारख्या विविधबाबींचा तुलनात्मक अभ्यास केला जातो. औद्योगिक उत्पादनाचे प्रमुख 'चार घटक' म्हणजे भूमी, श्रम, भांडवल आणि संयोजक या घटकांचा सर्वांगीण अभ्यास अर्थशास्त्राच्या या शाखेमध्ये केला जातो. यापैकी भूमीचा अभ्यास करताना भूमीची उपलब्धता, स्थानिकीकरण, प्रदूषण, वैधानिक तरतूदी यांसारख्या बाबींचा अभ्यास केला जातो. तर श्रम हा मानवी घटक असल्याने औद्योगिक अर्थशास्त्राचे स्वरूप सामाजिक शास्त्राचे आहे, असे म्हणता येते. श्रमाची उपलब्धता, उत्पादकता, कार्यक्षमता, संघटन इत्यादीबाबींचा अभ्यास यामध्ये केला जातो. भांडवल या घटकाचा अभ्यास करताना भांडवल हा घटक स्थलांतरीत किंवा हस्तांतरीत घटक आहे. भांडवलाची उपलब्धता, त्यावरील परतावा, त्याची गुंतवणूक आणि त्यासंबंधी असणारी धोरणात्मक तरतूद, कायदे इत्यादीबाबींचा अभ्यास या शाखेमध्ये केला जातो. संयोजक अर्थात; उद्योगाची उभारणी करणारा घटक जो उत्पादनाच्या इतर घटकांचे संयोजन करतो, त्याचे व्यवस्थापकीय कौशल्य, व्यावसायिक व्यवस्थापन, समन्वय, निर्णय क्षमता, आणि इतर घटकांशी असणारे व्यावसायिक सलोख्याचे संबंध यांचा अभ्यास हा औद्योगिक अर्थशास्त्राचा विषय आहे.

(ड) औद्योगिक अर्थशास्त्राच्या अभ्यासाची आवश्यकता व महत्त्व (Need & Significance of Economics of Industries)

औद्योगिक अर्थशास्त्रामुळे औद्योगिकीकरणाचे विश्लेषण करता येणे शक्य झाले आहे. त्यामुळे समतोल आर्थिक विकास साधण्याच्या प्रक्रियेमध्ये मदत झाली आहे. उद्योगांचा विकास, बाजारपेठांचा विकास, देशाचा आर्थिक विकास होण्यास मदत झाली आहे. उत्पादन वाढीस चालना मिळाली असून औद्योगिक विकासाच्या गतीत वाढ करणे शक्य झाले आहे. औद्योगिक विस्तार आणि विकासामुळे रोजगार उपलब्धतेमध्ये वाढ झाली. उत्पादनांच्या साधनांचा पुरेपूर वापर करणे शक्य झाले आहे. औद्योगिक धोरणासंबंधीच्या अनेक समस्या यशस्वीरित्या सोडवून औद्योगिक विकासाची गती वाढविण्याचे व औद्योगिकीकरणाची इतर अनेक उद्दिष्टे गाठण्याचे प्रयत्न इत्यादींचा अभ्यास औद्योगिक अर्थशास्त्र या शाखेत केला जात आहे. त्यामुळे अर्थशास्त्राची ही शाखा अधिक उपयुक्त व महत्त्वाची आहे.

वैयक्तिक कंपनी आणि उद्योगांच्या पातळीवर निर्णयांचे विश्लेषण करताना औद्योगिक अर्थशास्त्रामुळे उद्योगाची क्षमता, उत्पादन आणि किंमत निश्चितीही कोणत्या पातळीवर निश्चित केली जाते, तसेच उत्पादन दुसऱ्या उत्पादनापेक्षा कितपत निराळे आहे, त्याचबरोबर किती कंपन्यांनी संशोधन आणि विकासामध्ये गुंतवणूक केली आहे, याबाबी समजण्यास मदत मिळते. औद्योगिक अर्थशास्त्रामुळे कंपन्या त्यांच्या प्रेरणा लक्षात घेऊन त्यांच्या कार्यांचे संयोजन कसे करतात हेसुद्धा समजण्यास मदत होते.

निरनिराळ्या क्षेत्रांमध्ये, उद्देशांमध्ये औद्योगिक अर्थशास्त्राच्या अभ्यासाचे महत्त्व मोठ्या प्रमाणात आहे. सन १७५० ते १८५० या कालखंडात मोठ्या प्रमाणात झालेल्या औद्योगिक व वैज्ञानिक संशोधनामुळे औद्योगिक क्षेत्रातील उत्पादन तंत्रात मोठ्या प्रमाणात बदल घडून आले. त्यामुळे अनेक देशांच्या आर्थिक, सामाजिक, राजकीय जीवनावर दूरगामी परिणाम घडून आले. औद्योगिकीकरणामुळे वाहतूक व दळणवळणाच्या क्षेत्रातही लक्षणीय प्रगती घडून आली. औद्योगिक उत्पादन वाढीमुळे राष्ट्रीय उत्पादन, उत्पन्न, दरडोई उत्पन्न यामध्ये वाढ होते. त्यामुळे लोकांच्या राहणीमानाचा दर्जा उंचावला जातो. औद्योगिकीकरणामुळे परकीय उत्पादनांच्या आयातीवरील परावलंबन कमी होते आणि ते राष्ट्राच्या सार्वभौम सुरक्षिततेच्या दृष्टिने अधिक महत्त्वपूर्णही आहे. औद्योगिकीकरणाच्या यासर्व बाबींचा विचार करता, जलद औद्योगिक विकास, समतोल औद्योगिक विकास, प्रादेशिक विकास आणि त्यासाठी आवश्यक असणाऱ्या औद्योगिक धोरणातील तरतूदी यांचा अभ्यास करणे; अत्यंत आवश्यक व महत्त्वपूर्ण आहे.

१.२ उद्योगांचे एकत्रीकरण (Industrial Combinations)

औद्योगिक विकासामुळे उद्योगांच्या संख्येत आणि उत्पादनात मोठ्या प्रमाणात वाढ झाली आहे. त्यामुळे अनेक क्षेत्रातील उद्योगांमध्ये तीव्र स्पर्धा निर्माण झाली. ही स्पर्धा उद्योगांवर सकारात्मक आणि नकारात्मक असे दोन्ही प्रकारचे परिणाम करते. त्यामुळे अशा स्पर्धेतून व स्पर्धेच्या दुष्परिणांपासून मुक्त होण्यासाठी उद्योगसंस्थांचे विलिनीकरण, संपादन आणि एकत्रीकरण (Merger, Acquisition, and Amalgamation) यांसारखे प्रयोग सुरू झाले. त्यामुळे मोठे व उत्तम लाभक्षमता असलेले उद्योग हे त्यापेक्षा लहान आणि अल्प लाभक्षमता अथवा तोट्यातील उद्योगांचे संपादन करून बाजारातील स्पर्धेमध्ये कपात करीत आहेत. परिणामी, मोठ्या उद्योगांची मक्तेदारी निर्माण होण्यास अशा प्रयोगांमुळे मदत होते.

मक्तेदारी-स्पर्धा-मक्तेदारी:- औद्योगिक चक्र - वास्तविक पाहता, दीर्घकाळात

बाजारात मक्तेदारीयुक्त स्पर्धा निर्माण होते. त्यामुळे असा बाजार नवनवीन उद्योगांना आकर्षित करतो आणि बाजारातील मक्तेदारी कमी होऊन बाजारात अनेक उद्योगांच्या वस्तूंची उपलब्धता वाढल्याने पूर्ण स्पर्धा निर्माण होते. परंतु दीर्घकाळात अशा स्पर्धेत टिकून राहणे कठीण झाल्यास उद्योगांचे विलिनीकरण, संपादन अथवा एकत्रीकरण होते आणि पुन्हा मक्तेदारीत वाढ होते. थोडक्यात, मक्तेदारीतून स्पर्धेकडे आणि स्पर्धेकडून पुन्हा मक्तेदारीकडे असे औद्योगिक चक्र काळानुरुप चालू राहते. मक्तेदारी निर्माण होण्याच्या या प्रक्रियेतील उद्योगांचे विलिनीकरण, संपादन आणि एकत्रीकरण याची माहिती खालीलप्रमाणे आहे.

(अ) विलिनीकरण आणि संपादन (Mergers & Acquisitions)

सर्वसाधारणपणे एक मोठी व्यावसायिक संस्था अथवा कंपनी इतर सर्व उद्योगांना आपल्या उद्योगसंस्थेत विलिन करून घेत. अथवा, इतर उद्योग मोठ्या उद्योगात विलिन होतात त्यास उद्योगांचे 'विलिनीकरण' म्हणतात. विलिनीकरणाच्या प्रक्रियेमुळे विलिनीकरण झालेल्या इतर उद्योगसंस्थांचे अस्तित्व संपुष्टात येते. विलिनीकरण ऊर्ध्व किंवा समांतर दोन्ही प्रकारचे असू शकते. विलिनीकरणाचा मुख्य हेतू उद्योगाची कार्यशक्ती वाढविणे हा असतो. त्यामुळे किंमतीवर, उत्पादनावर आणि वितरणावर परिणामकारक नियंत्रण प्राप्त करता येते.

उदा. टाटा ऑईल मिल्स कंपनी लि. (TOMCO) चे हिंदुस्थान युनिलिव्हर या कंपनीमध्ये विलिनीकरण करण्यात आले. सार्वजनिक क्षेत्रातील सर्वात मोठ्या स्टेट बँक ऑफ इंडियामध्ये इतर स्टेट बँकांचे विलिनीकरण करण्यात आले. उदा. स्टेट बँक ऑफ म्हैसूर, स्टेट बँक ऑफ त्रावणकोर, स्टेट बँक ऑफ हैदराबाद इत्यादींचे स्टेट बँकांचे स्टेट बँक ऑफ इंडियामध्ये विलिनीकरण करण्यात आले. तसेच इतर राष्ट्रीयीकृत बँकांचे जसे आंध्र व कॉर्पोरेशन बँकेचे विलिनीकरण युनियन बँक ऑफ इंडियामध्ये करण्यात आले. ओरिएन्टल बँक ऑफ कॉमर्सचे विलिनीकरण पंजाब नॅशनल बँकेत करण्यात आले. यामध्ये एक महत्त्वाचे उदाहरण किंवा अद्वितीय उदाहरण म्हणजे सहकार क्षेत्रातील श्री. सुवर्ण सहकारी बँक लि. पुणे या बँकेचे राष्ट्रीयीकृत इंडियन ओव्हरसीज बँकेत विलिनीकरण करण्यात आले. त्याचबरोबर भ्रमणध्वनी (मोबाईल फोन) क्षेत्रातील युनिनॉर/टेलिनॉर, टाटा डोकोमो या कंपन्यांचे इतर कंपन्यांमध्ये विलिनीकरण करण्यात आले.

तर, या प्रक्रियेमध्ये मोठी उद्योगसंस्था भांडवली गुंतवणूक करून लहान किंवा व्यावसायिकदृष्ट्या अडचणीत असणाऱ्या उद्योगांवर ताबा मिळविते (takeover), याला 'संपादन' असे म्हटले जाते. यामध्ये छोट्या तथा अडचणीतील उद्योगांचे

अस्तित्व कायम राहते. परंतु त्याचे व्यवस्थापन हे संपादन करणाऱ्या मोठ्या उद्योगाकडे जाते. उदा. टाटा उद्योगाने जग्वार नाममुद्रा असलेली वाहन उद्योग कंपनी संपादन केली तरीही जग्वार नाममुद्रा अस्तित्वात राहिली.

(ब) उद्योगांचे एकत्रीकरण (Amalgamations)

व्यवसायिक स्पर्धेमध्ये टिकून राहण्यासाठी दोन किंवा अधिक उद्योग एका नव्या नाममुद्रेखाली एकत्र येतात. अशा प्रकारच्या उद्योगांच्या एकत्रीकरणामध्ये दोन्ही उद्योगांचे स्वतंत्र अस्तित्व संपुष्टात येते आणि दोन्ही उद्योग नव्या नावाने व्यवसाय चालू ठेवतात. याचे ताजे उदाहरण म्हणजे भ्रमणध्वनी (Cellular Phone) क्षेत्रात व्यवसाय करणाऱ्या 'आयडीया आणि व्होडाफोन' या दोन कंपन्या एकत्र आल्या आणि त्यांनी 'व्ही' (Vi) या नाममुद्रेने व्यवसाय चालू ठेवला.

विलिनीकरण, संपादन आणि एकत्रीकरणाची प्रमुख कारणे तथा प्रेरणा खालीलप्रमाणे आहेत.

(१) मूल्य निर्माण (Value Creation) – दोन कंपन्या त्यांच्या सभासदांच्या संपत्तीमध्ये वृद्धी होण्यासाठी विलिनीकरण तथा एकत्रीककरणाचा निर्णय घेतात. सामान्यत: दोन व्यवसायांचे एकत्रीकरणामुळे निर्माण होणाऱ्या नव्या व्यवसायसंस्थेच्या मूल्यांमध्ये वृद्धी होते. यामध्ये विलीन होणाऱ्या कंपनीचे मूल्य दुसऱ्या वैयक्तिक कंपन्यांच्या मूल्यापेक्षा अधिक होते.

(२) विविधीकरण (Diversification) – विलिनीकरण हे सातत्याने विविधतेच्या कारणाने होते. उदा. व्यवसायसंस्था नवीन बाजारपेठेत प्रवेश करून व्यवसायिक कार्यात विविधता निर्माण करतात किंवा नवीन उत्पादने तथा सेवा देऊ करतात. तसेच विलिनीकरण हे कंपनीसंबंधीची जोखीम व्यवस्था करण्यासाठी केले जाते. परंतु भागधारक, जोखीम विविधतेच्या उद्देशाने होणाऱ्या विलिनीकरणाचे नेहमीच समर्थन करत नाही. बाजारपेठेचा विस्तार, उत्पादन विस्तार आणि एकगठ्ठा विलिनीकरण हे विशेषत: विविधतेच्या उद्देशाने प्रेरित असतात. एकत्रीकरण हे विविधतेने जोखीम व्यवस्थापन करण्यासाठी केले जाते.

(३) मालमत्तेचे संपादन (Acquisition of Assets) – विलिनीकरण किंवा एकत्रीकरण हे विशिष्ट मालमत्ता जी इतर पद्धतीने हस्तगत करता येणे शक्य नाही, अशी मालमत्ता संपादन करण्याच्या उद्देशाने केले जाते. उदा. नवीन तंत्रज्ञान हस्तगत करणे हा अनेकवेळा विलिनीकरणाचा किंवा एकत्रीकरणाचा उद्देश असतो.

(४) आर्थिक क्षमतेत वाढ (Increase in Financial Capacity) – प्रत्येक कंपनी एकतर कर्ज किंवा समभाग विक्रीतून वित्तीय क्षमतेमध्ये अधिकाधिक

वाढ करते. परंतु पर्यास वित्तीय क्षमतेअभावी एक कंपनी दुसऱ्या कंपनीत विलिन होते. परिणामी, एकत्रित झालेल्या कंपनीची वित्तीय क्षमता मोठी असते जी पुढील व्यवसायिक विकास प्रक्रियेसाठी उपयोगात आणली जाते.

(५) कर (Tax Purpose) – जो उद्योग मागील काही वर्षे कर-तोटा नोंदवित आहे, अशा उद्योगांचे विलिनीकरण, जो उद्योग करपात्र उत्पन्न निर्माण करतो त्यामध्ये केले जाते. त्यामुळे विलिनीकरणानंतर एक झालेल्या कंपनीचे करदायित्व बरेच कमी होते.

(६) व्यवस्थापकांसाठी प्रोत्साहन (Incentives for Managers) – काही वेळा उद्योगांचे उच्च पदाधिकारी तथा व्यवस्थापकांचे वैयक्तिक हित आणि ध्येय यामुळे विलिनीकरणास प्रेरणा मिळते. त्याचबरोबर उद्योगाचा आकार आणि व्यवस्थापकांसाठी मानधन हे परस्परसंबंधीत असतात. मोठी कंपनी व्यवस्थापकांना मोठ्या रक्कमेचा पगार आणि बोनस देऊ शकते.

(७) स्पर्धेचे उच्चाटन (Eliminate Competition) – उद्योग व्यवसायामध्ये अधिकाधिक बाजार हिस्सा प्राप्त करण्यासाठी स्पर्धा असते. उदा. भ्रमणध्वनी सेवा देणाऱ्या आयडिया, व्होडाफोन, टाटा डोकोमो, युनिनॉर, रिलायन्स जीओ, एअरटेल यांसारख्या कंपन्यांमध्ये अधिकाधिक बाजार हिस्सा प्राप्त करण्यासाठी जीवघेणी स्पर्धा निर्माण झाली होती. यापैकी काही कंपन्यांनी ग्राहकांना आकर्षित करण्यासाठी मोफत डेटा, कॉल, एसएमएस यांसारखी प्रोलभने दिली. परिणामी, अनेक कंपन्यांना मोठे नुकसान सोसावे लागले आणि यापैकी अनेक कंपन्यांचे विलिनीकरण, संपादन आणि एकत्रीकरण झाले. त्यामुळे बाजारातील स्पर्धा कमी झाली. अशा प्रकारे जीवघेण्या स्पर्धेचे उच्चाटन करण्यासाठी उद्योगांचे एकत्रीकरण केले जाते.

(क) औद्योगिक मक्तेदारी (Industrial Monopoly)

'मक्तेदारी' या शब्दाचे मूळ इंग्रजी रूप 'Monopoly' या शब्दाची फोड केली असता 'Mono' म्हणजे 'एक' आणि 'poly' म्हणजे 'विक्रेता किंवा उत्पादक' असा अर्थ होतो. मक्तेदारी या अर्थशास्त्रीय संकल्पनेचा अर्थ अधिक स्पष्टपणे जाणून घेण्यासाठी विविध अर्थतज्ञांनी मांडलेल्या व्याख्या खालीलप्रमाणे पाहू.

प्रा. ट्रिफिन यांच्या मते, मक्तेदारी म्हणजे बाजारातील अशी स्थिती की, जेथे प्रत्येक उद्योगसंस्था आपल्या उत्पादनाची किंमत नियंत्रित करण्यास स्वतंत्र असते. याचा अर्थ असा की, मक्तेदारी उत्पादनाच्या मागणीची छेदक लवचीकता दुसऱ्या उद्योगसंस्थेच्या उत्पादनाच्या संदर्भात शून्य असते.

श्रीमती जो रॉबिन्सन यांच्या मते, मक्तेदारी हे परिपूर्ण स्पर्धेचे संकुचित स्वरूप असते.

प्रा. चेंबरलीन यांच्या मते, बाजारात पर्यायी वस्तूंचा अभाव असलेली व्यवस्था म्हणजे मक्तेदारी होय. जेथे एक किंवा अनेक उत्पादक एकत्र येऊन इतके उत्पादन करतात की, त्यांचे बरेचसे नियंत्रण वस्तूच्या पुरवठ्यावर असते. यावरून मक्तेदारी म्हणजे एकच उत्पादक किंवा विक्रेता नव्हे तर 'मक्तेदारी' म्हणजे एकत्रित आलेले उत्पादक विक्रेते वा त्यांचा समूह होय.

मक्तेदारी चौकशी आयोग, एका उपक्रमाने किंवा थोड्या उद्योगांनी इतर स्पर्धकांच्या तुलनेत बाजारपेठेचा बराच मोठा भाग नियंत्रित करण्यासाठी वापरलेल्या शक्तीला 'मक्तेदारी किंवा एकाधिकार शक्ती' असे म्हणता येते.

वरील व्याख्यांवरून असे दिसून येते की, बाजारात एखाद्या वस्तूचा एकच विक्रेता किंवा उत्पादक असणे म्हणजे मक्तेदारी होय. परंतु अशी परिस्थिती प्रत्यक्ष व्यवहारात दीर्घकाळात आढळून येत नाही. प्रत्यक्ष बाजारात संपूर्ण मक्तेदारी आढळत नाही. कारण दीर्घकाळात बाजारात वस्तूला पर्याय उपलब्ध होतात. त्यामुळे, मक्तेदारास त्याच्या उत्पादनासाठी प्रत्यक्षात हवी तेवढी किंमत सहजासहजी आकारता येत नाही. थोडक्यात, मक्तेदारीची स्थिती अस्तित्वात राहण्यासाठी (१) वस्तूचे उत्पादन वा वस्तूची विक्री एकाच उत्पादक किंवा विक्रेत्याच्या हाती केंद्रित असली पाहिजे. (२) त्या विशिष्ट वस्तूकरिता जवळचे पर्याय उपलब्ध असता कामा नयेत. (३) मक्तेदाराच्या उद्योगात अन्य कोणत्याही उत्पादनसंस्थेला प्रवेश करता येणार नाही. अशा प्रकारचे मोठे अडथळे असले पाहिजेत. अशी स्थिती ज्या बाजारात असेल त्यास 'मक्तेदारी बाजार' असे म्हणतात.

मक्तेदारी बाजाराची काही उदाहरणे म्हणजे, १९९० च्या दशकापर्यंत टेलिव्हिजन उत्पादनामध्ये ECtv, Dynora, Crown यांसारख्या मोजक्याच उत्पादनांची मक्तेदारी होती. त्याचबरोबर या दशकापर्यंत दुचाकी वाहन निर्मितीमध्ये बजाज स्कूटरची मक्तेदारी होती. त्यावेळी ग्राहकास स्कूटर खरेदीसाठी कित्येक वर्षे आधी नोंदणी करावी लागत होती आणि स्कूटरचा रंगसुद्धा निवडण्याची मुभा नव्हती. बाजारातील या मर्यादित स्पर्धेला पूर्ण मक्तेदारी असे म्हणता येत नसले तरी मक्तेदारीयुक्त स्पर्धा किंवा बाजार असे म्हणता येते. 'मक्तेदारीयुक्त बाजारा'चे किंवा स्पर्धेचे उदाहरण द्यायचे म्हणजे, मिठाईची अनेक दुकाने असली तरी बाकरवडी या उत्पादनामध्ये 'चितळे बंधू मिठाई'वाले उत्पादनास प्रथम प्राधान्य दिले जाते. त्याचप्रमाणे सोनपापडी या उत्पादनासाठी 'हळदीराम'च्या उत्पदनास प्राधान्य दिले जाते.

मक्तेदारी नियंत्रण (Control of Monopolies) – उत्पादन साधनांचा सुयोग्य वापर करून वस्तूंची उपलब्धता सर्व स्तरातील ग्राहकांना व्हावी, विकासाच्या संधी सर्वांना उपलब्ध व्हाव्यात, ग्राहकांचे शोषण होऊ नये, त्यांची अडवणूक होऊ नये यासाठी मक्तेदारीवर नियंत्रण ठेवण्याचे प्रयत्न केले जातात. मक्तेदारीवर नियंत्रणाचे उपाय पुढीलप्रमाणे आहेत.

वैधानिक नियंत्रण – राज्य किंवा सरकार मक्तेदारीवर नियंत्रण ठेवण्यासाठी वैधानिक उपययोजना करते. उदा. भारतामध्ये उद्योगांची मक्तेदारी नियंत्रण करण्यासाठी, मक्तेदारी नियंत्रण कायदा १९६९ (Monopoly and Restrictive Trade Practices Act – MRTP Act, 1969) हा कायदा केला गेला. त्यानंतर १४ ऑक्टोबर २००३ रोजी 'भारतीय स्पर्धा आयोग' (Competition Commission of India -CCI) स्थापन करण्यात आला. तत्पूर्वी स्पर्धा अधिनियम २००२ केला गेला. त्यामध्ये २००७ साली सुधारणा करण्यात आल्या.

किंमत नियंत्रण – मक्तेदारीमध्ये ग्राहकाकडून प्राप्त होईल अशी अधिकतम किंमत निश्चिती केली जाते. तर दुसऱ्या बाजूस राज्य/सरकार मक्तेदारीवर नियंत्रण ठेवण्यासाठी त्यांचा नफा आणि किंमती निश्चित करण्याचे उपाय योजते. परंतु हे तितकेसे प्रभावी साधन नाही जे प्रत्यक्ष व्यवहारात उपयोगात आणताही येत नाही.

ग्राहक संघटना – ग्राहक संघटित नाहीत हे ओळखून मक्तेदारीत मोठी किंमत निश्चित केली जाते. परंतु मक्तेदारीवर नियंत्रण ठेवण्याकरिता सरकारने ग्राहकांना संघटना स्थापन करण्यासाठी मदत केली पाहिजे. त्यांना काही अधिकार आणि प्रोत्साहन दिले पाहिजे. परंतु मक्तेदारी करणारे नेहमी ग्राहकांची एकजूट होऊ नये यासाठी प्रयत्नशील असतात. ते ग्राहक संघटनेच्या कार्यात अनेक अडचणी निर्माण करण्याचा प्रयत्न करतात. तसेच ग्राहक हे एकाच ठिकाणचे रहिवासी नसतात तर ते देशभर विखुरलेले असतात आणि त्यांना एकमेकांजवळ आणणे आणि संघटित करणे हे एक कठीण काम आहे. परंतु मक्तेदारी नियंत्रणावर 'ग्राहक संघटना' हा एक चांगला मार्ग आहे.

प्रभावी प्रसिद्धी – मक्तेदारी काही गंभीर अनियमिततेसोबत कार्य करते की जी लोकांच्या सहजपणे लक्षात येत नाही. त्यामुळे अशा प्रकारच्या उणिवांना योग्यप्रकारे प्रसिद्धी दिली गेली पाहिजे. मक्तेदारी गृहांवर सार्वजनिक देखरेखीची तरतूद असली पाहिजे. **प्रा. पिगू** यांच्या मतानुसार, खासगी मक्तेदारीवरील सरकारच्या कोणत्याही प्रकारच्या नियंत्रणात नमुनेदार आणि प्रत्यक्ष यामध्ये अंतर असते.

योग्य स्पर्धा निर्माण करणे/स्पर्धा धोरण (Competition Policy) – बाजारात दीर्घकाळ खरी स्पर्धा नसल्यामुळे मक्तेदारी अस्तित्वात असते. ही स्पर्धा

प्रभावी असली पाहिजे. परंतु मक्तेदारी कोणत्याही स्पर्धेस मान्यता देत नाही. कारण तसे करणे म्हणजे एकीकडे नफ्यात भागीदारी आणि दुसऱ्या बाजूस मनमानी किंमत निश्चितीवर नियंत्रण होय. मक्तेदारी ही स्पर्धेवर अनेक मार्गांनी लक्ष ठेवते उदा. मक्तेदारीत स्पर्धेसाठी येणाऱ्यास नाऊमेद केले जाते. त्याच्या पुरवठ्याच्या साधनांमध्ये अडथळे निर्माण केले जातात. तसेच बाजारात खूप आश्चर्यकारकरित्या किंमती कमी केल्या जातात. त्यामुळे, नव्याने स्पर्धक म्हणून उदयास येणाऱ्याचे नुकसान होते आणि तो बाजारातून बाहेर पडेल याकडे लक्ष दिले जाते. अशा विविध प्रकाराने; मक्तेदारी ही स्पर्धेवर नियंत्रण करण्याचा प्रयत्न करते. तरीही ग्राहकहित लक्षात घेऊन बाजारात योग्य ती स्पर्धा निर्माण करणे आवश्यक आहे.

भारतामध्ये स्पर्धा धोरण नाही; पण कायदा आहे. २००२ साली स्पर्धा अधिनियम तयार केला गेला.

राष्ट्रीयीकरण – ज्या उद्योगामध्ये मक्तेदारी आढळून येते आणि जी समाज सहन करू शकत नाही, अशा व्यवसायाचे राष्ट्रीयीकरण करणे हा सरकारकडे शेवटचा पर्याय असतो. परंतु सरकारकडे आर्थिक साधने मर्यादित असल्याने फक्त काही उद्योगांचेच राष्ट्रीयीकरण शक्य होते. त्याचप्रमाणे राष्ट्रीयीकरण करताना वस्तूचे स्वरूप लक्षात घेणे गरजेचे असते. जर ती ग्राहकपयोगी असल्यास राष्ट्रीयीकरण लगेच केले पाहिजे, तर अन्य परिस्थितीत साधनांच्या उपलब्धेनुसार राष्ट्रीयीकरणासाठी वाट पाहणे गरजेचे ठरते.

अशा प्रकारे मक्तेदारीवर नियंत्रण ठेवण्याचे विविध मार्ग उपलब्ध असले तरीही बाजारात पूर्ण स्पर्धा सहजासहजी आढळून येत नाही, तर बाजारात मक्तेदारीयुक्त स्पर्धा आढळून येते.

१.३ विक्रेत्यांचे केंद्रीकरण (Sellers' Concentration)

उद्योगाच्या विक्रीतील तुलनात्मक हिश्श्याबरोबर अनेक विक्रेते एकत्र होणे म्हणजे विक्रेत्यांचे 'केंद्रीकरण' होय. जेव्हा विक्रेत्यांची संख्या खूप मोठी असते आणि प्रत्येक विक्रेत्याचा बाजार हिस्सा खूप छोटा असतो, अशा वेळी असा विक्रेता त्याची विक्री किंमत बदलू शकत नाही किंवा त्याचे उत्पादन बाजार हिस्सा प्रभावित करू शकत नाही, कोणत्याही प्रतिस्पर्धी विक्रेत्याचे उत्पन्न प्रभावीत करू शकत नाही. अर्थतज्ञ त्यास 'शुद्ध स्पर्धा' असे संबोधतात. या सर्वांमध्ये सामायिक परिस्थिती म्हणजे अल्पविक्रेतादार (Oligopoly) असतो ज्यामध्ये विक्रेत्यांची संख्या कमी असते आणि प्रत्येकाचा बाजारहिस्सा पुरेसा मोठ्या प्रमाणात असतो. अल्पविक्रेतादार हे कोणत्याही उद्योगामध्ये अस्तित्वात असतात. जरी तेथे छोटे विक्रेते अधिक असले,

तरी त्यामध्ये काही विक्रेत्यांचा बाजारहिस्सा मोठा असतो. त्यामुळे असा मोठा बाजारहिस्सा असणारा विक्रेतावर्ग त्यांची विक्रीकिंमत व उत्पादन हे प्रतिस्पर्धी विक्रेत्यांना विचारात न घेता निश्चित करू शकतात. जेव्हा एक विक्रेता संपूर्ण उक्षेगाचे उत्पादन विक्री करतो तेव्हा तो एक विक्रेतादार किंवा एका व्यवसाय संस्थेची मक्तेदारी असते.

(अ) मोठ्या प्रमाणातील उत्पादनाच्या बचती किंवा फायदे (Economies of Scale)

जेव्हा एखादी कंपनी तिच्या उत्पादनाची मात्रा वाढविते तेव्हा कंपनीस उत्पादन खर्च कमी येतो, म्हणजेच खर्चात बचत होते. हा फायदा प्रति-नग (per unit) निश्चित खर्च (Fixed Cost) आणि उत्पादन संख्या यामधील व्यस्त संबंधामुळे होतो. उत्पादनाची संख्या अधिक, तर प्रतिनग निश्चित खर्च कमी. उत्पादनाच्या बचती किंवा फायदा हा सरासरी अनिश्चित खर्चातही उत्पादन वाढीबरोबर मिळतो. मोठ्या प्रमाणातील उत्पादनाच्या बचती कंपनी उत्पादनाच्या कोणत्याही प्रक्रियेमध्ये अंमलात आणू शकते.

थोडक्यात, जसजसे उत्पादन मोठ्या प्रमाणावर करण्यात येते, तसतसा सरासरी उत्पादन खर्च कमी होत जातो. म्हणून त्यास मोठ्या प्रमाणातील उत्पादनाच्या बचती किंवा फायदा असे म्हटले जाते. मोठ्या प्रमाणातील उत्पादनाच्या बचतीचे प्रामुख्याने दोन प्रकार आहेत. एक म्हणजे 'अंतर्गत बचती' आणि दुसरा प्रकार म्हणजे 'बाह्य बचती'.

अंतर्गत बचती (Internal Economies)

उत्पानाची मात्रा वाढविल्यामुळे एखाद्या कंपनीस अथवा व्यवसाय संस्थेस उत्पादन खर्चामध्ये जी बचत साध्य होते त्यास 'अतंर्गत बचती' असे म्हटले जाते. या अंतर्गत बचती पुढील मार्गाने प्राप्त करता येतात.

(१) तांत्रिक बचती – चांगल्या उत्पादन तंत्राचा वापर करून तांत्रिक बचती प्राप्त करता येतात. यामध्ये चार प्रकारे बचती प्राप्त करता येतात. त्या म्हणजे –

वाढीव परिमितीच्या बचती (Progressive Economies) उदा. माल वाहतूक करणाऱ्या ट्रक्सची संख्या वाढविण्याऐवजी ट्रक्सची वाहतूक क्षमता वाढवली जाते. म्हणजे काही टन माल अधिक वाहून नेण्यासाठी ट्रक्सची लांबी किंवा उंची वाढविली जाते. याला 'वाढीव परिमिती'च्या बचती असे म्हटले जाते.

प्रक्रिया जोडण्याच्या बचती (Linking Process Economies) उत्पादनाच्या अनेक 'प्रक्रिया एकत्र जोडल्या'मुळे उत्पादन खर्चात बचत होऊ शकते. उदा. खाद्य पदार्थ उत्पादन करणाऱ्या कंपनीत उत्पादनाच्या वेष्टणीकरणाची प्रक्रिया

(Packaging process) जोडल्यास खर्चात बचत होऊ शकते, यामध्ये टेट्रापॅकची वेष्टणीकरण व्यवस्था जोडली जाऊ शकते.

सुधारित तंत्राच्या बचती (Economies of Technics) अधिक प्रगत आणि 'कार्यक्षम तांत्रिक' साधने वापरण्यामुळे उत्पादनाच्या खर्चात बचत होऊ शकते. उदा. रोबोटिक तंत्राचा वापर

विशेषीकरण आणि श्रमविभागणीच्या बचती (Economies of Specialisation & Division of Labour) श्रमविभागणीमुळे वेळ, श्रम आणि खर्च या सर्वांचीच बचत होते. तसेच विशेष कामासाठी कौशल्य आधारित विशेषीकरण करण्यामुळे बचत शक्य होते.

(२) व्यवस्थापकीय बचती (Managerial Economies) – छोट्या व्यवसाय संस्थेत वेगवेगळी कामे एकाच व्यवस्थापकावर सोपविलेली असतात. त्यामुळे त्याच्या कौशल्याचा आणि श्रमाचा अपव्यय होतो. असा अपव्यय टाळण्यासाठी मोठ्या व्यवसाय संस्थेत वेगवेगळ्या विभागासाठी किंवा कामानुसार तज्ज्ञ व्यवस्थापकांची नियुक्ती केलेली असते. त्यामुळे मोठ्या व्यवसाय संस्थेत व्यवस्थापकीय बचती शक्य होतात.

(३) विपणनविषयक बचती (Marketing Economies) – व्यवसायामध्ये मोठ्या प्रमाणात खरेदी–विक्री केल्याने अनेक प्रकारच्या बचती शक्य होतात उदा. मोठ्या प्रमाणातील वाहतूक व्यवस्था आणि स्वस्त वाहतूक शक्य होते. त्याचबरोबर मोठ्या प्रमाणातील खरेदी–विक्रीमुळे काही प्रमाणात सवलत किंवा सूटही मिळण्याची शक्यता असते. त्याचबरोबर वस्तू विक्री व्यवस्थेचे जाळे निर्माण करणे शक्य होते. त्यामुळे 'विपणनविषयक खर्चात बचत' शक्य होते.

(४) वित्तीय बचती (Financial Economies) – मोठ्या व्यवसाय संस्थेला योग्य त्या मोबदल्यात भांडवलाची उभारणी करणे शक्य होते. बँकांकडून कर्जे, लोकांकडून ठेवी किंवा भाग विक्री अशा वेगवेगळ्या मार्गांनी भांडवलाची उभारणी शक्य होते. त्यासाठी येणाऱ्या 'खर्चातही बचती' शक्य होतात.

(५) जोखीम पत्करण्यातील बचती (Risk Bearing Economies) – प्रत्येक व्यवसायामध्ये कमी–अधिक प्रमाणात धोका अथवा जोखीम ही असतेच. परंतु मोठ्या व्यवसाय संस्थेला अशा जोखमीसाठी विमा उतरविणे शक्य होते. त्याचबरोबर व्यवसायिक येणी थकीत असल्यास अशी येणी तिसऱ्या व्यावसायिक संस्थेला विकताही येतात (Factroing Business/Services) त्यामुळे व्यावसायिक संस्थेच्या 'जोखीम पत्करण्यामध्ये बचत' शक्य होते.

बाह्य बचती (External Economies)

ज्यावेळी व्यवसायिक संस्थेच्या कार्यक्षमतेमुळे किंवा अन्य अंतर्गत बाबींमुळे बचती मिळत नाही, तर संपूर्ण उद्योगाचेच उत्पादन वाढल्यामुळे त्या उत्पादनात भाग घेणाऱ्या सर्व व्यवसाय संस्थांना बचती उपबलध होतात, अशा बचतींना 'बाह्य बचती' असे म्हटले जाते. अनेकदा एका व्यवसायाची वाढ झाल्यामुळे त्याच प्रकारच्या दुसऱ्या व्यवसायाचा आपोआप फायदा होतो, त्यामुळे त्यास बाह्य बचती असे म्हटले जाते. या 'बाह्य बचती' साधरणत: पुढील कारणांमुळे निर्माण होतात.

(१) केंद्रीकरणामुळे निर्माण होणाऱ्या बचती (Economies of Concentration) – अनेकवेळा मोठ्या प्रमाणावर उत्पादन करणारे विशेषत: एकाच प्रकारचे उत्पादन करणारे कारखाने एकाच भागात स्थापन होतात. उदा. पुण्याच्या तळेगाव-चाकण-पिंपरी चिंचवड-रांजणगाव या परिसरात वाहने आणि त्यास लागणारे सुटे भाग उत्पादन करणाऱ्या कारखान्यांची संख्या मोठ्या प्रमाणात आहे. त्यामुळे वाहन उद्योगास केंद्रीकरणामुळे निर्माण होणाऱ्या 'बचती' प्राप्त होतात. या बचती साधरणात: पुढील प्रकारच्या असतात.

कौशल्य प्राप्त अथवा प्रशिक्षित कामगाराची उपलब्धता होते. अशा प्रकारच्या उत्पादन केंद्रातून तांत्रिक शिक्षणाच्या सोयी करण्यात येतात. उदा. ऑप्रेंटिस कामगारांना तांत्रिक शिक्षणाच्या सोयी उपलब्ध करून दिल्या जातात. त्यामुळे कौशल्य प्राप्त कामगारांची उपलब्धता होते. दळणवळण, वाहतूक व नागरी जीवनासाठी आवश्यक पिण्याचे पाणी, शाळा, दवाखाने, रस्ते इत्यादी सोयी-सुविधा उलपब्ध होतात.

विविध आकाराच्या उत्पादन करणाऱ्या व्यवसाय संस्थांना लागणारा कच्चा माल पुरवठा आणि पक्का माल विपणन व्यवस्था करणाऱ्या सामाजिक हिताच्या संघटना निर्माण होऊ शकतात. तसेच विशिष्ट प्रकारच्या उत्पादनासाठी स्थानपरत्वे बाजारपेठेत नाव लौकिक प्राप्त होतो. उदा. कोल्हापुरी चप्पल, पेणच्या गणेश मूर्ती वैगेरे.

शिक्षण व प्रशिक्षणाच्या सोयींची उपलब्धता होते. व्यवसायासाठी लागणारी यंत्रसामग्री, त्यांचे सुटे भाग, दुरुस्तीसाठी लागणारे तांत्रिक कौशल्य वगैरे गोष्टींची उपलब्धता होऊ शकते. उदा. पुण्याच्या शनिवार पेठ परिसरात छपाई उद्योगाचे केंद्रीकरण झाले आहे. त्यामुळे त्या उद्योगास लागणारी यंत्रसामग्री, त्याचे सुटे भाग, आणि दुरुस्तीसाठी लागणारे कुशल कारागिर उपलब्ध होतात.

(२) ज्ञान व माहितीमुळे निर्माण होणाऱ्या बचती (Economies of Information) – उत्पादनाच्या अनुषंगाने संशोधन, अद्ययावत माहिती गोळा करणे,

त्याचे प्रकाशन करणे यांसारख्या गोष्टी शक्य होतात. त्यामुळे विशिष्ट उत्पादन व्यवसायाबद्दलच्या 'ज्ञानात तथा माहिती'मध्ये भर पडते. अशा माहितीचा उपयोग लहान व्यावसायिक असो वा मोठे व्यावसायिक, त्याचबरोबर नवीन व्यावायिक संस्थांनाही अशा माहितीचा आणि ज्ञानाचा उपयोग होतो. तसेच संशोधनासाठी कराव्या लागणाऱ्या खर्चात बचत शक्य हाते.

(३) विघटनामुळे निर्माण होणाऱ्या बचती (Economies of Disintegration) – काही वेळेस मोठ्या उद्योगातील वेगवेगळ्या प्रक्रियांचे विघटन करणे गरजेचे बनते. अशा विघटनाचे दोन प्रकार संभावित असतात एक म्हणजे 'ऊर्ध्व विघटन' (Vertical Disintegration) तर दुसरे म्हणजे 'सम विघटन' (Lateral Disintegration). 'ऊर्ध्व विघटन' म्हणजे एकाच उत्पादनातील वेगवेगळ्या प्रक्रिया वेगवेगळ्या व्यवसाय संस्थाकडून करवून घेणे. उदा. वाहन उद्योगात वाहनांसाठी लागणारे अनेक सुटे भाग वेगवेगळ्या लहान उद्योगांकडून करवून घेतले जातात. उदा. पिस्टन, शॉकॉपसर्स, सिटस्, आरसे वैगेरे. तर वाहन विक्री तिसऱ्या एखाद्या व्यवसाय संस्थेकडे सोपविली जाते. उदा. टाटा मोटर्सची वाहन विक्री पंडित ऑटोमोटिव्ह, टोयाटो वाहन विक्री डिएसके व्यवासाय समूहाकडे आहे. अशा प्रकारच्या विघटनास 'ऊर्ध्व विघटन' असे म्हणतात, तर 'सम विघटन' म्हणजे एकाच प्रकारचे उत्पादन जे वेगवेगळ्या व्यवसाय संस्थांना गरजेचे असते त्या सर्वांना ते पुरविणे. उदा. दुचाकी वाहनांसाठी लागणारे प्लग तयार करणारी कंपनी अनेक दुचाकी वाहन निर्मिती करणाऱ्या उद्योगांना प्लगचा पुरवठा करते. दुसरे उदाहरण म्हणजे प्रिसिजन पिस्टन ही सोलापूर स्थित कंपनी अनेक वाहन उद्योगांना पिस्टनचा पुरवठा करते.

अशा प्रकारे औद्योगिक विकासामध्ये 'अंतर्गत व बाह्य' या दोन्ही प्रकारच्या बचती खूप महत्त्वाच्या असतात. औद्योगिक वसाहती स्थापन करण्यामुळे सर्व लहान–मोठे उद्योग एकाच परिसरात स्थापन होतात आणि त्यामुळे 'बाह्य बचती' उद्योगांना उपलब्ध होऊ शकतात.

मोठ्या प्रमाणातील 'उत्पादनाच्या बचती' दर्शविणारी चित्रकृती

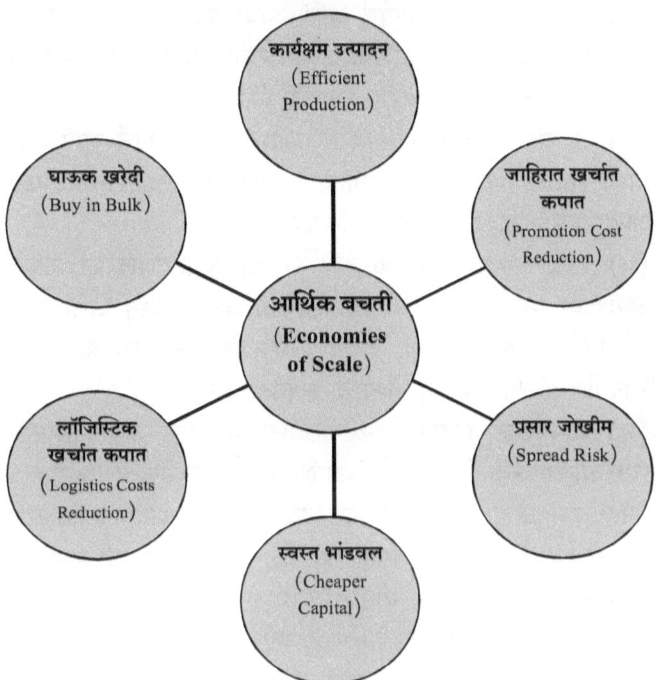

(ब) मोठ्या प्रमाणातील उत्पादनाच्या 'अबचती' (Diseconomies of Scale)

ज्याप्रमाणे मोठ्या प्रमाणातील उत्पादनाच्या काही अंतर्गत व बाह्य बचती किंवा लाभ असतात त्याचप्रमाणे अशा उत्पादनाच्या काही 'अबचती' किंवा तोटेही असतात. उत्पादनाच्या अबचतीसुद्धा अंतर्गत व बाह्य असतात त्या खालीलप्रमाणे आहेत.

(१) अंतर्गत अबचती किंवा तोटे – उद्योगाचा आकार सतत वाढत गेल्यास उद्योगाच्या व्यवस्थापनामध्ये काही समस्या निर्माण होण्याची शक्यता असते. त्यामुळे अंतर्गत अबचती किंवा तोटे होण्याची शक्यता असते. असे तोटे किंवा अबचती पुढीलप्रमाणे आहेत.

(२) कामात विलंब – उद्योगाचा आकार वाढल्यास उत्पादनाच्या विविध विभागात योग्य प्रकारे संतुलन राखणे अवघड असते. तसेच, प्रत्येक विभाग आणि कामगार आणि त्याचे काम यांवर नियंत्रण ठेवणेसुद्धा अवघड असते. त्यामुळे कामात विलंब होण्याची शक्यता वाढते आणि अबचती किंवा नुकसान होते.

(३) औद्योगिक कलह – उद्योगाचा आकार वाढला की कामगारांच्या संख्येतही वाढ होते. त्यामुळे कामगार आणि व्यवस्थापन यांच्यामध्ये जिव्हाळ्याचे संबंध रहात नाहीत. त्यामुळे औद्योगिक कलह निर्माण होतात आणि संप, आंदोलने यांसारखे प्रसंग उद्भवतात. परिणामी, अबचती किंवा नुकसान होते.

(४) अतिरिक्त उत्पादन – काही वेळेस उत्पादन खर्च कमी करण्यासाठी उत्पादनामध्ये मोठ्या प्रमाणात वाढ केल्याने अतिरिक्त उत्पादनाचा धोका निर्माण होतो आणि नुकसान होण्याची शक्यता निर्माण होते.

(५) बाह्य अबचती किंवा तोटे – मोठ्या प्रमाणावरील उत्पादनासाठी मोठ्या प्रमाणावर कच्च्या मालाची आवश्यकता असते. परंतु असा कच्चा माल नियमितपणे गरजेनुरुप पुरवठा केला जाईल याची खात्री नसते. त्यामुळे उत्पादनामध्ये अडचणी निर्माण होऊन नुकसान होण्याची शक्यता असते.

(६) बाजारपेठ नियंत्रण – मोठ्या प्रमाणातील उत्पादनासाठी मोठ्या बाजरपेठेची आवश्यकता निर्माण होते आणि बाजारपेठेवरील नियंत्रणात अडचणी निर्माण होतात. त्यामुळे ग्राहकांच्या आवडी-निवडी, गरजा इत्यादींबाबतीत उत्पादकाला योग्य वेळेत माहिती उपलब्ध होत नाही. प्रसंगी, नुकसान होण्याची शक्यता असते.

(७) कामगार पुरवठा – मोठ्या प्रमाणातील उत्पादनासाठी कुशल मजुरांचा किंवा प्रशिक्षित कामगारांचा तुटवडा निर्माण होण्याची शक्यता असते. त्यामुळे उपलब्ध कामगारांना शिक्षण व प्रशिक्षणाच्या सोयी उपलब्ध करून द्यावा लागतात. प्रसंगी, वेळ आणि पैसे दोन्ही खर्च होतात.

१.४ उत्पादन किंमत निश्चिती – संकल्पना तथा सिद्धांत (Product Pricing – Theories)

किंमत निश्चितीच्या निर्णयास व्यूहरचनात्मक महत्त्व आहे. कोणत्याही व्यवसायात किंमत हा एक बदलता घटक आहे जो उत्पन्न निर्धारित करतो. 'किंमत' हे विपणाचे महत्त्वाचे कार्य आहे. किंमत उत्पादनाचे विनिमय मूल्य आहे. **डॉ. अल्फ्रेड मार्शल** यांच्या मतानुसार, 'किंमत' उत्पादन किंवा सेवांचे विनिमय मूल्य आहे. किंमत निश्चिती एक तंत्र आहे. किंमत निश्चिती ग्राहकाच्या सौदा शक्तीवर अवलंबून असते. ग्राहकाची सौदा शक्ती अधिक असल्यास वस्तूची किंमत कमी असते तर सौदा शक्ती कमी असल्यास वस्तूची किंमत अधिक असते. त्यामुळे किंमत निश्चिती हा व्यावसायिक तथा औद्योगिक अर्थशास्त्रातील एक महत्त्वाचा घटक आहे. किंमत निश्चिती ही भविष्यातील नफा निश्चितीसाठी, उत्पादनाच्या मागणी व पुरवठा विश्लेषणासाठी,

बाजार वृद्धीसाठी, ग्राहक समर्थनासाठी आणि सरकारद्वारा लोक नियंत्रणासाठी उपयोगी आहे.

किंमत निश्चितीची उद्दिष्टे – विक्रीमध्ये वाढ करणे, निव्वळ हिश्शयाचे संवर्धन करणे किंवा चालू नफा महत्तम, रोख वहन नियंत्रण, पूर्वनियोजित नफा पातळी, संख्या महत्तम, संघटनेचे अस्तित्व इत्यादी. सर्वसाधारणपणे ही उद्दिष्टे समोर ठेऊन किंमत निश्चितीचे धोरण आखले जाते.

किंमत धोरण – उत्पादनाची किंमत शोधण्यासाठी जे नियम आणि नियमने ठरविण्यात आलेली आहेत त्यास 'किंमत धोरण' असे म्हटले जाते. किंमत धोरण योग्य उत्पादनासाठी योग्य वेळी योग्य ठिकाणी किंमत निश्चिती संदर्भित करते. किंमत धोरण हे व्यवसाय संस्थेच्या किंमतीबाबत वारंवार येणाऱ्या समस्यांचे स्थायी समाधान आहे.

(अ) किंमत निश्चितीची संकल्पना अथवा सिद्धांत

स्पर्धायुक्त बाजारात किंमत ही मागणी–पुरवठ्याच्या समतोलानुसार ठरते. म्हणून अशा किंमतीस समतोल किंमत (Equilibrium Price) असे म्हटले जाते. परंतु प्रत्यक्षात किंमत निर्णयावर कालावधीचा मोठा प्रभाव असतो. डॉ. मार्शल यांनी काळाचा किंमत निर्णयावरील किंवा किंमत निश्चितीवरील परिणाम प्रथम मान्य केला. डॉ. मार्शल यांनी यासाठी चार कालावधी गृहीत धरले ते पुढीलप्रमाणे आहेत.

(१) बाजार अथवा अत्यल्पकाळ (Market Period) – या काळात व्यवसाय संस्थेला मागणीनुसार पुरवठा करण्यासाठी उपलब्ध असणारा कालावधी अगदीच अल्प असतो. अशा कालावधीत जर मागणी वाढली तर पुरवठा वाढविणे शक्य नसते, तसेच मागणी कमी झाल्यास पुरवठा कमी करणेही शक्य नसते. म्हणून या कालावधीतील पुरवठा स्थिर मानावा लागतो. परंतु मागणी बदलू शकते. म्हणून बदलती मागणी आणि स्थिर पुरवठा यामधील संतुलनानुसार किंमत ठरते.

(२) अल्पकाळ (Shor Term) – यामध्ये व्यवसाय संस्थेला मागणीनुसार पुरवठा जुळविण्यास थोडा अधिक कालावधी मिळतो. या कालावधीतही मागणीनुसार पुरवठा पूर्णपणे बदलता येणे शक्य नसते. फक्त अंशत: पुरवठा बदलता येऊ शकतो. उदा. वस्तूस मागणी वाढल्यास कामाचे तास वाढवून उत्पादनात वाढ केली जाऊ शकते परंतु उत्पादन वाढीसाठी अधिक यंत्रसामग्री वगैरे उभारणे शक्य नसते. म्हणून अल्पकाळात मागणी–पुरवठ्याचा अल्पकालीन समतोल (short run equilibrium) निर्माण होतो.

(३) दीर्घकाळ (Long Term) – यामध्ये पुरवठ्यामध्ये बदल करण्यासाठी

व्यवसाय संस्थेकडे पुरेसा वेळ (वर्षे) उपलब्ध होतो. त्यामुळे व्यवसाय संस्था नवीन यंत्रसामग्री किंवा तंत्रज्ञानात वाढ करून उत्पादनात वाढ करू शकते. तसेच नवीन व्यवसाय संस्थांना उद्योग क्षेत्रात प्रवेश करता येतो. त्यामुळे या कालावधीतील मागणी पुरवठ्याचा समतोल हा दीर्घकालीन समतोल (Long run equilibrium) म्हणून ओळखला जातो.

(४) अति दीर्घकाळ (Secular Period) – यामध्ये भांडवल पुरवठ्यातील बदल, कच्च्या मालाच्या पुरवठ्यातील बदल, लोकसंख्येतील बदल, अर्थव्यवस्थेतील बदल असे मूलभूत बदल घडून येण्यास पुरेसा कालावधी उपलब्ध असतो. त्यामुळे उत्पादनाच्या पद्धतीमध्येही बदल घडून येणे शक्य होते. या काळात मागणी पुरवठ्याची जुळणी परिपूर्ण असते. त्यामुळे मागणी पुरवठ्यातील समतोल हा अति दीर्घकालीन समतोल म्हणून ओळखला जातो.

वरील प्रत्येक कालावधीत बाजारातील किंमत ही मागणी-पुरवठ्याच्या संतुलनानुसार ठरत असते हे जरी खरे असले, तरी कालावधी बदलला की मागणी-पुरवठ्याचा प्रभाव कमी–अधिक होतो. म्हणून प्रत्येक कालावधीतील समतोल हा किंमत निश्चितीमध्ये महत्त्वाचा ठरतो. किंमत निश्चितीच्या संकल्पनांमध्ये किंवा सिद्धांतांमध्ये किंमत निश्चितीच्या खालीलपद्धती अर्थात, संकल्पनांचा अभ्यास करणे महत्त्वाचे आहे.

(ब) किंमत निश्चितीच्या पद्धती/संकल्पना (Methods or Practices of Pricing)

खर्च अधिक पद्धती (Cost Plus Pricing) – अर्थशास्त्राच्या परंपरागत मूल्य सिद्धांतामध्ये नफा महत्तम हे उद्योगसंस्थेचे उद्दिष्ट मानले आहे. त्यामुळे सीमांत खर्च (Marginal Cost) आणि सीमांत उत्पन्न (Marginal Revenue) जेथे समान होतात तेथे 'महत्तम नफा' मिळतो. या समतोल अवस्थेत वस्तूची किंमत ठरते. या दृष्टिकोनास किंमत निश्चितीचा सीमांत दृष्टिकोन (Marginal Approach of Pricing) असे म्हणतात. परंतु व्यवसायसंस्था प्रत्यक्षात वस्तूच्या किंमती कशा निश्चित करतात याचा अभ्यास १९३८ साली ऑक्सफर्ड विद्यापीठातील **प्रा. हॉल आणि हिच** यांनी केला. त्यावेळी उद्योजक परंपरागत विश्लेषणाहून वेगळे वर्तन करतात असे दिसून आले. प्रत्यक्षात सरासरी बदलता खर्च (Average Variable Cost) अधिक (+) विशिष्ट उत्पादन गृहीत धरून काढलेला सरासरी स्थिर खर्च (Average Fixed Cost) अधिक (+) रूढ नफ्याचे प्रमाणे या पद्धतीनुसार व्यवसायसंस्था वस्तूंच्या किमंती निश्चित करतात, असे हॉल आणि हिच यांच्या अभ्यासातून दिसून आले. त्यानंतर

सी.सी. सॅक्स्टन, पी.डब्ल्यू.एस. ॲण्ड्रयूज, आर.एच. बारबेंक आणि जोएल डीन यांच्या अभ्यासाचे महत्त्व आहे. या सर्व अभ्यासातून व्यवहारी किंमत धोरण स्पष्ट झाले आहे. ते म्हणजे, कोणत्यातरी खर्च अधिक सूत्रावरून किमंत निश्चिती केली जाते, या किंमतीचा कल हा स्थिर राहण्याकडे असतो. मागणीपेक्षा खर्चात बदल झाला तरच किंमत बदलते.

अशा प्रकारे शक्यतो स्थिर राहील अशी किंमत निश्चिती केली जाते आणि अशी किंमत निश्चितीची प्रचलित पद्धत म्हणजे खर्च अधिक पद्धत किंवा पूर्ण खर्च (Total Cost) किंवा प्रमाण खर्च (Standard Cost) पद्धत होय. खर्च अधिक वाजवी नफा हे या किंमत निश्चितीचे आधारभूत तत्त्व असल्यामुळे त्यास 'खर्च अधिकपद्धती' असे म्हणतात.

(१) बहुविध वस्तूपद्धती (Multi Product Pricing) – बहुतेक उद्योग हे वेगवेगळ्या वस्तूंचे उत्पादन करतात. व्यवहारामध्ये किंमत धोरणाचा अभ्यास करताना एक उद्योगसंस्था अनेक वस्तूंचे उत्पादन करते हे लक्षात घेतले पाहिजे. वेगवेगळ्या वस्तूंचे जरी उत्पादन घेतले जात असले तरी, त्यासाठी लागणारी बहुतांश यंत्रसामग्री, कुशल कामगार, बाजार यंत्रणा यांसारख्या अनेक बाबी सामायिक असू शकतात. त्यामुळे वस्तूंच्या उत्पादनास येणाऱ्या खर्चात बचत होते. त्यामुळे किंमत निश्चितीच्या धोरणामध्ये अशा विविध वस्तूंचासुद्धा विचार सामान्यपणे केला जातो.

(२) मलई काढणारी किंमत (Skimming Pricing) – प्रा. जोएल डीन यांच्या मतानुसार, प्रत्येक वस्तूचे एक जीवन चक्र असते. जेव्हा एखादी वस्तू नव्याने बाजारात येते तेव्हा त्या वस्तूचे नाविन्य ग्राहकांना आकर्षित करत असते. ज्यावेळी अशी वस्तू बाजारामध्ये सवयीची होते त्यावेळी स्पर्धक उत्पादनसंस्था त्या वस्तूची नक्कल अथवा पर्याय तयार करतात. कालांतराने नवीन वस्तू बाजारामध्ये मागे पडते. त्यामुळे ही बाब विचारात घेऊन नवीन वस्तूची किंमत निश्चित केली जाते. तसेच नव्या उत्पादनाच्या संशोधनासाठी आणि जाहिरातीसाठी केलेला खर्च भरून काढला गेला पाहिजे आणि प्रतिस्पर्धी उत्पादनसंस्था बाजारात उतरण्यापूर्वी तो भरून निघाला पाहिजे. अशा हेतूने मिळणाऱ्या संधीचा फायदा घेणे हा एक दृष्टिकोन असण्याची शक्यता असते. नव्या वस्तूची मागणी सुरुवातीच्या काळात लवचीक असते. अशा वेळी मोठी किंमत आकारणी करून मलई काढून घेता येऊ शकते. म्हणून अशा मोठ्या किंमतीला मलई काढणारी किंमत निश्चिती असे म्हटले जाते. ज्यावेळी स्पर्धक उत्पादकसंस्था पर्यायी किंवा नवीन वस्तूसारखी वस्तू बाजारात आणतात तेव्हा वस्तूची किंमत हळूहळू कमी करून समाजातील निम्न उत्पन्न लोकांपर्यंत वस्तू विक्री करता

येते. जेव्हा दीर्घकाळात वस्तू बाजारात कितपत टिकेल याची खात्री नसते, तेव्हा हे धोरण योग्य ठरते. उदा. मोबाईल हँडसेट उत्पादक ज्यावेळी एखादे नवीन फिचर्स असणारे उत्पादन बाजारात आणतात त्यावेळी त्याची किंमत मोठी असते. परंतु ज्यावेळी स्पर्धक कंपन्या पर्यायी किंवा त्यासम उत्पादन बाजारात आणतात त्यावेळी त्या नवीन उत्पादनाची (हँडसेटची) किंमत हळूहळू कमी केली जाते. त्याचबरोबर नवीन हँडसेट बाजारात दीर्घकाळ टिकेल याची खात्रीसुद्धा नसते.

(३) अंत:प्रवेश किंमत (**Penetration Price**) – मलई किंमत धोरणाच्या अगदी विरुद्धचा प्रकार किंवा धोरण म्हणजे अंत:प्रवेश किंमत. नव्याने बाजारात आणलेल्या वस्तूच्या बाबती या प्रकारचा विचार; वरील किंमत धोरणाला पर्याय म्हणून केला जातो. वस्तू बाजारात आणताना किंवा प्रविष्ट होत असताना वस्तूची किंमत कमी आकारून बाजारामध्ये अधिक व्यापकता प्राप्त करणे हे उत्पादन संस्थेचे उद्दिष्ट असते. थोडक्यात, बाजारातील मागणीचा अधिकाधिक विचार करून दीर्घकाळातील नफा निश्चित करणे हे अंतिम उद्दिष्ट असते. तसेच मोठ्या प्रमाणावरील उत्पादनामुळे खर्चातही लक्षणीय बचत होत असते आणि नवीन वस्तू सामान्य लोकांकडून स्वीकारली जाईल अशी खात्री असते, त्यावेळी किंमत निश्चितीचे हे धोरण योग्य ठरते. नवीन वस्तू स्वस्त असल्याचे आवाहन करून त्याबद्दल लोकांमध्ये आकर्षण निर्माण करण्यावर या किंमत निश्चिती धोरणाचा भर असतो. सुरुवातीच्या काळात केवळ सीमांत खर्च भरून निघाला आणि सरासरी खर्चापेक्षा किंमत कमी ठेवली तरी चालते. कारण उत्पादनवाढीमुळे सरासरी खर्च कमी होत गेल्यावर तीच किंमत किफायतशीर ठरणारी असते. त्याचबरोबर इतकी कमी किंमत आपणास परवडणार नाही या विचाराने संभाव्य स्पर्धाही टाळता येते किंवा कमी करता येते. परंतु अशा किंमत धोरणासाठी वस्तूची मागणी लवचीक असली पाहिजे तरच हा प्रकार किंवा पद्धती हितावह ठरते.

(४) बदली किंमत निश्चिती (**Transfer Pricing**) – बहुराष्ट्रीय पातळीवर काम करणाऱ्या काही उत्पादनसंस्थांची उलाढाल प्रचंड मोठी आहे. परंतु व्यवसाय करत असताना त्यावर काही मर्यादाही पडतात. उदा. त्या मोठ्या उत्पादनसंस्थेतील प्रशासकीय धोरणे – निर्णय कळवण्यात गफलती – चुका – विलंब झाल्यास मोठे नुकसान होऊ शकते. यासाठी अशा विशाल उत्पादनसंस्थांची विभाग, परिक्षेत्र, उपविभाग अशी विभागणी केली जाते. काही वेळेस अशी विभागणी एखादी उपकंपनी स्थापन करून केली जाते. तर काही वेळेस ती फक्त कागदोपत्री राहते. उत्पादनसंस्थेचे सर्वसाधारण उद्दिष्ट नफ्याचे महत्तमीकरण असले, तरी प्रत्यक्षात हे धोरण अमलात

आणताना कितीतरी अडचणी येतात. विविध प्रांतांमध्ये किंवा देशांमध्ये कारभार असणाऱ्या उत्पादनसंस्थांना हे अधिक प्रकर्षाने जाणवते. उदा. तयार कपड्याचे उत्पादन करणारी कंपनी विविध देशांमध्ये विविध किंमतींना स्थानिक बाजारातून कापड खरेदी करेल. त्या कच्च्या मालाच्या किंमती एकसारख्या नसतील. त्याचप्रमाणे एका देशात खरेदी केलेला कच्चा माल दुसऱ्या देशात पाठवून तेथे तो उत्पादनासाठी वापरला जाईल अशा पद्धतीने वस्तूंचे/कच्च्या मालाचे/सेवांचे/भांडवलाचे हस्तांतरण होत असताना जी किंमत आकारली जाते, तिला 'बदली किंमत किंवा हस्तातरण किंमत' असे नाव आहे. उत्पादन खर्चाची मोजदाद करणे किंवा अंतिम विक्री किंमत ठरवणे यासाठी अशा बदली किंमतीच्या निश्चितीची आवश्यकता असते.

ब्रिघॅम आणि पापास यांच्या मते, स्पर्धात्मक बाजारात बाहेर विकला जाऊ शकतो असा अर्धसिद्ध माल बाजारभावाने अंतर्गत हस्तांतरित केला जावा आणि इतर सर्व बाबतीत तो सीमांत खर्चाच्या आधारावर हस्तांतरित करावा. सीमांत खर्चावर आधारलेली किंमत बदलत्या अतिरिक्त खर्चाचाच विचार करते; कारण स्थिर खर्च एरव्हीसुद्धा करावा लागतो, त्याचा विचार या प्रकारच्या किंमत निश्चितीमध्ये केला जात नाही. म्हणून बदली किंमत निश्चितीबाबतचा हा दृष्टिकोन संपूर्ण कंपनीच्याही दृष्टीने न्याय्य वाटतो.

(५) **राखीव किंमत** (Reserve Pricing) – वस्तू किंवा मालमत्ता विकली जात असताना किती किंमत अपेक्षित आहे, तिला 'राखीव किंमत' असे म्हणतात. जर काही कारणाने तितकी किंमत प्रत्यक्षात मिळू शकत नसेल तर वस्तूची विक्री केली जाणार नाही. अशा किमान किमतीस 'राखीव किंमत' असे म्हणतात. जर वस्तूची/मालमत्तेची विक्री लिलाव पद्धतीने होत असेल तर ही संकल्पना विक्रेत्याकडून वापरली जाते. ग्राहक जर एकत्र येऊन संगनमत करत असतील तर वस्तूला फारशी किंमत ग्राहकांकडून दिली जाणार नाही. अशा वेळेस विक्रेत्याचे नुकसान होऊ शकते. घर, वाहने, स्थावर मालमत्ता, सदनिका, यंत्रसामग्री अशा गोष्टी तारण म्हणून बँकेकडे किंवा वित्तीय संस्थेकडे असतील व थकबाकीच्या वसुलीसाठी जर त्यांची जाहीर विक्री करण्याची वेळ आली, तर त्या वेळेस राखीव किंमतही जाहीर करण्याची प्रथा आहे.

(६) **अल्पतम मर्यादा किंमत** (Limit Pricing) – उत्पादकाला मक्तेदारी, अल्पविक्रेतादार, अशा बाजारात मिळणाऱ्या असाधारण नफ्यामुळे नवीन स्पर्धक आकर्षित होतात. अशा वेळी त्यांना बाजारात प्रवेश करण्यास प्रतिबंध करण्यासाठी मक्तेदार जे किंमत विषयक धोरण राबविते, त्यास प्रवेश मर्यादित करणारी किंमत

निश्चिती असे म्हणतात. या किंमत धोरणानुसार मक्तेदार किंवा विक्रेता अशा किंमतीला उत्पादनाची विक्री करतो की ती किंमत वस्तूच्या उत्पादनाच्या सरासरी खर्चापिक्षा कमी असते. किंवा इतक्या कमी किंमतीला विक्री करतो की ती किंमत बाजारात नव्याने प्रवेश करू इच्छिणाऱ्या उद्योगांना परवडत नाही.

बेन यांच्या मते, ज्या मक्तेदाराचे नवीन उद्योगसंस्थेच्या बाजारातील प्रवेशावर पूर्ण नियंत्रण आहे तो अशी किंमत आकारतो. ती अल्प व दीर्घकाळात सीमांत प्राप्ती = सीमांत खर्च ही अट पूर्ण करतो. यावरून असे म्हणता येते की, नव्या उद्योगास बाजारात प्रवेश मर्यादित करणारे किंवा त्यास प्रतिबंध करणारे किंमत विषयक धोरण हे दीर्घकालीन सरासरी खर्च व सीमांत प्राप्ती = सीमांत खर्च अशा वेळी असणारी किंमत यांचे मिश्रण होय.

(७) सरासरी खर्च किंमत (Average Cost Pricing) – आधुनिक व्यवसायसंस्था वापरत असलेली किंमत निश्चितीची ही पद्धत आहे. मागणीची लवचिकता ही सझा अनेकवेळा सर्वसाधारण उद्योजकांना समजून येत नाही. अशा वेळी ही पद्धत वापरण्याजोगी असल्याने व्यवसाय संस्थांना ती परिचित आहे. या पद्धतीत वाजवी नफा अंतर्भूत असतो. ही पद्धती वापरल्यामुळे बाजारातील अनिश्चितता दूर करता येऊ शकते.

(८) प्राशासकीय किंमत (Administered Price) – आर्थिक सिद्धांतामध्ये, सर्वसाधारणपणे मागणी आणि पुरवठ्याच्या परिणामाने किंमत निर्धारण होते. परंतु प्रत्यक्ष व्यवहारात किंमत ही व्यवस्थापनाकडून विविध घटक विचारात घेऊन निर्धारित केली जाते. म्हणून, अशा किंमतीस प्राशासकीय किंमत असे म्हटले जाते. उदा. लसीकरणासाठी ठरविली जाणारी लसीची किंमत.

१.५ किंमत निश्चितीवरील अनुभवजन्य पुरावा (Empirical Evidence on Pricing)

जगाच्या वेगवेगळ्या भागात उद्योगसंस्था (Firm) आणि उद्योगांच्या किंमत निश्चितीविषयी अनेक अभ्यास करण्यात आले. यामध्ये पहिला आणि महत्त्वपूर्ण अनुभवजन्य अभ्यास **हॉल आणि हिच (Hall & Hitch)** यांनी १९३९ साली मांडला. त्यांच्या अभ्यासामध्ये त्यांनी किंमतविषयीच्या रणनीतिचा अभ्यास करण्यासाठी एकूण ३८ उद्योगपर्तींच्या मुलाखती घेतल्या. त्यापैकी बहुसंख्य (३८ पैकी ३0) जणांनी किंमत निश्चिती करताना पूर्ण खर्च किंमत (Total Cost Pricing) याविषयी आपली निष्ठा प्रगट केली. अभ्यासासाठी निवडलेल्या उद्योपतींमध्ये सीमांत खर्च

आणि सीमांत मिळकत (Marginal Cast and Marginal Revenue) या अर्थशास्त्रीय दृष्टिकोनाविषयी माहिती नसल्याचे आढळून आले. सर्व उद्योगसंस्थांमध्ये पूर्ण खर्च ही संकल्पना एकसमान नाही.

स्मिथ (Smyth) यांच्या काही अभ्यासामध्ये पूर्वलक्षित तथा उद्दिष्टीत परतावा दर या किंमतीविषयीचा व्यवहारात स्वीकार केल्याचे निश्चित निष्पन्न झाले. तसेच **शिप्ले (Shipley)** यांच्या अभ्यासातून काहीबाबतीत ब्रिटिश उत्पादन उद्योगांमध्ये असा उद्दिष्टीत परतावा दर किंमत धोरणाचा स्वीकार आढळून आला. तरिही व्यवहारात खर्च अधिक नफा कमविणारी निश्चत किंमत (mark-up pricing) निश्चित केली जाते. हे **आणि मॉरिस** (Hay & Morris) यांच्या मते, (जवळपास ७५ टक्के) उद्योगांमध्ये किंमत निश्चितीसाठी पूर्ण खर्च किंमत तंत्र व्यवहारिकरित्या स्वीकारले जाते.

गॉडले आणि नॉर्धस (Godley & Nordhus) यांच्या अभ्यासानुसार, खर्च आणि मागणी हे घटक उद्योगांमध्ये किंमतीतील चढ-उतार यासाठी एकसारखे संबंधीत असतात. तसेच अर्थगणिती (Economic) विश्लेषण हेसुद्धा किंमत निश्चितीमध्ये महत्त्वाचे आहे. या अर्थगणिती अभ्यासाने मागणी आणि खर्च हे चल (variables) किंमत निर्धारणाचे घटक निश्चित केले. या अभ्यासाने रचनात्मक चल ज्याप्रमाणे मक्तेदारी, एकविक्रेतादर इत्यादी किंमत निश्चितीसंदर्भात संबंधित असल्याचे पुरावे दिले.

परंतु, **हॉल आणि हिच** यांच्या अभ्यासातील निष्कर्ष १९३९ साली जितके सुसंगत होते तितकेच आजही सुसंगत आहेत.

१.६ उद्योगांचे वर्गीकरण (Classification of Industries)

भारतामध्ये स्वातंत्र्योत्तरकाळात वेळोवेळी औद्योगिक धोरणांमध्ये बदल करण्यात आले. या वेगवेगळ्या औद्योगिक धोरणांमध्ये उद्योगांचे वर्गीकरणही वेळोवेळी बदलण्यात आले. त्यानुसार १९४८ सालच्या औद्योगिक धोरणामध्ये भारत सरकारने उद्योगांचे प्रामुख्याने चार क्षेत्रात वर्गीकरण केले होते ते पुढीलप्रमाणे आहे.

सरकारी क्षेत्र – यामध्ये शस्त्रास्त्र निर्मिती, दारूगोळा उत्पादन, अणूशक्ती, रेल्वे यांसारख्या मुख्य उद्योगांचा समावेश होता.

सार्वजनिक क्षेत्र – यामध्ये कोळसा उद्योग, लोह व पोलाद उद्योग, विमान बांधणी, टेलिफोन, तार व बिनतारी संदेश, यंत्र सामग्री, खनिज तेल इत्यादी उद्योगांचा समावेश होता.

मिश्र क्षेत्र – यामध्ये मीठ, वाहन, ट्रॅक्टर, इलेक्ट्रिकल इंजिनिअरींग, अवजड

यंत्रसामग्री, रसायन, खते, कापड व लोकर, सिमेंट, साखर, कागद, हवाई व सागरी वाहतूक, खनिजे व संरक्षणाच्या दृष्टिने महत्त्वाचे उद्योग समाविष्ट होते. यामध्ये खासगी आणि सरकारी दोन्ही प्रकारचे उद्योग समाविष्ट होते.

खासगी क्षेत्र – यामध्ये वरील तीन क्षेत्रांशिवाय इतर सर्व उद्योगांचा समावेश होता. यामध्ये पूर्णपणे खासगी मालकीच्या उद्योगांचा समावेश होता.

यानंतर १९५६ सालच्या औद्योगिक धोरणानुसार भारतातील सर्व उद्योगांचे वर्गीकरण पुढील तीन क्षेत्रांमध्ये करण्यात आले.

सार्वजनिक क्षेत्र – सूची (अ) यामध्ये १७ महत्त्वाचे उद्योग आणि सेवा समाविष्ट होते. हे उद्योग म्हणजे शस्त्रास्त्र, अणूशक्ती, लोह व पोलाद, अवजड यंत्रसामग्री, विद्युत उपकरणे, खनिज तेल, मँगनिज, गंधक, सोने, तांबे, शिशे, जस्त, जहाज निर्मिती, विमान निर्मिती, रेल्वे परिवहन, टेलिफोन, विद्युत निर्मिती व वितरण इत्यादींचा समावेश होता. या उद्योगांची संपूर्ण जबाबदारी सरकारची होती.

मिश्र क्षेत्र – सूची (ब) यामध्ये खनिज उद्योग, ॲल्युमिनियम, यंत्रसामग्री, रस्ते व परिवहन, औषधे, खते, कृत्रिम रबर, रसायन, फेरो ॲलाय अशा प्रकारच्या १२ उद्योगांचा समावेश होता. हे उद्योग खासगी तसेच सरकारी मालकीचे राहू शकतील असे धोरण होते.

खासगी क्षेत्र – सूची (अ) व (ब) मध्ये ज्या उद्योगांचा समावेश नव्हता ते सर्व उद्योग खासगी क्षेत्रात चालविण्यास मुभा होती. उदा. साखर, सूती कापड, सिमेंट, ग्राहकोपयोगी वस्तू इत्यादी.

१९७० सालच्या औद्योगिक धोरणानुसार उद्योगांचे वर्गीकरण एकूण ५ क्षेत्रात करण्यात आले ते पुढीलप्रमाणे आहे.

अत्यावश्यक क्षेत्र – यामध्ये आधारभूत व महत्त्वाचे उद्योग समाविष्ट होते. यातील गुंतवणूक व विकास याबाबत भारत सरकार निर्णय घेईल असे ठरविण्यात आले होते.

मोठे उद्योग क्षेत्र – यामध्ये अवजड उद्योगांचा समावेश होता. हे उद्योग सरकार स्थापन करणार होते. परंतु सरकारला तसे शक्य न झाल्यास हे उद्योग चालविण्यास खासगी उद्योगांना परवानगी देण्याचे धोरण होते.

मध्यम उद्योग क्षेत्र – १ कोटी ते ५ कोटी रुपये गुंतवणूक असलेल्या उद्योगांना परवाना मिळवून उद्योग सुरू करण्यास या धोरणाने परवानगी होती.

लघु उद्योग क्षेत्र – १ कोटी रुपयांपेक्षा कमी गुंतवणूक असलेल्या उद्योगांचा समावेश लघु उद्योग क्षेत्रामध्ये केला होता. या क्षेत्रातील उद्योग सुरू करण्यास परवाना आवश्यक नाही असे धोरण जाहीर केले गेले.

सहकार उद्योग क्षेत्र – यामध्ये विशेषत: कृषी मालावर आधारित उद्योगांचा समावेश होता.

यानंतरच्या औद्योगिक धोरणांमध्येही वेळोवेळी बदल करण्यात आले आणि आता अधिकाधिक उद्योग खासगी क्षेत्रामध्ये सुरू करण्यास/चालविण्यास परवानगी देण्याचे धोरण आहे.

समारोप – 'औद्योगिक अर्थशास्त्र' ही अर्थशास्त्राची एक स्वतंत्र शाखा आहे. असे असले तरी तिचे स्वरूप आंतरविद्याशाखीय आहे. त्यामुळे औद्योगिक अर्थशास्त्राचा अभ्यास करताना उद्योगांच्या संदर्भात इतर विषयातील संकल्पनांचाही अभ्यास केला जातो.

प्रकरण – २

उद्योगांची स्थाननिश्चिती
(Industrial Location)

प्रस्तावना

जागतिक तसेच स्थानिक पातळीवरील औद्योगिक विकासाचा आढावा घेता असे लक्षात येते की, विशिष्ट प्रकारच्या उद्योगांचा विकास हा विशिष्ट प्रदेशामध्ये झालेला आढळून येतो. विशिष्ट उद्योगांचे विशिष्ट प्रदेशामध्ये केंद्रीकरण होण्यामागे जी कारणे आहेत त्यामध्ये प्रामुख्याने स्थान महत्त्व, उपलब्ध कुशल मजूर, उपलब्ध कच्चा माल, विशिष्ट प्रकारच्या सेवा-सुविधा त्याचबरोबर ऐतिहासिक महत्त्व अशा प्रकारची वेगवेगळी कारणे आहेत. उद्योगांच्या केंद्रीकरणाची कारणे किंवा त्यांच्या स्थानियीकरणावर परिणाम करणारे विविध घटक यांचा अभ्यास करणे औद्योगिक अर्थशास्त्रात महत्त्वाचे आहे. त्याचबरोबर उद्योगांच्या स्थान निश्चितीचे सिद्धांत आणि त्याचे विश्लेषण हेसुद्धा महत्त्वाचे आहे. त्याचा अभ्यासही या प्रकरणात समाविष्ट आहे.

'उद्योगांची प्रस्तावित किंवा नियोजित स्थाननिश्चिती' हा शब्दप्रयोग प्रथम **बेव्हरीज** या अर्थशास्त्रज्ञाने मांडला. त्यांच्या मते, नियोजित किंवा प्रस्तावित म्हणजे औद्योगिक क्षेत्राला विविध उद्योगांसाठी जागा उपलब्ध करून देणे होय. परंतु जेव्हा एखादा उत्पादक किंवा उद्योजक आपल्या उद्योगासाठी कमीत कमी उत्पादन खर्च येईल, असे ठिकाण निवडतो तेव्हा त्यास उद्योगांची स्थाननिश्चिती असे म्हटले जाते.

२.१. उद्योगांच्या स्थाननिश्चितीवर किंवा स्थानियीकरणावर परिणाम करणारे घटक (Factors Affecting Location of Industries)

उद्योजकाकडून उद्योगाचे स्थान निश्चित करताना अनेक घटकांचा विचार केला जातो. हे स्थान निश्चितीचे घटक पुढीलप्रमाणे आहेत.

कच्चा मालाची उपलब्धता आणि सान्निध्य (Availability of Raw Material and Proximity) – अल्फ्रेड वेबर यांच्या उद्योगाच्या स्थाननिश्चितीच्या सिद्धांतानुसार कच्चा माल दोन प्रकारचा असतो. कच्चा माल जो कोणत्याही ठिकाणी सहजतेने उपलब्ध होऊ शकतो उदा. पाणी, मृदा इत्यादी तर कच्चा माल जो विशिष्ट ठिकाणी उपलब्ध होतो, उदा. खनिजे, कापूस, ऊस इत्यादी. ज्या कच्च्या मालाचे वजन कमी असते तथा कच्चा मालाची वाहतुक आणि त्यामध्ये होणारे मालाचे नुकसान (loss in transit) गृहीत धरून असा कच्चा माल लागणारे उद्योग हे कच्च्या मालाच्या उगम स्थानी स्थापन झालेले असतात. उदा. लोह व पोलाद कारखाने कोळसा खाणीजवळ स्थापन होण्याचे प्रमाण अधिक असते.

ऊर्जा साधने (Supply of Continuous Flow of Energy) – उद्योग व्यवसायासाठी इंधन अथवा ऊर्जा हा महत्त्वाचा घटक आहे उदा. कोळसा, तेल, जलविद्युत इत्यादी उद्योगातील यंत्रसामग्री आणि त्यासाठी आवश्यक असणारा इंधनभार आणि त्याचा नियमित पुरवठा ज्याठिकाणी खात्रीशीर उपलब्ध असतो, अशा ठिकाणी उद्योग मोठ्या प्रमाणात सुरू करण्याकडे कल असतो.

हितावह नैसर्गिक आणि आर्थिक वातावरण (Conducive Natural and Economic Climate) – काही विशिष्ट उद्योगांसाठी किंवा उत्पादनासाठी हवामान किंवा भौगोलिक परिस्थिती महत्त्वाची असते. उदा. सुती कापड उद्योगासाठी दमट हवामान अधिक फायदेशीर असते. त्यामुळे कापड उत्पादनाचे कारखाने दमट हवामानाच्या प्रदेशांमध्ये केंद्रीत झालेले आढळतात.

श्रमाचा पुरवठा (Availability of Efficient and Economic Labour) – ज्या ठिकाणी उद्योगासाठी आवश्यक असणारा कुशल मजूर रास्त वेतनावर उपलब्ध असतो, तेथे उद्योग सुरू करण्यास उद्योजक पसंती देतात. उदा. चीन किंवा पूर्व अशियातील देशांमध्ये स्वस्त मजूर उपलब्ध असल्यामुळे अनेक बहुराष्ट्रीय कंपन्यांचे उत्पादन करणारे कारखाने तेथे एकवटलेले दिसून येतात. त्याचबरोबर संगणकीय प्रणाली आणि माहिती तंत्रज्ञान कंपन्यांसाठी भारतामध्ये कुशल श्रमाचा पुरवठा होत असल्यामुळे असे उद्योग भारतामध्ये स्थापन झालेले दिसून येतात.

दळणवळणाच्या सोयी (A Network of Transport & Communication System) – कच्च्या मालाच्या ठिकाणापासून ते कारखान्यापर्यंत आणि पक्क्या मालाची वाहतूक कारखान्यापासून बाजारपेठेपर्यंत करणारी वाहतुकीची साधने आणि सुविधा असणारी ठिकाणे औद्योगिक विकासासाठी अत्यंत महत्त्वाची आहेत. वाहतुकीच्या साधनांबरोबरच आधुनिक काळात दळणवळणाच्या साधनांमध्ये माहितीचे

आदान-प्रदान करणारी ठिकाणे, त्याचबरोबर इंटरनेट, टेलिफोन-मोबाईल यांसारखी आधुनिक साधने महत्त्वाची ठरत आहेत.

भांडवलाची उपलब्धता (Cheap and Quick Credit/Capital Supply) – जिथे वित्तीय संस्था, बँका, भांडवली बाजार यांसारख्या भांडवलाची उपलब्धता करून देणाऱ्या सोयी-सुविधा विकसित झालेल्या आहेत, तेथे उद्योगांची वाढ होताना दिसत आहे.

बाजारपेठ उपलब्धता (Marketing Facilities) – ज्या उद्योगामधे पक्क्या मालाच्या वाहतुकीचा खर्च अधिक आहे, वस्तू नाशवंत स्वरूपाच्या आहेत, अशा वस्तूंच्या बाबतीत बाजारपेठांच्या जवळच उद्योग स्थापन केले जातात. त्यामुळे वाहतूक खर्चात बचत होते. उत्पादक व उपभोक्ता यांच्यामध्ये संपर्क निर्माण होतो. उत्पादक ग्राहकांची मागणी लक्षात घेऊन उत्पादन करतात.

सरकारकडून प्रोत्साहन/स्थिर व सक्षम राजकीय स्थिती (Sound and Stable and Well Consolidated Political Atmosphere) – एका विशिष्ट ठिकाणी उद्योग सुरू करण्यास सरकारकडून प्रोत्सान दिले जाते. हे प्रोत्साहन सवलतींच्या स्वरूपात असते किंवा उद्योग परवान्याच्या स्वरूपातही असते. उदा. करामध्ये सवलत, पाणी, वीज इत्यादींचा सवलतीच्या दरात पुरवठा केला जातो. त्यामुळे विशिष्ट भागामध्ये उद्योगांचे केंद्रीकरण होते. औद्योगिक विकासाचा प्रादेशिक समतोल साधला जावा यासाठी औद्योगिकदृष्ट्या अप्रगत भागामध्ये अशा प्रकरचे प्रोत्साहन दिले जाते. त्याचबरोबर सक्षम आणि स्थिर राजकीय वातावरण हा घटक उद्योगांच्या स्थान निश्चितीवर परिणाकारक ठरतो.

शांतता व सुव्यवस्था – उद्योगाच्या परिसरात शांतता व सुरक्षितता महत्त्वाची असते. शांतता व सुव्यवस्था असल्यास उद्योग सुचारूपणे नियमित चालू राहण्यास मदत होते. उद्योगांचा विकास होतो. कायदा व सुव्यवस्था असेल आणि परकीय आक्रमणाची भिती नसेल तर उद्योगांचा विकास होण्यास मदत होते.

पूरक आणि स्पर्धात्मक उद्योगांची उपलब्धता (Existence of Competitive and Complementary Industries) – एखाद्या ठिकाणी उद्योग स्थापन करण्यापूर्वी त्या ठिकाणी एखादा सहायक किंवा पूरक उद्योग स्थापन होऊ शकतो किंवा नाही याचाही विचार केला जातो. उदा. पुण्यामध्ये वाहन निर्मिती उद्योग स्थापन होण्यामागे वाहन निर्मितीसाठी लागणारे सुटे भाग पुरविणारे पूरक-उद्योग विकसित झाले आहेत हे प्रमुख कारण आहे.

ऐतिहासिक व प्रादेशिक महत्त्व (Historical and Regional Importance) – काही ठिकाणी विशिष्ट उद्योग स्थापन होण्यामागे ऐतिहासिक पार्श्वभूमी किंवा प्रादेशिक स्थान महत्त्वाचे असते. उदा. कोल्हापूरी चप्पल, येवल्याची (नाशिक) पैठणी, सोलापूरी चादर इत्यादी.

इतर कारणे/घटक – वरील घटकांबरोबरच कार्यक्षम आणि प्रभावी व्यवस्थपकांची उपलब्धता, विज्ञान आणि तंत्रज्ञानाच्या माहितीची उपलब्धता उद्योगांच्या स्थानियीकरणावर परिणाम करणारे महत्त्वाचे घटक आहेत. असे असले तरी, काही उद्योग उद्योजकांच्या पसंतीच्या ठिकाणी किंवा त्यांच्या सोयीस्कर ठिकाणी सुरू झालेले आढळून येतात.

२.२ उद्योगांच्या स्थाननिश्चितीचे सिद्धांत (Theories of Industrial Location)

उद्योगांच्या स्थाननिश्चितीवर परिणाम करणाऱ्या घटकांचा विचार करून विशिष्ट प्रकारचा उद्योग कोणत्या ठिकाणी स्थापन करणे जास्त फायदेशीर ठरेल याचे शास्त्रशुद्ध विश्लेषण करणारे अनेक सिद्धांत आंतरराष्ट्रीय अर्थशास्त्रज्ञांनी मांडलेले आहेत. त्यापैकी उत्तर जर्मनीतील अर्थतज्ज्ञ **जोहान हेनरिक व्हॉन थ्युनन** यांनी १८२६ साली ‘The Isolated State’ च्या माध्यमातून आर्थिक भूगोल, आणि भूमीचा वापर यांना **डेव्हीड रिकार्डो** यांच्या खंड सिद्धांताशी जोडून एक सैद्धांतिक संकल्पना मांडली. **थ्युनन** यांच्या मूळ विश्लेषणामुळे त्यांना ‘उद्योगांच्या स्थान निश्चितीचा’ जनक असे म्हटले जाते.

त्यानंतर १८८२ साली **विल्हेल्म लौन्हार्त** या जर्मन गणित तज्ज्ञाने औद्योगिक स्थाननिश्चितीचा महत्त्वपूर्ण विचार मांडला. त्याच आधारवर पुढे **अल्फ्रेड वेबर** यांनी औद्योगिक स्थान निश्चितीचा सिद्धांत विकसित करून सविस्तरपणे मांडला. पुढे **अल्फ्रेड वेबर** यांनी १९०९ साली उत्पादन उद्योगांचे स्थान निश्चित करणारा सिद्धांत मांडून महत्त्वपूर्ण योगदान दिले. त्यांनी सर्वप्रथम हा सिद्धांत जर्मन भाषेत मांडला पुढे १९२९ साली त्याचे इंग्रजीत भाषांतर करण्यात आले.

१९३३ मध्ये **वाल्तर त्रीस्ताल्लेस** यांनी ‘Central Place Theory’ च्या अनुषंगाने उद्योगांचे स्थान निश्चितीसंदर्भात भाष्य केले. या व्यतिरिक्त उद्योगांच्या आंतरराष्ट्रीय स्थान निश्चिती संदर्भात **ओहलीन** (१९५२), **ठेओदोर सबथिल** (१९६९), **मुरे** (१९७८), **तेसच** (१९८०), आणि **गोएत्ते** (१९९४) यांचेही विशेष योगदान आहे.

उद्योगांच्या स्थान निश्चितीबाबत विविध अर्थशास्त्रज्ञांनी विचार मांडलेले आहेत, त्यापैकी **अल्फ्रेड वेबर** आणि **सर्जन्ट फ्लोरेन्स** यांच्या सिद्धांताचे विशेष योगदान

आहे. परंतु, या विषयासंदर्भात आधुनिक विचारांमध्ये 'अंतर्गत बचती आणि बाह्य बचती (Internal economies and External economies)' हा दुसरा विचार संप्रदाय आजच्या स्थान निश्चितीसाठी शीघ्र आणि कार्यक्षम वाहतूक आणि संसूचन (Communication) व विपणन (Marketing) या सोयी तितक्याशा महत्त्वाच्या मानत नाही. कारण मोठे अवजड उद्योग फक्त घरेलू उपभोगाकरीता वस्तू उत्पादन करत नाहीत तर ते स्पर्धात्मक जागतिक बाजारात निर्यातीसाठीही उत्पादन करतात.

उद्योगांच्या स्थान निश्चितीसंदर्भात अनेक दृष्टिकोन किंवा सिद्धांत मांडलेले आहेत. परंतु त्यामध्ये खालील दोन सिद्धांतांचे **(अल्फ्रेड वेबर आणि सार्जन्ट फ्लोरेन्स)** महत्त्व अधिक आहे.

(अ) अल्फ्रेड वेबर यांचा औद्योगिक स्थाननिश्चितीचा सिद्धांत (Alfred Weber's theory)

वेबर यांनी १९०९ साली 'The Theory of Location of Industries' या नावाचा ग्रंथ लिहिला. त्यांनी सर्वसामान्यपणे उद्योगांशी निगडीत तीन घटक त्यांच्या सिद्धांतामध्ये मांडले, ते म्हणजे (१) वाहतूक खर्च, (२) कामगार किंमत, आणि (३) कच्च्या मालाची किंमत. **वेबर** यांनी सिद्धांताचे स्पष्टिकरण करण्यासाठी काही गृहीतके मांडली ती पुढीलप्रमाणे आहेत.

१. कच्च्या मालाचे स्थान निश्चित आहे.

२. उपभोक्ता केंद्राची स्थिती आणि आकार माहित आहे.

३. कामगार पुरवठा हा अमर्यादित असून तो निश्चित दराला उपलब्ध आहे.

४. कर आकारणी, व्याज आणि विमा इत्यादी संस्थात्मक घटक या सिद्धांतासाठी महत्त्वहीन आहेत.

५. राजकीय प्रणाली आणि आर्थिक संस्कृती ही सर्व स्थानांसाठी एकसमान आणि स्थिर आहे.

६. या सिद्धांतासाठी वेबर यांनी पूर्ण स्पर्धेचे गृहीतकही वापरले.

वेबर यांनी सिद्धांताचे स्पष्टिकरण करताना **तीन प्रस्ताव मांडले.** त्यातील

(१) पहिल्या प्रस्तावानुसार वाहतूक किंमत ही कमीतकमी आहे त्याच ठिकाणी उत्पादन संस्था उद्योगाची स्थान निश्चिती करताना आढळून येतात. वाहतूक खर्च अथवा किंमत पुढील दोन गोष्टींवर निर्धारित होते :- (१) किती वजनाची वाहतूक करायची आहे, आणि (२) किती अंतर वाहतूक करावयाची आहे. कमीतकमी वाहतूक खर्च किंवा किंमत याचे स्पष्टिकरण देण्यासाठी वेबर यांनी औद्योगिक स्थान निश्चितीची एक त्रिकोणीय आकृती दर्शविली आहे ती खालीलप्रमाणे आहे.

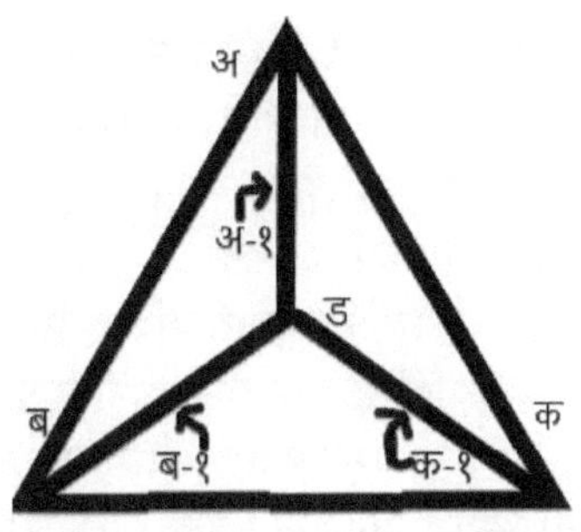

वरील आकृतीत 'अबक' हा त्रिकोण आहे ज्यामधे समजा 'अ' हे फक्त एकच उपभोक्ता केंद्र आहे आणि 'ब' आणि 'क' हे दोन प्रमुख कच्च्या मालाचा निश्चित पुरवठा केंद्रे आहेत. 'ब' कच्च्या मालाच्या केंद्राकडून 'ख' इतका माल आवश्यक आहे आणि 'क' कच्च्या मालाच्या केंद्राकडून 'ग' इतका माल आवश्यक आहे. आणि 'च' हे पक्क्या मालाचे वजन आहे. वरील आकृतीत 'ड' या बिंदूला त्रिकोणाचे तीनही कोपरे आपल्याकडे खेचत आहेत. 'ड' या बिंदूपाशी स्थिर होऊ पाहणाऱ्या उद्योगाची प्रतिमा दर्शवितो. 'ड' बिंदूचे स्थान हे त्रिकोणाच्या तीनही (अबक) बिंदूच्या 'ड' बिंदुला आपल्याकडे खेचण्याच्या समतोल कसरतीवर ठरेल. या त्रिकोणाला 'अल्फ्रेड वेबर स्थान त्रिकोण' असे संबोधले जाते.

वर उल्लेख केल्याप्रमाणे 'ब' कच्च्या मालाच्या केंद्राकडून 'ख' इतका माल आवश्यक आहे आणि 'क' कच्च्या मालाच्या केंद्राकडून 'ग' इतका माल आवश्यक आहे. तर 'च' हे उत्पादन झालेल्या पक्क्या मालाचे वजन आहे. येथे अ-१, ब-१ आणि क-१ हे त्रिकोणाचे मुख्य बिंदू 'अ ब क' आणि मध्य बिंदू 'ड' यातील अंतर दर्शवितात. म्हणून प्रती एक उत्पादन हे एकूण टन-मैल वाहतुकीनुसार ठरेल.

म्हणजेच (ब-१) (ख) + (क-१) (ग) = (अ-१) (च)

येथे उद्योगाचे स्थान निश्चित करण्यासाठी (वरील आकृतीमधील 'ड' बिंदू) वरील समीकरणाचे मूल्य कमीतकमी असावयास हवे. बिंदू 'ब' येथे असलेला कच्चा माल बिंदू 'ड' पर्यंत आणण्यासाठी ब-१ एवढे अंतर पार करावे लागणार आहे आणि त्यासाठी येणारी किंमत ब-२ ही आहे. बिंदू 'ड' येथे बिंदू 'ब' आणि बिंदू 'क' येथून आलेल्या कच्च्या मालापासून तयार झालेला पक्का माल उपभोक्ता केंद्र 'अ'पर्यंत पोहोचविण्यासाठी बिंदू 'ड' ते 'अ' यामधील अ-१ इतके अंतर पार करावे लागणार आहे. त्याची किंमत अ-२ आहे. म्हणजेच समीकरण खालीलप्रमाणे असेल.

=(ब-२) (ब-१) (ख) + (क-२) (क-१) (ग) + (अ-२) (अ-१) (च)

(वरील समीकरणामधे 'ख, ग' हे आवश्यक कच्च्या मालाचे प्रमाण आहे तर 'च' हे पक्क्या मालाचे तथा अंतिम उत्पादनाचे वजन आहे).

वरील समीकरणानुसार बिंदू 'ड' येथे उद्योग स्थापन होईल जेव्हा या तीनही प्रकारची वाहतूक किंमत ही कमीतकमी असेल.

(२) दुसरा प्रस्ताव – अल्फ्रेड वेबर यांच्या सिद्धांत मांडणीतील दुसऱ्या प्रस्तावानुसार वाहतूक किंमती व्यतिरिक्त कामगार किंमतसुद्धा उद्योगाचे स्थान निश्चित करण्यास कारणीभूत ठरते. पहिल्या प्रस्तावातील **वेबर** यांच्या समीकरणाप्रमाणे जर वाहतूक खर्च हा कमीतकमी म्हणजे अनुकूल असेल; पण कामगार खर्च किंवा किंमत ही प्रतिकूल म्हणजे खूप अधिक असेल, तर उद्योगाचे स्थान निश्चित करणे कठीण होते. कामगार किंमत उद्योगातील महत्त्वाचा घटक आहे की नाही हे ठरविण्यासाठी **वेबर** यांनी कामगार किंमत निर्देशांक निश्चित केला आहे त्याचे सूत्र खालीलप्रमाणे आहे.

कामगार किंमत/खर्च निर्देशांक = कामगार किंमत   उत्पादनाचे वजन

जर हे निर्देशांक मूल्य खूप जास्त असेल तर मजुरांवरील किंमतीची बचत ही वाहतूक किमंतीतील वाढीपेक्षा अधिक आहे. जर निर्देशांकाचे मूल्य कमी असेल तर वाहतूक किंमत ही उद्योगाचे स्थान निश्चित करण्यासाठी निर्णायक ठरते आणि उद्योग हे कामगार केंद्राच्या जवळ स्थापन होत नाहीत.

(३) तिसरा प्रस्ताव – अल्फ्रेड वेबर यांनी तिसऱ्या प्रस्तावामध्ये साहित्याच्या निर्देशांकाची मांडणी केली आहे. साहित्य निर्देशांक किंवा कच्च्या मालाच्या स्रोताचे परिणाम उद्योगांच्या स्थान निश्चितीत तितकीच महत्त्वाची भूमिका बजावतात. साहित्य निर्देशांकांचा उपयोग हा उद्योगांच्या स्वरूपांचे वर्गीकरण त्यांच्या कच्च्या मालाच्या उपयोगानुसार करता येण्यासाठी होतो. साहित्याचा निर्देशांक काढण्याचे सूत्र खालीलप्रमाणे आहे.

साहित्य निर्देशांक = स्थानिक सामग्रीचे वजन   तयार उत्पादनांचे वजन

जर साहित्य निर्देशांक एकपेक्षा अधिक असेल, तर उद्योगांनी कच्च्या मालाच्या स्रोताजवळ स्थापित व्हावे. जर साहित्य निर्देशांक एकपेक्षा कमी असेल, तर उद्योगांनी उपभोग केंद्राच्या जवळ स्थापित व्हावे, असे **वेबर** सुचवितात.

वरील तीन प्रस्तावांशिवाय उद्योगांच्या स्थान निश्चितीमध्ये काही दुय्यम घटक समाविष्ट होतात ते खालीलप्रमाणे आहेत.

एकत्रीकरणाचे घटक (Agglomerative Factors) – या घटकांमुळे उद्योग एका विशिष्ट ठिकाणी केंद्रीकृत होतात. उदा. पाण्याची सुविधा, विम्याची सुविधा इत्यादी.

विकेंद्रीकरणाचे घटक (Deglomerative Factors) – हे घटक उद्योगांच्या विकेंद्रीकरणासाठी कारणीभूत ठरतात. उदा. सरकारी अनुदान, कर रचना, जमीन भाडे इत्यादी.

वरील उदाहरणे समजण्यासाठी **वेबर** यांनी उत्पादन निर्देशांकाची मांडणी केली त्याचे सूत्र खालीलप्रमाणे आहे.

उत्पादन निर्देशांक = उत्पादन/वस्तू निर्माण खर्च   एकूण उत्पादनाचा खर्च

येथे उत्पादन निर्देशांक एकूण उत्पादन खर्चाच्या वस्तू निर्माण खर्चाचे प्रमाण दर्शवितो. जर या निर्देशांकाचे मूल्य जास्त असेल, तर उद्योगांचे एखाद्या ठिकाणी आणि त्याच्या आजूबाजूस एकत्रीकरण झालेले आढळून येते. जर याचे मूल्य कमी असल्यास उद्योगांच्या स्थान निश्चितीमध्ये असमानता आढळून येते आणि उद्योग विखुरल्याप्रमाणे आढळून येतात.

अल्फ्रेड वेबर यांच्या सिद्धांतावरील **टीका** खालीलप्रमाणे आहे.

१. अव्यवहार्य गृहीतके – टीकाकारांच्या मते, **वेबर** यांनी उद्योगांच्या स्थान निश्चितीचा सिद्धांत खूप मोठ्या प्रमाणात सहजसोपा करून मांडला आहे. परंतु प्रत्यक्षात उद्योगांच्या स्थान निश्चितीवर अनेक घटक परिणाम करतात आणि हे सगळे खूप गुंतागुंतीचे असते. टीकाकारांच्या मते, वाहतुकीची किंमत निश्चित करण्यासाठी केवळ दोन घटक विचार घेतले. परंतु वाहतुकीचे प्रकार, वाहतुकीच्या वस्तूंची गुणवत्ता, भौगोलिक प्रदेशाचे वैशिष्ट्य इत्यादी घटक विचारात घेलेले दिसत नाहीत. त्यामुळे सिद्धांतातील काही गृहीतके अव्यवहार्य वाटतात.

२. श्रम (कामगार) पुरवठा हा अमर्यादित असून तो निश्चित दराला उपलब्ध आहे, हा या सिद्धांतातील दृष्टिकोन सदोष आहे. प्रत्यक्षात श्रम पुरवठा हा अमर्यादित आणि निश्चित दराला उपलब्ध नसतो. प्रत्येक नवीन उद्योग नवीन श्रम केंद्र तयार करतो आणि त्यांचा दर हा अर्थव्यवस्थेतील चढ-उतार, कौशल्य अशा अनेक घटकांनी बदलत असतो.

३. **वेबर** यांनी त्यांच्या सिद्धांतामध्ये राजकीय, ऐतिहासिक, आणि सामाजिक घटकांचा अजिबात उल्लेख केलेला नाही.

४. **अँड्रियास प्रिडोहल** यांच्या मते, वेबर यांच्या सिद्धांतातील विचार हे खूप निवडक आहेत. **वेबर** यांच्या मते वाहतूक खर्च आणि कामगार खर्च हे सामान्य खर्च आहेत. परंतु भांडवली खर्च आणि व्यवस्थापन खर्च यांचा त्यामध्ये समावेश का नाही हे सांगण्यात सिद्धांत अपयशी ठरतो.

५. **वेबर** यांच्या मते, उपभोग केंद्र निश्चित असतात. परंतु स्पर्धात्मक काळात

बाजारपेठेचा आकार आणि ठिकाण निश्चित करणे किंवा समजणे चुकीचे ठरते. कारण बाजारपेठेच्या आकारात वारंवार बदल होत असतो.

६. **वेबर** यांचे विश्लेषण तांत्रिक विश्लेषणावर आधारित आहे. त्यामुळे सर्वसामान्य लोकांना ते समजण्यास कठीण आहे. हा सिद्धांत अधिक गणिती पद्धतीचा आहे असे टीकाकारांचे मत आहे.

अल्फ्रेड यांच्या सिद्धांतावर जरी वरीलप्रमाणे टीका करण्यात आल्या असल्या, तरी उद्योगांच्या स्थान निश्चितीच्या संदर्भात त्यांनी मांडलेले सविस्तर सैद्धांतिक विवेचन आणि विश्लेषण निश्चितच उपयुक्त आहे. कारण त्यामुळे इतर अर्थशास्त्रज्ञांना उद्योगांच्या स्थान निश्चितीच्या संदर्भात विचार करण्यास चालना मिळाली.

(ब) सार्जन्ट फ्लोरेन्स यांचा उद्योगांच्या स्थाननिश्चितीचा सिद्धांत (Sargent Florence's Theory of Industrial Location)

औद्योगिक स्थान निश्चितीविषयी सार्जन्ट फ्लोरेन्स यांनी स्वत:चा वेगळा विचार मांडला आहे. त्यांनी **वेबर** यांच्या सिद्धांतामधील मर्यादा दाखवून त्यावर टीका केली. **फ्लोरेन्स** यांनी त्यांच्या सिद्धांत मांडणीमध्ये आगमन पद्धतीचा अवलंब केला असून औद्योगिक स्थान निश्चितीकरणाचा प्रश्न सोडविण्याचा प्रयत्न केला आहे. त्यांच्या मते, उद्योगाच्या स्थान निश्चितीकरणात केवळ विशिष्ट भौगोलिक प्रदेशाशी उद्योगाचा असलेला संबंध महत्त्वाचा नाही, तर विविध उद्योगांतील विविध व्यवसायात लोकसंख्येचे वाटप कसे झाले आहे यावर स्थान निश्चितीचे स्वरूप अवलंबून असते. त्यांनी लोकसंख्येची व्यावसायिक विभागणी उद्योगाचे स्थान आणि लोकसंख्या वितरण यामधे संबंध स्थापित करण्यासाठी विचाराधीन ठेवले.

सार्जन्ट फ्लोरेन्स यांनी एखाद्या विशिष्ट ठिकाणी किंवा प्रादेशिक भागात उद्योगाची विभागणी कशी होते आणि उद्योगधंद्यांचे केंद्रीकरण किती प्रमाणात होते या संबंधीचे सहनिर्देशांक संस्थाशास्त्राच्या मदतीने शोधनू काढले आहेत. तसेच उत्पादनविषयक आकडेवारीच्या मदतीने उद्योगाच्या स्थान निश्चितीकरणाचा सहनिर्देशांकही शोधून काढला आहे. व्यवसाय गणना आणि उत्पादन गणना याद्वारे एखाद्या उद्योगाची स्थानियीकरणाची प्रवृत्ती मोजण्याचा त्यांनी प्रयत्न केला आहे. उद्योगांच्या स्थानियीकरणाची व्याख्या मांडताना ते म्हणतात की, कोणत्याही क्षेत्राशी उद्योगाचा संबंध तेवढा पूर्ण नाही, जेवढा संपूर्ण लोकसंख्येचा वितरणाशी संबंध येतो. **फ्लोरेन्स** यांनी त्यांच्या सिद्धांताचे स्पष्टीकरण देण्यासाठी दोन संज्ञांचा वापर केला आहे त्या पुढीलप्रमाणे आहेत. – (१) स्थानियीकरण घटक, आणि (२) स्थानियीकरणाचा सहनिर्देशक

(१) स्थानियीकरण घटक – स्थानियीकरण घटकाच्या मदतीने विशिष्ट प्रदेशात एखाद्या उद्योगाचे झालेले केंद्रीकरणाचे प्रमाण मोजता येते. विशिष्ट विभागात उद्योगाचे केंद्रीकरण मोजण्याचे एक साधन म्हणून स्थानियीकरण घटकास महत्त्व प्राप्त होते. एखादा उद्योग विशिष्ट ठिकाणीच का स्थापन केला जातो हे माहीत करून घेण्याचा निर्देशांक आहे. हा निर्देशांक दोन पद्धतीने काढता येतो. (अ) त्या क्षेत्रातील उद्योगात गुंतलेल्या सर्व श्रमिकांचा शेकडा सहभाग व त्या क्षेत्रातील संपूर्ण काम करणाऱ्या लोकसंख्येचे शेकडा विभाजन करून स्थानियीकरण मोजले जाते. (ब) त्या क्षेत्रातील एकूण सर्व श्रमिकांच्या त्या उद्योगातील शेकडा भाग व एकूण काम करणाऱ्या लोकसंख्येचा त्या उद्योगात गुंतलेल्या श्रमिकांच्या शेकडा प्रमाणाने भागले असता स्थानियीकरणाचा अंश कळतो. या दोन्ही पद्धतींचा अवलंब केला तर परिणाम मात्र एकच असतो.

$$\underline{A} \times \underline{B} = \underline{A} \times \underline{C}$$
$$C \quad D \quad\quad B \quad D$$

A = विशिष्ट उद्योगातील काम करणाऱ्या एकूण श्रमिकांचे त्या
     प्रदेशातील/क्षेत्रातील उद्योगांमध्ये गुंतलेल्या श्रमिकांशी प्रमाण

B = उद्योगात काम करणारे एकूण श्रमिक

C = एकूण श्रमिकांमधील विशिष्ट क्षेत्रातील श्रमिकांचा भाग

D = एकूण श्रमिक किंवा काम करणाऱ्या श्रमिकांची संख्या

जर एखादा उद्योग विविध प्रदेशात किंवा क्षेत्रामधे सारख्याच प्रमाणात विखुरलेला असेल तर स्थानियीकरण घटक प्रत्येक क्षेत्रासाठी एकच्या (Unit) जवळ राहील. या उलट जर तो उद्योग एकाच क्षेत्रात केंद्रित झाला असेल, तर त्या क्षेत्रासाठी स्थानियीकरण घटक एकापेक्षा अधिक राहील व क्षेत्रासाठी तो शून्य किंवा त्याच्या जवळपास राहील.

(२) स्थानियीकरण सहनिर्देशांक (Coefficient Location) – सार्जन्ट **फ्लोरेन्स** यांच्या मतानुसार, एखाद्या उद्योगाच्या केंद्रीकरणाची किंवा विकेंद्रीकरणाची प्रवृत्ती शोधून काढता येते आणि त्यासाठी स्थानियीकरण सहनिर्देशांकाचा किंवा गुणांकाचा वापर करता येतो. उद्योगात होणाऱ्या एकूण उत्पादनविषयक आकडेवारीच्या साहाय्याने, उद्योगाच्या स्थानियीकरणाचा गुणांक शोधून काढता येतो. गुणांक शून्य असेल तर उद्योगाचे देशाच्या विविध भागात समान प्रमाणात वितरण झालेले आहे; असे समजले जाते. या उलट हा गुणांक एक असेल तर उद्योग देशाच्या एकाच भागात केंद्रित झाले आहेत; असे समजले जाते. तसेच उद्योगाचा गुणांक एकापेक्षा अधिक असेल तर केंद्रीकरण सहसा होत नाही असा अर्थ होतो.

परस्पर संबंध सहनिर्देशांक – स्थानियीकरणाच्या बाबतीत दोन उद्योगांना परस्परांचे किती आकर्षण आहे याचे मोजमाप सहनिर्देशांकाने केले जाते. सहनिर्देशांक अधिक असेल तर दोन प्रकारचे उद्योग काही कारणाने परस्परावलंबी असून त्यांना प्रादेशिक समानतेचा आश्रय घ्यावा लागतो.

सार्जन्ट फ्लोरेन्स यांच्या सिद्धांतावर ज्या **टीका** करण्यात आल्या आहेत त्या खालीलप्रमाणे आहेत.

(१) श्रमिकांची संख्या ही केंद्रीकरणाचा निकष मानणे चूकीचे – या सिद्धांतामधे फक्त श्रमिकांच्या संख्येच्या आधारावर स्थानियीकरणाची गणना केली आहे. विविध उद्योगांमध्ये व क्षेत्रामध्ये गुंतलेल्या श्रमिकांची संख्या विचारात घेतलेली आहे. फ्लोरेन्स यांनी उत्पादनाला मात्र महत्त्व दिलेले दिसत नाही. काही वेळेस श्रमिक असूनही उत्पादन कमी होते. तर दुसऱ्या क्षेत्रामध्ये श्रमिक कमी असूनही उत्पादन अधिक का होते, याचा विचार येथे करण्यात आलेला नाही.

(२) वेगवेगळ्या प्रदेशातील उद्योगांतील वितरणाचा विचार नाही – या सिद्धांतात औद्योगिक स्थानियीकरणाचे घटक कोणकोणते आहेत याचा विचार केला नाही म्हणूनच हा सिद्धांत अपूर्ण वाटतो.

(३) गुणकाच्या आधारे उद्योगाच्या केंद्रीकरणाची प्रवृत्ती अभ्यासणे कठीण – केवळ गुणकाच्या आधारे उद्योगाच्या केंद्रीकरणाची प्रवृत्ती माहीत करून घेणे बरेच अवघड असते. कारण विविध देशांमध्ये उद्योगांचे वितरण वेगवेगळ्या प्रकारचे असते. त्यामुळे केंद्रीकरण का होते, त्याची कारणे शोधणे आवश्यक असते.

(४) भविष्यात उद्योगांचे स्थानियीकरण करण्यासाठी मार्गदर्शन नाही

(५) विविध प्रदेशांचा आकार विचारात घेतलेला नाही. प्रदेशाची निवड करताना आर्थिकदृष्ट्या निवडीवर अधिक भर देण्यात आलेला आहे.

सार्जन्ट फ्लोरेन्स यांच्या सिद्धांतावर जरी टीका केली जात असली, तरी कोणत्याही देशातील उद्योगांच्या स्थानियीकरणाच्या अभ्यासामध्ये या सिद्धांताचे महत्त्व असाधारण आहे. हा सिद्धांत देशातील औद्योगिक प्रगतीची प्रवृत्ती दर्शवितो. या सिद्धांताद्वारे वेगवेगळ्या प्रदेशात उद्योगांचे विकेंद्रीकरण कसे होऊ शकते याची माहिती मिळण्यास मदत होते. तसेच हा सिद्धांत अधिक व्यापक व वास्तविक आहे.

२.३ औद्योगिक असंतुलन – कारणे व उपाययोजना (Industrial Imbalance – Casues and Measures)

औद्योगिक असंतुलनाचा सरळ साधा अर्थ म्हणजे देशामध्ये सर्व राज्यात किंवा प्रदेशात जवळपास सारख्या प्रमाणात उद्योगांचा विकास न होणे, एखाद्या

विशिष्ट राज्यात किंवा प्रदेशात उद्योगांचे केंद्रीकरण होणे म्हणजे उद्योगांचा प्रादेशिक असमतोल किंवा औद्योगिक असंतुलन होय. भारतामध्ये काही विशिष्ट राज्यांमध्येच मोठ्या प्रमाणात उद्योगांचा विकास झाल्याचे आढळून येते. यामध्ये गुजरात, महाराष्ट्र ही राज्ये आघाडीवर आहेत. तर भारतातील पूर्वेकडील विशेषत: ओरिसा, प.बंगाल, आसाम इत्यादी राज्ये उद्योगांच्या विकासाच्या बाबतीत मागासलेली आहेत. अशा प्रकारच्या औद्योगिकीकरणाला औद्योगिक असंतुलन असे मानले जाते. जशी स्थिती राज्यांतर्गत आहे तशीच स्थिती जिल्ह्यांतर्गतही आहे. उदा. महाराष्ट्रात जरी उद्योगांचा विकास झालेला असला तरी हा विकास विशेषत: मुंबई, ठाणे, नाशिक, पुणे, औरंगाबाद या शहरांमध्ये खूप मोठ्या प्रमाणात झालेला आढळून येतो. तर महाराष्ट्रातील बीड, उस्मानाबाद, विदर्भातील गडचिरोली, बुलढाणा यांसारख्या जिल्ह्यांमध्ये औद्योगिक विकास झालेला आढळून येत नाही. या **औद्योगिक असंतुलनाची कारणे** पुढीलप्रमाणे आहेत.

(१) मूलभूत सुविधा – उद्योगांसाठी आवश्यक असणाऱ्या मूलभूत सुविधा म्हणजे जमीन, वीज, पाणिपुरवठा, दळणवळणाच्या सोयी इत्यादी ज्या राज्यात किंवा प्रदेशात अशा मूलभूत सोयी–सुविधांचा विकास झालेला आहे; तेथे उद्योगांचे केंद्रीकरण घडून येते.

(२) नैसर्गिक घटक – उद्योगांच्या स्थानियीकरणास किंवा केंद्रीकरणास काही नैसर्गिक घटकही कारणीभूत असतात उदा. सुती कापड उद्योगासाठी दमट हवामान अधिक चांगले असते, तर काही उद्योगांना आवश्यक असणारी खनिजे ज्या भागामध्ये उपलब्ध आहेत, अशा ठिकाणी उद्योग उभारणे आवश्यक वाटते. कारण उत्खनन केलेले खनिज माती किंवा दगडांमध्ये असतात. त्यावर प्रक्रिया करणे आवश्यक असते. अशी दगड–माती वाहतुकीमध्ये सांडून नुकसान होते व प्रदूषणाची समस्या देखील निर्माण होते. त्यामुळे उद्योग खनिज संपत्ती उपलब्ध असणाऱ्या प्रदेशामध्ये स्थापन होतात. उदा. लोह व पोलाद उद्योग टाटानगर (जमशेदपूर), रूरकेला, भिलई येथे स्थापन झालेले आढळून येतात. तसेच हिमालयीन प्रदेश आणि ईशान्येकडील राज्ये तेथील संपर्क व दळणवळण सुविधा यामध्ये असणारी तफावत, यामुळे या प्रदेशांमध्ये उद्योगांचा फारसा विकास झालेला आढळून येत नाही.

(३) ऐतिहासिक पार्श्वभूमी – काही उद्योग विशिष्ट ठिकाणी स्थापन होण्यास किंवा त्यांची वाढ होण्यास त्या शहराचे किंवा ठिकाणाचे ऐतिहासिक महत्त्व कारणीभूत असते. अशा शहरामध्ये विशिष्ट उद्योगाची ऐतिहासिक पार्श्वभूमी असते. उदा. कोल्हापूरी चप्पल, येवल्याची पैठणी, कांचीवरम साडी इत्यादी म्हणजे विशिष्ट उत्पादनासाठी

एखादे ठिकाण ऐतिहासिकदृष्ट्या प्रसिद्ध असल्याने; अशा उद्योगांचे तेथे केंद्रीकरण झालेले आढळून येते. तसेच ब्रिटिश राजवटीतील धोरण उद्योगांच्या प्रादेशिक असंतुलित विकासासाठी कारणीभूत आहे. ब्रिटिश राजवटीत अनेक उद्योगधंदे आंतरराष्ट्रीय वाहतुकीच्या सोयीमुळे मुंबई, कोलकत्ता आणि चेन्नई येथे सुरू झाले.

(४) बाह्य स्वरूपाच्या बचती – एखाद्या ठिकाणी श्रमपुरवठा, वित्तीयसंस्था, जाहिरातसंस्था, साठवणगृहे, विमा कंपन्याची कार्यालये व शासकीय कार्यालये असतील तर अशा ठिकाणी वाहतूक खर्चात बचत होते, तसेच वेळ आणि श्रम यांचीसुद्धा बचत होते. त्यामुळे अशा ठिकाणी उद्योगांचे केंद्रीकरण होते.

(५) शासकीय धोरणे – नियमित पाणीपुरवठा, वीज पुरवठा, रस्तेबांधणी, दळणवळण व्यवस्था निर्माण करणे, तसेच प्रादेशिक शांतता आणि कायदा व सुव्यवस्था निर्माण करणे ही शासनाची जबाबदारी आहे. यासाठी शासकीय धोरणे अनुकूल असतील आणि अशा मूलभूत सुविधा उपलब्ध असतील तर उद्योगांचे स्थानियीकरण होण्यास मदत होते. परंतु स्वातंत्र्योत्तरकाळात दहापेक्षा अधिक पंचवार्षिक योजनांची अंमलबजावणी पूर्ण झाली आहे तरी औद्योगिक असंतुलनात विशेष घट झाल्याचे दिसून येत नाही. थोडक्यात, त्यास नियोजन यंत्रणेचे अपयश कारणीभूत आहे असे म्हणता येईल.

(६) स्थानिक संयोजकांची कमतरता – काही प्रदेशात खनिज संपत्ती आणि कच्चा माल मोठ्या प्रमाणात उपलब्ध आहे. परंतु तेथे उद्योग व्यवसाय सुरू करण्यासाठी जोखीम पत्करणाऱ्या संयोजकांची कमतरता असेल, तर उद्योगांची संख्या अत्यल्प असते. त्याचबरोबर उद्योजकता विकासासाठी शिक्षण आणि प्रशिक्षणाच्या सोयी–सुविधा उपलब्ध असणे महत्त्वाचे आहे. त्यामुळे, अशा प्रशिक्षणाच्या सोयी उपलब्ध असणाऱ्या ठिकाणी उद्योग स्थापन होतात आणि उद्योगांचा प्रादेशिक असमतोल कमी होण्यास मदत होते.

(७) शांतता व राजकीय स्थैर्य – ज्या प्रदेशामध्ये कायदा व सुव्यवस्था आहे, शातंता आहे व उद्योगांचे नुकसान होण्याची संभावना नाही, तसेच राजकीय स्थैर्य आहे अशा प्रदेशामध्ये उद्योगांचा विकास होत असल्याचे आढळून येते.

अशा प्रकारे वरील विविध कारणे; उद्योगांच्या असंतुलनास कारणीभूत असल्याचे आढळून येते. त्याचबरोबर राजकीय, आर्थिक आणि नियोजनाद्वारे प्रयत्न करूनही औद्योगिक असमतोल दूर झाला आहे असे म्हणता येत नाही. या **औद्योगिक असमतोलावरील उपाययोजना** खालीलप्रमाणे आहेत.

१. मागासलेल्या विभागात नियमितपणे वीज, पाणी पुरवठा, वाहतूक व्यवस्था

आणि शिक्षण व प्रशिक्षणाच्या सोयी सुविधा उपलब्ध करून देणे आवश्यक आहे.

२. औद्योगिकदृष्ट्या अविकसित अशा प्रदेशात किंवा तेथील विभागामध्ये ३०० औद्योगिक वसाहती स्थापन करण्याची सरकारची योजना आहे.

३. नवीन औद्योगिक परवाने देताना औद्योगिकदृष्ट्या अविकसित भागात उद्योग सुरू करण्यास उत्सुक असणाऱ्या उद्योगांना परवाने सुलभपणे उपलब्ध करून द्यावेत.

४. आधुनिक तंत्रज्ञानाचा वापर करून विविध ग्रामीण भाग, दुर्गम प्रदेश परस्परांशी जोडणे, तेथे प्रसारमाध्यमे सवलतीच्या दराने उपलब्ध करून देणे की ज्यामुळे उद्योगांचा विकास होण्यास मदत होईल.

५. अविकसित भागामध्ये पाणी, रस्ते, वीज, टपाल, टेलिफोन, इंटरनेट, बँकींग अशा सेवा उपलब्ध करून देऊन उद्योजकांना विविध प्रकारचे स्थानिक कर आकारणीमध्ये सवलत देऊन उद्योगधंदे स्थापन होण्यास प्रोत्साहन देणे गरजेचे आहे.

६. विविध शासकीय योजना, शासकीय संस्थांना गरजेच्या असणाऱ्या वस्तू औद्योगिकदृष्ट्या अविकसित प्रदेशातील उद्योजकांकडून खरेदी–विक्री केल्या गेल्यास उद्योगास प्रोत्साहन मिळेल.

७. कृषी आधारित प्रक्रिया उद्योग सुरू करण्यासाठी सहकारी संस्था स्थापन करून उद्योगांना प्रोत्साहन देणे गरजेचे आहे.

८. औद्योगिकदृष्ट्या अविकसित भागात कौशल्य विकास प्रशिक्षणाच्या सोयी, तसेच उद्योजकता विकास कार्यक्रमांची अंमलबजावणी करून स्वस्त दरात किंवा सवलतीच्या दरात वित्तीय पुरवठा अथवा भांडवल पुरवठा करून उद्योजकता विकास घडवून आणल्यास औद्योगिक असंतुलन कमी होण्यास मदत होईल.

९. औद्योगिकदृष्ट्या मागास भागामध्ये उद्योगांचा विकास व्हावा यासाठी मक्तेदारी नियंत्रण कायदा आणि विदेशी चलन नियंत्रण कायदा (MRTP/FERA) लागू असलेल्या उद्योगांना परवानगी देण्यात आली. सरकारने २३ उद्योगांना या कायद्याच्या परवानगीतून सूट दिली आणि जर ते जम्मू आणि कश्मीरसारख्या पर्वतीय प्रदेशांमध्ये उद्योग सुरू करणार असतील तर त्यांना परवान्याची गरज नाही.

१०. पर्वतीय क्षेत्राचा औद्योगिक विकास व्हावा यासाठी जम्मू व कश्मीरसह

ईशान्येकडील राज्यांमध्ये सरकारने वाहतूक अनुदान योजना सुरू केली. ही योजना १५ जुलै १९७१ रोजी अंमलात आली. कच्चा व पक्का माल वाहतूक खर्चाच्या ५० टक्के अनुदान देण्याची ही योजना होती.

११. मागास भागामध्ये उपक्रम आणि हॉटेल्ससाठी आयकर सवलत देण्यात आली. या योजनेनुसार एप्रिल १९७४ पासून करपात्र उत्पन्न ठरविताना नफ्यातील २० टक्के रक्कम वजावटीस परवानगी देण्यात आली.

२.४ भारतातील प्रादेशिक औद्योगिक असंतुलन (Regional Industrial Imbalance in India)

२१ व्या शतकाच्या सुरुवातीच्या काळात जगातील ५ मोठ्या अर्थव्यवस्थांमध्ये भारतीय अर्थव्यवस्थेचा समावेश आहे. असे असले तरीही भारतातील आर्थिक विकासाकडे एक दृष्टिक्षेप टाकल्यास असे दिसून येते की, विविध प्रादेशिक पातळींवर आर्थिक आणि औद्योगिक असमतोल आहे. साधारणपणे १९८० च्या दशकामध्ये या प्रादेशिक असमतोलाची चर्चा धोरणकर्ते, संशोधक अशा विविध अभ्यासकांनी मांडण्यास सुरुवात केली. महाराष्ट्राच्याबाबतीत श्री.वि.म.दांडेकरांच्या अध्यक्षतेखालील संशोधन समितीच्या अहवालात या 'प्रादेशिक असमतोला'ची बाब प्रकर्षाने निदर्शनास आली.

या प्रादेशिक औद्योगिक असंतुलनाचे अनेक पैलू आहेत. स्वातंत्र्योत्तर ३ दशकांमध्ये भारतातील उद्योगधंदे (कारखानदारी) प्रामुख्याने ५ राज्यांमध्येच एकवटलेले होते. त्यामध्ये महाराष्ट्र, तामिळनाडू, गुजरात, पश्चिम बंगाल, आणि आंध्रप्रदेशाचा समावेश होता. या राज्यांमध्ये देशातील एकूण औद्योगिकीकरणापैकी जवळपास ४० टक्के मोठे उद्योगधंदे एकवटलेले होते, तर एकूण कारखानदारी रोजगारापैकी ५५ टक्के रोजगार येथे होता. एकूण औद्योगिक उत्पादनाच्या ५९ टक्के उत्पादन आणि ५८ टक्के मूल्यवर्धित योगदान केवळ या ५ राज्यांमध्ये एकवटलेले होते.

भारतातील उद्योगांच्या स्थानियीकरणाच्या बाजू (Locational Aspects of Industries in India) – भारतातील उद्योगांच्या स्थानियीकरणाचा कल पाहता भारतातील राज्यांचे जुनी औद्योगिक राज्ये, नवीन औद्योगिक राज्ये, आणि अल्प औद्योगिकीकरण झालेली राज्ये असे वर्गीकरण करता येते ते पुढीलप्रमाणे आहे.

जुनी औद्योगिक राज्ये – यामध्ये महाराष्ट्र, गुजरात, पश्चिम बंगाल, आणि तमिळनाडूचा समावेश होतो.

नवीन औद्योगिक राज्ये – यामध्ये पंजाब, हरियाणा, आंध्रप्रदेश, कर्नाटक, गोवा, आणि दिल्लीचा समावेश होतो.

कमी औद्योगिकीकरण झालेली राज्ये – आसाम, बिहार, मध्यप्रदेश, उत्तरप्रदेश, राजस्थान, हिमाचल प्रदेश, जम्मू व कश्मीर, ओरिसा, मेघालय, नागालँड, सिक्कीम ही राज्ये होत.

२.५ संतुलित प्रादेशिक औद्योगिक विकासाची गरज (Need for Balanced Regional Industrial Development)

संतुलित प्रादेशिक विकास म्हणजे प्रत्येक प्रकारचा उद्योग प्रत्येक प्रादेशिक क्षेत्रामध्ये विकसित झाला पाहिजे असे नाही. सर्व राज्य अथवा प्रदेशांमध्ये स्थापित उद्योगांची संख्या एकसारखी असली पाहिजे असाही होत नाही. तसेच प्रत्येक राज्याची किंवा प्रदेशाची समान आर्थिक रचना असाही होत नाही. तर राज्यातील अथवा प्रदेशातील साधनसामग्रीचा पूरेपूर वापर केला जावा व लाभ घेतला जावा असा त्याचा अर्थ आहे. संतुलित प्रादेशिक विकासाचा खरा अर्थ जास्तीत जास्त उद्योग अविकसित आणि मागासलेल्या भागाकडे आकर्षित होणे असा होय.

आर्थिक नियोजनाची जी उद्दिष्ट सांगितली आहेत त्यामध्ये संतुलित प्रादेशिक विकास हे महत्त्वाचे उद्दिष्ट मानले जाते. स्वातंत्र्योत्तर काळात दहापेक्षा अधिक पंचवार्षिक योजना पार पडल्या तरी देशातील राज्या राज्यांमध्ये औद्योगिक विकासाचा असमतोल किंवा असंतुलन टिकून असल्याचे पहावयास मिळते. जर संपूर्ण देशामध्ये एकसारखी आर्थिक प्रगती घडवून आणावयाची असेल तर त्यासाठी संतुलित प्रादेशिक औद्योगिक विकास ही अत्यावश्यक अट आहे. स्थानिक पातळीवर जी साधनसंपत्ती उपलब्ध आहे, तिचा पुरेपूर वापर करून घेण्याची क्षमता राज्यांकडे असली पाहिजे. या विविध कारणांसाठी संतुलित प्रादेशिक औद्योगिक विकासाची आवश्यकता असल्याचे दिसून येते. तसेच अशा विकासाची गरज पुढील कारणांमुळे निर्माण होते.

राज्याच्या विविध भागात राहणाऱ्या लोकांच्या राहणीमानात सुधारणा करणे, त्यासाठी दरडोई उत्पन्नामध्ये वाढ होणे आवश्यक आहे. उत्पन्न पातळी आणि रोजगार संधीतील विषमता आणि तफावत दूर करण्याचा प्रयत्न करणे. त्यासाठी औद्योगिक विकासाची आवश्यकता आहे.

अविकसित तसेच मागासलेल्या भागातील सर्व लोकांपर्यंत आवश्यक त्या सुविधा पुरविणे उदा. वीज, पाणीपुरवठा, प्राथमिक आरोग्य, शिक्षण, दळणवळण आणि वाहतूक साधने व निवास व्यवस्था इत्यादी.

शेतीक्षेत्र, व्यापार, वाणिज्य व उद्योग अशी सर्वांगीण प्रगती, विविध राज्ये

आणि विभागांच्या बाबतीत घडवून आणणे व त्याद्वारे लोकसंख्येचे अनावश्यक स्वरूपाचे स्थलांतर रोखणे. शाश्वत स्वरूपाच्या रोजगार संधी उपलब्ध करणे, यासाठी संतुलित औद्योगिक विकासाची गरज आहे.

२.६ भारतातील औद्योगिक स्थानियीकरणाचे धोरण (Policy of Industrial Location in India)

भारतामध्ये गृह, ऊर्जा आणि आरोग्य याबाबतीत मुंबई, कलकत्ता (कोलकाता), मद्रास (चेन्नई) येथे उद्योगांचे केंद्रीकरण झाल्यामुळे सरकारने उद्योगांच्या स्थानियीकरणाबाबतचे धोरण जाहीर केले. १९५१ मध्ये मुंबई आणि कलकत्ता येथे भारतातील एकूण उद्योगांपैकी ४२ टक्के उद्योग होते. आता मुंबई–पुणे, कोलकाता–हावडा, अहमदाबाद, बडोदा, चेन्नई – काईबतूर इत्यादी प्रदेशात उद्योगांचा विकास होत आहे. ज्या भागात उद्योगांचे सर्वाधिक प्रमाणात केंद्रीकरण झाले आहे तेथून उद्योगांचे औद्योगिकदृष्ट्या अतिमागास भागात स्थलांतर करण्याचे सराकरचे धोरण आहे. औद्योगिक स्थानियीकरणाच्याबाबत सरकारने वेगवेगळ्या उपाययोजना आखल्या आहेत. त्यापैकी काही उपाययोजना या सकारात्मक आहेत तर काही नकारात्मक.

सकारात्मक उपायोजना (Positive Measures) – नवीन उद्योगांना आकर्षित करण्यासाठी सरकारने मागास भागामध्ये पायाभूत सुविधा त्या म्हणजे रस्ते, वीज, टपाल व दूरध्वनी इत्यादी उपलब्ध करून दिल्या आहेत. सरकारने मागास भागात काही सामाजिक व सांस्कृतिक सुविधा उदा. शिक्षण, आरोग्य सुविधा जिथे नवीन उद्योग उभारले जाऊ शकतात तिथे देऊ केल्या आहेत. सरकारने औद्योगिक क्षेत्र (Industrial area) उपलब्ध केले आहेत. अशा भागामध्ये उद्योगांना सवलतीच्या दरात कर्ज वितरण केले जाते. उद्योग विकास आणि नियमन अधिनियम १९५१ नुसार (The Industrial Development and Regulation Act 1951) नवीन उद्योग सुरू करण्यास किंवा जुन्या उद्योगांचा विस्तार करण्यास परवाना प्रदान केला जातो. परंतु असा परवाना देताना परवाना समिती प्रादेशिक संतुलनाच्या उद्देशाची खात्री करते. रिझर्व्ह बँकेनेसुद्धा मागास भागामध्ये नवीन उद्योगांसाठी वित्तपुरवठा करण्याच्या दृष्टिने उदारता स्वीकारली आहे.

नकारात्मक उपाययोजना (Negative Measures) – यामध्ये औद्योगिक कायदा १९५१ नुसार (Industrial Act 1951) उद्योगांचे केंद्रीकरण असलेल्या भागामध्ये नवीन उद्योग सुरू करण्यास परवानगी नाही.

भारतातील औद्योगिक विकासातील असंतुलन कमी करण्यासाठी वेळोवेळी जाहीर करण्यात आलेल्या औद्योगिक धोरणांमध्ये बदल करण्यात आले. त्याचबरोबर

शासनाने अनेक उपाययोजनाही आखल्या आणि त्या राबविल्यासुद्धा आहेत. त्यामुळे, प्रादेशिक असंतुलन कमी करण्यात थोड्याफार प्रमाणात यशही आले आहे. त्यासंदर्भातील माहिती पुढीलप्रमाणे आहे.

२.७ उद्योगांचा प्रादेशिक संतुलित विकास व्हावा यासाठी शासनाचे धोरणात्मक उपाय (Government Policy Measures for Balanced Regional Industrial Development)

२०१५ साली पंतप्रधान नरेंद्र मोदी यांनी जे महत्त्वाचे धोरणात्मक आणि मूलगामी बदल केले ते म्हणजे ६५ वर्षे अस्तित्वात असलेला योजना आयोग बरखास्त केला आणि त्या जागी 'नीती आयोगा'ची स्थापना केली गेली. तसेच मेक-इन-इंडिया अंतर्गत फक्त कारखानदारीलाच चालना दिली असे नाही, तर राज्य सरकारांनी पुढाकार घेऊन आपापल्या राज्यांमध्ये उद्योग-स्नेही धोरणे, वातावरण तयार करण्यासाठी काही नावीन्यपूर्ण ठोस उपाययोजना सुरू केल्या. नीती आयोगाकडे वित्तीय पाठबळ किंवा वित्तीय उद्दिष्टे नाहीत तर विकसित भारताचे एक मोठे ध्येय आहे. यामध्ये राज्यांनी आपापली धोरणे आखणे, आणि उद्दिष्ट गाठणे अपेक्षित आहे.

क्रिसील अहवाल २०१९ नुसार पायाभूत सुविधा (रस्ते व पूल बांधणी) यासाठी राज्याच्या एकूण खर्चापैकी सर्वाधिक खर्च करणाऱ्या राज्यांमध्ये ओरिसा, झारखंड, आणि छत्तीसगढ ही तीन राज्ये आघाडीवर आहेत. त्याचबरोबर शिक्षणासाठी सर्वाधिक खर्च करणाऱ्या राज्यांमध्ये छत्तीसगढ, महाराष्ट्र, आणि केरळ ही राज्ये आघाडीवर आहेत. यावरून औद्योगिक व आर्थिक विकासाचा अनुशेष भरून काढण्यासाठी त्या त्या राज्यांचे प्राधान्यक्रम ठरलेले दिसतात. यामध्ये छत्तीसगढ, झारखंड, ओरिसा, बिहार ही राज्ये हिरिरीने आर्थिक सुधारणा कार्यक्रम राबवित आहेत. त्याचबरोबर पायाभूत सुविधा व सामाजिक भांडवल निर्मितीसाठी अर्थसंकल्पात मोठ्या प्रमाणात तरतुदी करत असल्याचे दिसून येते.

राज्य सरकारच्या वित्तीय उद्दिष्टांसाठी त्यांना खासगी भांडवल व उद्योगधंद्यांची अत्यंत आवश्यकता असते. त्यामुळेच राज्य सरकारे परस्पर स्पर्धा वाढवून जास्तीत जास्त गुंतवणूक आणि जास्तीत जास्त उद्योगधंदे आपापल्या राज्यात खेचून आणण्याची चढाओढ करीत आहेत. उद्योगधंद्यांना आपल्या राज्याकडे आकर्षित करण्यासाठी राज्याची धोरणे व त्यांची अंमलबजावणी उद्योगस्नेही असणे आवश्यक आहे. त्यामुळे कुठली राज्ये किती प्रमाणात उद्योगस्नेही व सुलभीकरणात तयार आहेत याचा वार्षिक लेखाजोखा ठेवण्याचे सरकारने ठरविले आणि २०१५ पासून जागतिक बँकेच्या साहाय्याने हे गुण प्रदान करण्यास सुरुवात केली. राज्याने दरवर्षी व्यवसायिक सुधारणा कृती

कार्यक्रम (Business Reform Action Plan) आणि व्यवसाय सुधारणा कृती मंडळ (Business Reform Action Board) स्थापन करून वर्षाच्या शेवटी योजना किती आणि कशा पूर्णत्वास आणल्या ही माहिती विशिष्ट मसुद्यात वाणिज्य मंत्रालय आणि जागतिक बँक यांच्याकडे पाठवावयाची आहे. त्यानुसार राज्यांची क्रमवारी ठरविण्यात येते. पहिल्या वर्षी म्हणजे २०१६ साली कोणत्याही राज्यांची ७० टक्क्यांपेक्षा जास्त योजनांची पूर्तता होऊ शकली नाही. २०१८ साली मात्र १८ राज्यांनी १०० टक्के पूर्तता झाल्याचा दावा केला. तो पडताळून उद्योगस्नेही राज्यांची गुणानुसार क्रमवारी तयार केली आहे. त्यामध्ये छत्तीसगढ, झारखंड, मध्यप्रदेश, राजस्थान, आणि उत्तरप्रदेश या राज्यांची कामगिरी विशेष लक्षणीय आहे.

तक्ता क्र. २.१ भारतातील राज्यांची उद्योगस्नेही व सुलभीकरण क्रमवारी

राज्य/केंद्रशासित प्रदेश	२०१६		२०१७		२०१८	
	गुण	क्रमांक	गुण	क्रमांक	गुण	क्रमांक
आंध्रप्रदेश	७०.१२	२	९८.७८	१	९८.३	१
आसाम	१४.४८	२२	१४.२९	२४	८४.७५	१७
बिहार	१६.४१	२१	७५.८२	१६	८१.९१	१८
छत्तीसगढ	६२.४५	४	९७.३२	४	९७.३१	६
गोवा	२१.७४	१९	१८.१५	२१	५७.३४	१९
गुजरात	७१.१४	१	९.२१	३	९७.९९	५
हरियाणा	४०.६६	१४	९६.९५	६	९८.०६	३
हिमाचल प्रदेश	२३.९५	१७	६५.४८	१७	८७.९	१६
झारखंड	६३.०९	३	९६.५७	७	९८.०५	४
कर्नाटक	४८.५०	९	८८.३९	१३	९६.४२	८
केरळ	२२.८७	१८	२६.९७	२०	४४.८२	२१
मध्यप्रदेश	६२.००	५	९७.०१	५	९७.३	७
महाराष्ट्र	४९.४३	८	९२.८६	१०	९.८८	१३
ओरिसा	५२.१२	७	९२.७३	११	९२.०८	१४
पंजाब	३६.७३	१६	९१.०७	१२	५४.३६	२०
राजस्थान	६१.०४	६	९६.४३	८	९५.७	९

राज्य/केंद्रशासित प्रदेश	२०१६		२०१७		२०१८	
	गुण	क्रमांक	गुण	क्रमांक	गुण	क्रमांक
तामिळनाडू	४४.५८	१२	६२.८०	१८	९०.६८	१५
तेलंगणा	४२.४५	१३	९६.७८	१	९८.२८	२
उत्तराखंड	१३.३६	२३	९६.१३	९	९४.२४	११
उत्तर प्रदेश	४७.३६	१०	८४.५२	१४	९२.८९	१२
पश्चिम बंगाल	१३.३६	२३	९६.१३	९	९४.२४	११
चंदीगढ	४६.९०	११	८४.२३	१५	९४.५९	१०
दिल्ली	९.७३	२५	0.३०	३१	१.२५	३१

(संदर्भ – अर्थसंवाद, मराठी अर्थशास्त्र परिषद, अंक जाने-मार्च, २०२०)

स्पर्धात्मक संघराज्य प्रणाली ही सर्व राज्यांनी स्वीकारली आहे. त्याचाच भाग म्हणून विविध राज्यांत (उदा. मॅग्नेटीक महाराष्ट्र गुंतवणूकदार मेळा २०१८, ॲडव्हान्टेज उत्तरप्रदेश २०१८ यासारखे) आंतरराष्ट्रीय गुंतवणूक आपल्या राज्याकडे आकर्षून घेणारे उपक्रम राबविले गेले.

समारोप – उद्योग सुरू करण्यासाठी आवश्यक असणाऱ्या पायाभूत सुविधा, कच्चा माल, कुशल कामगार, आणि सेवा-सवलती या सर्वांचा प्रामुख्याने विचार करून उद्योगास अधिकाधिक फायदेशीर ठरेल, अशा प्रादेशिक क्षेत्रामध्ये उद्योग सुरू केला जातो. काही क्षेत्रामध्ये अशा प्रकारच्या सेवा-सुविधा उपलब्ध असतात तर काही प्रदेशामध्ये किंवा क्षेत्रामध्ये त्याचा अभाव असतो. त्यामुळेच उद्योगांचे केंद्रीकरण झालेले पहावयास मिळते. परंतु त्यामुळे औद्योगिक विकास आणि आर्थिक विकास याचा प्रादेशिक असमतोल किंवा असंतुलन घडून येते. परिणामी, लोकसंख्येचे स्थलांतरही घडून येते. औद्योगिक केंद्रीकरणाच्या परिणामांवर उपायोजना म्हणून अविकसित भागामध्ये उद्योगधंदे सुरू करण्यास प्रोत्साहन दिले जात आहे. तरीही प्रादेशिक विकासाचा हा अनुशेष मोठा आहे. हळूहळू अनेक राज्यांमध्ये उद्योग सुरू होऊ लागले आहेत आणि उद्योगांचे विकेंद्रीकरण होत असल्याचे दिसू लागले आहे. त्याचे अनेक लाभही होत आहेत.

$$\boxed{\text{प्रकरण} - ३}$$

औद्योगिक उत्पादकता
(Industrial Productivity)

प्रस्तावना

औद्योगिक अर्थशास्त्रामध्ये उद्योग संकल्पनेचा अभ्यास करताना, उद्योगांमध्ये होणारे उत्पादन, उत्पादनामध्ये सहभागी होणारे कामगार अर्थात श्रम, आणि भांडवल हे महत्त्वपूर्ण घटक अभ्यासणे आवश्यक आहे. श्रम आणि भांडवलाच्या साहाय्याने होणारे उत्पादन आणि त्याचे गुणोत्तर; अर्थात, उत्पादकता अभ्यासणे महत्त्वाचे आहे. परंतु उत्पादन आणि उत्पादकता या संकल्पनांमध्ये एक मूलभूत फरक आहे. उत्पादकता ही संकल्पना प्रमाणभूत आहे तर उत्पादन ही संकल्पना सापेक्ष आहे. जे उद्योग अशा सापेक्ष वस्तूंचे किंवा मालाचे उत्पादन करतात उदा. वाहन, पुस्तके, कापडे इत्यादी, त्या उद्योगांची उत्पादकता मोजता येऊ शकते. उत्पादकतेमधील वाढ ही आर्थिक कामगिरीचा लाभ आणि लोकांचे जीवनमान दर्शवित नाही. तर उत्पादकतेचा निर्देशांक हा उत्पादन आणि श्रमाच्या तासांची वाढ दोन्ही आणि उत्पादन व श्रमाच्या तासांची घट हे दोन्ही दर्शवितो. औद्योगिक अर्थशास्त्रातील या महत्त्वाच्या संकल्पनेचा सविस्तर अभ्यास या प्रकरणात दिला आहे. त्याचबरोबर कामगारांची कार्यक्षमता आणि उद्योगांचा आकार या मुद्द्यांचासुद्धा अभ्यास या प्रकरणात मांडला आहे.

३.१ औद्योगिक उत्पादकता व कार्यक्षमता (Industrial Productivity and Efficiency)

उत्पादन घटकांच्या प्रत्येक भागाची किंवा युनिटची उत्पादन पातळी वाढविण्याच्या दृष्टीने उत्पादकता महत्त्वाची ठरते. औद्योगिक उत्पादकतेचा आर्थिक वृद्धीशी अत्यंत निकटचा संबंध आहे. उत्पादकता वाढविण्यासाठी प्रत्येक क्षेत्रातील प्रत्येक प्रकारच्या अपव्ययावर लक्ष केंद्रीत करून हा अपव्यय टाळण्यावर भर दिला जातो. तसेच, आर्थिक विश्लेषणाच्या कामी उत्पादकतेचा मोठ्या प्रमाणात उपयोग

होतो. थोडक्यात, उत्पादन खर्चात दर एककामागे बचत करून उत्पादन वाढ घडवून आणणे म्हणजेच उत्पादकतेची पातळी वाढविणे होय.

उत्पादन ही संकल्पना प्रामुख्याने उत्पादनाच्या आकारमानाशी किंवा संख्येशी संबंधीत असते, तर उत्पादकता ही संकल्पना उत्पादनाच्या घटकांशी निगडीत असते. सर्वसाधारणपणे उपलब्ध साधनसामग्रीचा कार्यक्षम वापर हे उत्पादकतेच्या संकल्पनेत अभिप्रेत आहे. या **उत्पादकतेचा अर्थ आणि व्याख्या** खालीलप्रमाणे आहेत.

पी. माली यांच्या मते, उद्योगधंद्यातील साधनसामग्री कोणत्या पद्धतीने एकत्र आणली जाते आणि अधिक उत्पादन मिळविण्यासाठी त्याचा कशा प्रकारे वापर केला जातो; याचे मोजमाप म्हणजे संघटनात्मक उत्पादकता होय.

प्रा. मेहता यांच्या मते, श्रमिकाची अधिक कार्यक्षमतेने आणि काटकसरीने उत्पादन घेण्याची क्षमता म्हणजे उत्पादकता होय.

व्ही.के.आर. मेनन यांच्या मते, वस्तू व सेवांचे उत्पादन किमान खर्चात व शक्य तितक्या अधिक प्रमाणात घेण्यासाठी साधनसामग्रीचा महत्तम वापर करणे म्हणजे उत्पादकता होय.

व्यवस्थापन तज्ज्ञ **पीटर एफ ड्रक्कर** यांच्या मते, कमीतकमी श्रम आणि उत्पादनाच्या विविध साधनसामग्रीचा योग्य प्रमाणात वापर करून सर्वाधिक उत्पादन घेणे म्हणजे औद्योगिक उत्पादकता होय.

पीटर ड्रक्कर यांच्या व्याख्येचे समीकरण खालीलप्रमाणे आहे.

$$\text{औद्यागिक उत्पादकता} = \frac{\text{उत्पादन}}{\text{आदाने}}$$

P = O ÷ I

P = औद्योगिक उत्पादकता

O = उत्पादन (Output)

I = आदाने (Input)

वरील व्याख्यांवरून उत्पादकता म्हणजे काय ? याचा अर्थ पुढीलप्रमाणे सांगता येईल.

(१) उत्पादन आणि एक उत्पादक घटक यांच्यातील गुणोत्तर म्हणजे त्या विशिष्ट उत्पादन घटकाची उत्पादकता होय. (२) संपूर्ण अर्थव्यवस्थेने केलेल्या उत्पादन कार्याचे मोजमाप म्हणजेच उत्पादकता होय. (३) उपलब्ध साधनांचा पूर्णपणे उपयोग करून कमीतकमी खर्चात व कमीतकमी वेळेत जास्तीतजास्त उत्पादन करणे म्हणजे उत्पादकता होय. थोडक्यात, उत्पादकता या संकल्पनेमध्ये उत्पादन आणि उत्पादनाच्या

साधनसामग्रीचा किंवा घटकांचा वापर यांच्यातील संबंधाचा विचार केला जातो. उत्पादकता म्हणजे उत्पादनाच्या कामी वापरण्यात येणारे घटक किंवा आदाने व उत्पादित वस्तू किंवा प्रदान यातील प्रमाण होय.

कार्यक्षमता (Efficiency) – उत्पादकाची कमीतकमी खर्चामध्ये उत्पादन घेण्याची आणि नफा कमविण्याची क्षमता म्हणजे कार्यक्षमता होय. औद्योगिक कार्यक्षमतेच्या दृष्टिने विचार करता; छोट्या प्रमाणातील उत्पादनापेक्षा मोठ्या प्रमाणातील उत्पादनाच्या खर्चातील फायदा म्हणजे औद्योगिक कार्यक्षमता होय.

उत्पादकता उत्पादनाच्या संख्या वाढीवर लक्ष केंद्रीत करते तर कार्यक्षमता; कामाची गुणवत्ता आणि परिणामकारकता यावर लक्ष केंद्रीत करते. कार्यक्षमता नेहमी टक्केवारीमध्ये दर्शविली जाते. उदा. अनेक कंपन्यांची कार्यक्षमता ६०–७० टक्के असल्याचे म्हटले जाते.

औद्योगिक उत्पादकता मोजण्याची साधने (Tools for Measuring Industrial Productivity) – औद्योगिक उत्पादकतेमधील विविध उत्पादन घटकांची उत्पादकता मोजण्यासाठी जी साधने वापरली जातात किंवा जी सूत्र वापरली जातात त्याची माहिती खालीलप्रमाणे आहे.

$$\text{उत्पादकता} = \frac{\text{नक्त उत्पादन}}{\text{आदान परिश्रम}}$$

$$\text{नक्त उत्पादन} = \text{उत्पादनाची किंमत} - \text{आदानाची किंमत}$$

वरील सूत्राचा वापर करून भूमी, भांडवल, श्रम इत्यादी उत्पादन घटकांची उत्पादकता मोजण्यासाठी खालीलप्रमाणे सूत्रांची मांडणी करता येते.

$$\text{भूमीची उत्पादकता} = \frac{\text{उत्पादन}}{\text{क्षेत्रफळ}}$$

$$\text{भांडवलाची उत्पादकता} = \frac{\text{नक्त उत्पादन}}{\text{वापरलेले नक्त भांडवल}}$$

$$\text{नक्त भांडवल} = \text{भांडवलाची किंमत} - \text{घसारा}$$

$$\text{श्रमाची उत्पादकता} = \frac{\text{नक्त उत्पादन}}{\text{श्रमिकांची संख्या अथवा मानव तास संख्या}}$$

$$\text{यंत्राची उत्पादकता} = \frac{\text{एकूण उत्पादन}}{\text{यंत्र तास}}$$

$$\text{साधनसामग्रीची उत्पादकता} = \frac{\text{उत्पादन (वजन/वस्तू नग)}}{\text{साधनसामग्री (वजन/वस्तू नग)}}$$

उत्पादकतेमधील बदलच्या मोजमापासाठी श्रम उत्पादकता निर्देशांकाचा वापर केला जातो. भौतिक उत्पादन हे उत्पादनाचे एकक मानल्यास आणि श्रम तास हे श्रमाचे एकक मानल्यास खालील सुत्राच्या आधारे चालू वर्षाच्या उत्पादकतेत मूळ वर्षाच्या उत्पादकतेच्या तुलनेत किती बदल झाला ते मोजता येऊ शकते.

$$\text{श्रम उत्पादकता निर्देशांक} = \frac{\text{चालू वर्षातील उत्पादन} \div \text{मूळ वर्षातील उत्पादन}}{\text{चालू वर्षातील वापरलेले श्रम तास} \div \text{मूळ वर्षातील श्रम तास}}$$

श्रमाच्या संदर्भात सहजपणे आकडेवारी उपलब्ध होते आणि भांडवलाची निर्मितीसुद्धा श्रमातूनच होते. म्हणून, उत्पादकतेचा विचार करताना प्रामुख्याने श्रमाची उत्पादकता लक्षात घेतली जाते.

भांडवलाची उत्पादकता सामान्यत: सीमांत भांडवली उत्पादनाच्या गुणोत्तरामध्ये (Marginal or Incremental Capital Output Ratio - ICOR) मोजली जाते. भांडवलाची उत्पादकता मुख्यत्वे दोन प्रकारे मोजली जाते. एक सरासरी भांडवली उत्पादन गुणोत्तर (ACOR) तर दुसरे सीमांत भांडवली उत्पादन गुणोत्तर (ICOR). यापैकी सरासरी भांडवली उत्पादन गुणोत्तर हे एकूण भांडवली गुंतवणुकीला राष्ट्रीय उत्पन्न किंवा उत्पादकता याच्या प्रत्येक एककाने भागिले असता प्राप्त करता येते. उदा. भांडवली गुंतवणूक K व वार्षिक एकूण उत्पन्न किंवा उत्पादन Y असता सरासरी भांडवली उत्पादकता गुणोत्तर (ACOR) = K ÷ Y असेल.

परंतु, सीमांत भांडवली उत्पादकता गुणोत्तर हे भांडवली गुंतवणुकीतील वृद्धी आणि त्यामुळे होणारी उत्पादनातील वार्षिक वृद्धी यांचा सहसंबंध दर्शविते. हे गुणोत्तर म्हणजे उत्पादनाचे एक एकक (one unit) वाढविण्यासाठी आवश्यक असणारी भांडवली गुंतवणूक दर्शविते. हे गुणोत्तर औद्योगिक आस्थापनेची किंवा देशाच्या आर्थिक एककाची कार्यक्षमता मोजण्यासाठी वापरले जाते. जर सीमांत भांडवली उत्पादन गुणोत्तर कमी असेल तर, आस्थापना अधिक कार्यक्षम आहे असे म्हटले जाते. अर्थात, औद्योगिक उत्पादकता जास्त असते. जर सीमांत भांडवली उत्पादन गुणोत्तर मूल्य जास्त असेल तर औद्योगिक उत्पादकता कमी असते.

सीमांत उत्पादकता गुणोत्तर हे पुढील सूत्राच्या आधारे काढता येते.

सीमांत भांडवली उत्पादकता गुणोत्तर (ICOR)[६] = वार्षिक गुंतवणूक (Annual Investment) ÷ ढोबळ घरेलू उत्पादनाची वार्षिक वृद्धी (Annual Increase in GDP)

[६] पहा मराठी विश्वकोश www.marathivishwakosh.org

३.२ औद्योगिक उत्पादकतेवर व कार्यक्षमतेवर परिणाम करणारे घटक (Factors Affecting the Industrial Productivity and Efficiency)

औद्योगिक उत्पादकता आणि कार्यक्षमता यांचा परस्परसंबंध आहे. दोन्ही संकल्पना उद्योगाच्या एकूण उत्पादनाशी संबंधीत आहेत. त्यामुळे औद्योगिक उत्पादकता आणि कार्यक्षमता यावर परिणाम करणारे घटकही सर्वसाधारणपणे सारखेच आहेत ते विविध घटक खालीलप्रमाणे आहेत.

(१) तांत्रिक घटक – उत्पादनाच्या तंत्रामधील बदल औद्योगिक उत्पादकतेमध्ये वाढ करण्यास उपयुक्त ठरतो. स्वयंचलित यंत्रसामग्रीचा वापर केल्यास कामगारांचे श्रम आणि वेळ यांची बचत होते. परंतु उत्पादनाचे तंत्र यामध्ये फक्त यंत्रसामग्रीचाच समावेश होतो असे नाही, तर उत्पादन घेण्याच्या पद्धती किंबा उत्पादनासाठी वापरली जाणारी विविध प्रकारची साधन सामग्री, व्यक्तिगत तथा तांत्रिक कौशल्य, उत्पादनाचे ठिकाण यांसारख्या विविध घटकांचाही समावेश होतो. यंत्रासाठीचे सुटे भाग आणि यांत्रिक समस्या किंवा बिघाड झाल्यास तत्परतेने समस्या दूर करणारे कुशल कामगार यांचा उत्पादनावर परिणाम होत असतो. यासर्व तांत्रिक घटकांचा उत्पादनावर आणि उत्पादकतेवर परिणाम होत असतो. तसेच औद्योगिक कार्यक्षमतेवरही होत असतो.

(२) आर्थिक घटक – औद्योगिक उत्पादकतेवर आर्थिक घटकांचाही परिणाम होत असतो. नवनवीन तंत्रज्ञान, यंत्रसामग्री, साधनसामग्री, विशिष्ट कौशल्य प्राप्त असलेला कामगार यांसारख्या औद्योगिक उत्पादनाच्या घटकांवर आर्थिक घटक परिणाम करतो. या घटकांमध्ये गुंतवणूक करण्यासाठी आर्थिक तथा वित्तीय साधने महत्त्वाची भूमिका पार पाडतात. त्यामुळे, आर्थिक घटकांचा औद्योगिक उत्पादकतेवर आणि कार्यक्षमतेवर परिणाम होतो.

(३) नैसर्गिक घटक – औद्योगिक उत्पादनाच्या घटकांवर नैसर्गिक घटकांचाही परिणाम होत असतो. उदा. कच्च्या मालाची उपलब्धता, उत्पादनासाठी अनुकूल हवामान, प्रदूषण इत्यादी. जर नैसर्गिक घटक अनुकूल असतील तर औद्योगिक उत्पादकतेमध्ये वाढ होते आणि जर हे घटक प्रतिकूल असतील तर त्याचा औद्योगिक उत्पादकतेवर प्रतिकूल परिणाम होतो. उदा. सातत्यपूर्ण कच्च्या मालाचा पुरवठा उत्पादन व उत्पादकता वाढविण्यासाठी आवश्यक आहे. त्याचबरोबर प्रदूषणाचे प्रमाण कमी असल्यास कामगारांची कार्यक्षमता वाढून उत्पादकता वाढण्यास मदत होते.

(४) सामाजिक घटक – औद्योगिक उत्पादकतेवर सामाजिक घटकही परिणाम करतात. समाजिक शांतता आणि सुव्यवस्था औद्योगिक उत्पादन वाढीसाठी आवश्यक असते. उदा. संप, टाळेबंदी, आंदोलने यांसारख्या वेगवेगळ्या घटनांमुळे

औद्योगिक उत्पादनामध्ये अडथळे निर्माण होतात. उदा. कामगार वेळेवर कामावर उपस्थित होऊ शकत नाहीत, कच्च्या मालाचा पुरवठा वेळेवर आणि नियमितपणे होऊ शकत नाही यांसारख्या विविध समस्यांमुळे औद्योगिक उत्पादकतेवर परिणाम घडून येतात. त्यामुळे 'सामाजिक घटक' हा औद्योगिक उत्पदकतेवर परिणाम करणार एक महत्त्वाचा घटक आहे.

(५) व्यवस्थापकीय घटक – What to produce? When to produce? How to produce? How much to produce? etc. अर्थात कशाचे उत्पादन करावयाचे ? कधी करावयाचे ? कसे करावयाचे ? किती करावयाचे ? यांसारखे महत्त्वपूर्ण व्यवस्थापकीय निर्णय घेणे आणि त्याचबरोबर (Planning, Staffing, Coordinating, Controlling, Communicating etc.) सर्व उत्पादन घटकांमध्ये योग्य तो समन्वय साधणे यासाठी विशेष कौशल्य प्राप्त व्यवस्थापनाची गरज असते. थोडक्यात, 'व्यवसायिक व्यवस्थापना'ची गरज असते. अशा प्रकारचे योग्य निर्णय घेण्याचे सामर्थ्य असणाऱ्या व्यवस्थापनामुळे उत्पादकतेमध्ये वाढ होते. व्यवसायिक व्यवस्थापनामुळे औद्योगिक उत्पादकतेवर परिणाम होत असल्याचे दिसून येत आहे. व्यवसायिक व्यवस्थापनासाठी व्यवस्थापन शिक्षण आणि प्रशिक्षणाच्या सोयी–सुविधांची उपलब्धता महत्त्वाची आहे. या सर्व गोष्टींचा औद्योगिक उत्पादकतेवर परिणाम होतो.

(६) राजकीय घटक – सरकारी आर्थिक आणि औद्योगिक धोरणाचा औद्योगिक उत्पादन व उत्पादकतेवर परिणाम होतो. काही वस्तूंच्या उत्पादनावर शासकीय धोरणाद्वारे नियमन केले जाते. तसेच, काही वस्तूंच्या उत्पादनावर शासकीय धोरणांचा (राजकीय घटकांचा) परिणाम होत असतो. उदा. फटाक्याच्या उत्पादनावर शासकीय निर्णयाचा परिणाम होतो. कारण काही वेळेस कमी आवाजाचे, कमी प्रदूषण करणारे फटाकेच उडविण्याचे बंधन असते. त्यामुळे इतर प्रकारच्या फटाकांच्या उत्पादनावर प्रतिकूल परिणाम घडून येतो. शासकीय धोरणाचा उत्पादनावरील आणि उत्पादकतेवरील परिणामाचे उदाहरण म्हणजे कोविड–१९ साथीच्या काळात विविध प्रकारच्या वैद्यकीय उपकरणांच्या उत्पादनावर विशेष लक्ष केंद्रीत करण्यात आले. उदा. मास्कचे उत्पादन, हँड सॅनिटायझरचे उत्पादन इत्यादी तसेच, प्लास्टिक वापराबाबत शासकीय धोरणाचा प्लास्टिक वस्तू उत्पादनावर आणि उत्पादकतेवर परिणाम होतो. विविध वस्तूंवरील कर आणि कर सवलती यांचासुद्धा प्रत्यक्ष आणि अप्रत्यक्ष परिणाम औद्योगिक उत्पादकतेवर होत असतो.

(७) उद्योगाचा आकार – जर उद्योगाचा आकार मोठा असेल तर उद्योगामध्ये उपलब्ध जागा, यंत्रसामग्री, कच्चा माल, कामगार, व्यवस्थापक इत्यादी घटकांमुळे मोठ्या प्रमाणात उत्पादन घेणे शक्य होते. तसेच मोठ्या उद्योगामध्ये श्रमविभागणी

करता येणे शक्य असल्याने उत्पादकतेमध्ये वाढ होते. तर छोट्या उद्योगात भांडवल, भूमी, यंत्रसामग्री इत्यादीसारख्या अनेक घटकांच्या मर्यादा असतात. तेथे श्रमविभागणी करणे शक्य नसते. त्यामुळे त्याचा परिणाम औद्योगिक उत्पादकतेवर होतो.

(८) श्रमिकाची गुणवत्ता किंवा कौशल्य – कुशल, अनुभवी, विशेष पात्रता असणारे कामगार त्यांचे काम कार्यक्षमतेने आणि गुणवत्तापूर्ण करू शकतात. तसेच कामगारांचे आरोग्य महत्त्वाचे आहे. उत्तम आरोग्य असणारे कामगार पूर्ण क्षमतेने काम करू शकतात. त्यामुळे श्रमिकाची गुणवत्ता व कौशल्य हा औद्योगिक उत्पादकतेवर परिणाम करणारा महत्त्वाचा घटक आहे.

(९) शिक्षण व प्रशिक्षण – कामगारांकडून पूर्ण कार्यक्षमतेने आणि गुणवत्तापूर्ण काम करून घेण्यासाठी त्यांना कामासंबंधी शिक्षण तथा प्रशिक्षण उपलब्ध करून दिल्यास, कामगारांच्या कार्यक्षमतेवर परिणाम होऊन उत्पादकतेमध्ये वाढ होण्यास मदत होते.

वरील सर्व घटक परस्परांशी संबंधीत आहेत. त्यामुळे काही ठराविक घटकांमुळेच औद्योगिक उत्पादकतेवर परिणाम घडून येतात, असे म्हणता येत नाही. औद्योगिक उत्पादकतेच्या दृष्टिकोनातून वरील सर्व घटक तितकेच महत्त्वपूर्ण आहेत.

३.३ भारतातील औद्योगिक वृद्धी व उत्पादकता (Industrial Growth and Productivity in India)

स्वातंत्र्योत्तर काळात वेळोवेळी उद्योगांमधील गुंतवणूक वाढवून उद्योगांचे आधुनिकीकरण, यांत्रिकीकरण यांसारख्या बाबींना प्राधान्य देण्यात आले. तसेच कुशल मनुष्यबळाची उपलब्धता व्हावी यासाठी शिक्षण आणि प्रशिक्षणाच्या सोयी-सुविधा निर्माण करण्यात आल्या. त्यामुळे भारतातील औद्योगिक उत्पादकता आणि कार्यक्षमता यामध्ये सातत्याने बदल होत आहे. भारतामध्ये १९९१ च्या आर्थिक व औद्योगिक सुधारणानंतरच्या काळात औद्योगिक वृद्धी दरामध्ये सतत बदल घडून आले आहेत. भारतातील औद्योगिक उत्पादन वाढीचा आढावा खालीलप्रमाणे आहे.

तक्ता क्र. ३.१ भारतातील औद्योगिक उत्पादनाचा वृद्धीदर

पंचवार्षिक योजना	वृद्धी दर
पहिली योजना (१९५१-५६)	७.५%
दुसरी योजना (१९५६-६१)	६.६%
तिसरी योजना (१९६१-६६)	९.०%

पंचवार्षिक योजना	वृद्धी दर
वार्षिक योजना (तीन) (१९६६-६९)	१.६%
चौथी योजना (१९६९-७४)	४.५%
पाचवी योजना (१९७४-७९)	५.९%
वार्षिक योजना (एक) (१९७९-८०)	१.१%
सहावी योजना (१९८०-८५)	६.४%
सातवी योजना (१९८५-९०)	८.५%
वार्षिक योजना (दोन) (१९९०-९२)	४.४%
आठवी योजना (१९९२-९७)	६.८%
नववी योजना (१९९७-०२)	५.७%
दहावी योजना (२००२-०७)	८.८२%
अकरावी योजना (२००७-१२)	७.९%

(संदर्भ – पर्यावरण आणि विकासाचे अर्थशास्त्र, डॉ. अविनाश कुलकर्णी व डॉ. प्रविण जाधव, पायल पब्लिकेशन्स, पुणे, जून २०१६)

भारतातील औद्योगिक उत्पादनाच्या वृद्धीदराचे निरिक्षण करता असे लक्षात येते की, हा औद्योगिक उत्पादन वृद्धीदर स्थिर नसून वेगवेगळ्या पंचवार्षिक योजनांच्या काळात कमी अधिक असल्याचे आढळून येते. त्यापैकी वार्षिक योजना (तीन) (१९६६-६९) काळात हा वृद्धी दर तर १.६ टक्के इतका कमी नोंदविला गेला, तर १९७९-८० मध्ये तर हा दर १.१ इतका कमी नोंदविला गेला आहे. तर सर्वाधिक वृद्धी तिसऱ्या पंचवार्षिक काळात ९ टक्के इतका होता. संपूर्ण भारतातील औद्योगिक उत्पादन निर्देशांक पुढीलप्रमाणे आहे.

तक्ता क्र. ३.२ भारतातील औद्योगिक उत्पादन निर्देशांक

वर्ष	उत्पादन निर्देशांक
२००१-०२	२.७
२००२-०३	५.७
२००३-०४	७.०
२००४-०५	८.४

वर्ष	उत्पादन निर्देशांक
२००५–०६	८.२
२००६–०७	१०.९
२००७–०८	९.२

(संदर्भ – Economic Survey 2007-08, Oxfered University Press, New Delhi, 2008, pg 182)

वरील तक्त्यावरून २१ व्या शतकाच्या सुरुवातीच्या काळात भारतातील औद्योगिक उत्पादनाचा दर हा सतत वाढता होता. हा औद्योगिक वृद्धी दर औद्योगिक उत्पदकता आणि कार्यक्षमता यामधील बदल दर्शवितो.

आलेख क्र. ३.१ भारतातील औद्योगिक वृद्धी दर

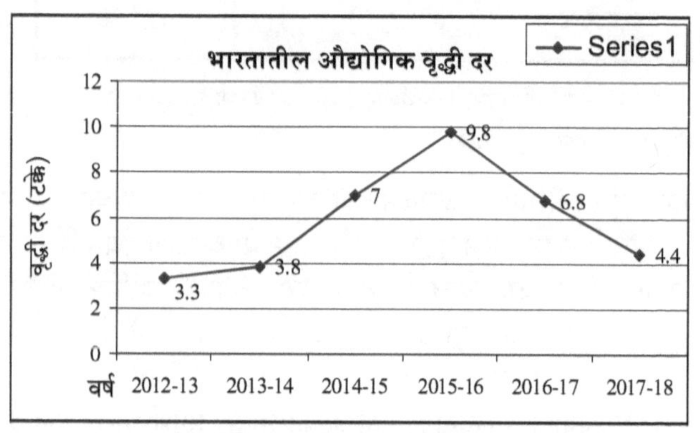

(संदर्भ – Economic Survey of Maharashtra 2017-18)

औद्योगिक वृद्धी दराप्रमाणेच भारतातील उत्पादकतेमध्येही बदल घडून आले. वस्तू व सेवांच्या उत्पादकते संदर्भात भारतातील श्रमाची उत्पादकताही आर्थिक सुधारणानंतरच्या काळामध्ये वाढली आहे. ही उत्पादकता १९८१–८२ ते १९९२– ९३ याकाळात सरासरी २ टक्क्यांनी वाढली. तर १९९३–९४ ते २००७–०८ या कालावधीत श्रमाची उत्पादकता सरासरी ३.९ टक्के इतकी वाढली. त्यानंतर २००८– ०९ ते २०१६–१७ या कालावधीत श्रमाची उत्पादकता सरासरी ४.५ टक्के इतकी वाढली आहे. यावरून असे दिसून येते की औद्योगिक उत्पादनाच्या घटकांपैकी श्रम या उत्पादन घटकाची उत्पादकता सातत्याने वाढत आहे.

परंतु असे असले तरी, उत्पदनाच्या सर्व घटकांच्या उत्पादकतेमध्ये (Total Factor Productivity) मात्र कमी-अधिक प्रमाणात बदल घडून आलेला दिसून येतो. १९९३-९४ ते २००७-०८ या कालावधीमध्ये सर्व उत्पादन घटकांची उत्पादकता १.२ टक्के होती. ही सर्व घटकांची उत्पादकता २००८-०९ ते २०१६-१७ या कालावधीत सरासरी ०.८ टक्के इतकी झाली. तर ही सर्व घटकांची उत्पादकता २०१४-१५ ते २०१६-१७ या कालावधीत सरासरी २.६ टक्के इतकी वाढली.

यावरून असे दिसून येते की, भारतातील औद्योगिक वृद्धी दरामध्ये आणि औद्योगिक उत्पादकतेमध्ये सतत बदल घडून येत आहेत. मात्र; भारतातील श्रमाची उत्पादकता वाढत असल्याचे दिसून येत आहे. भारतातील औद्योगिक उत्पादकता कमी असण्यासाठी वरील मुद्दा क्र. ३.२ मध्ये दिलेले उत्पादकतेवर परिणाम करणारे विविध घटक कारणीभूत ठरतात.

भारतातील देशांतर्गत स्थूल मूल्यवृद्धी (चालू किंमतीनुसार):- २०११-१२ साली एकूण स्थूल मूल्यवृद्धी ८१.०६ लाख कोटी रु. होती. त्यामध्ये उद्योग क्षेत्राचा हिस्सा ३९.६९ लाख कोटी रु. (३५.५%) इतका होता. २०१३-१४ मध्ये देशांतर्गत स्थूल मूल्यवृद्धी १०३.६६ लाख कोटी रु. इतकी वाढली. त्यामध्ये उद्योग क्षेत्राचा हिस्सा ३०.८ टक्के इतका होता. तर २०१६-१७ मध्ये एकूण स्थूल मूल्यवृद्धी १३७.५१ लाख कोटी रु. पर्यंत वाढली. त्यामध्ये उद्योग क्षेत्राचा हिस्सा ३९.९० लाख कोटी रु. (२९.०२%) इतका होता.

तक्ता क्र. ३.३ मूळ किंमतीनुसार देशांतर्गत स्थूल मूल्यवृद्धीतील (चालू किंमतीनुसार) उद्योग क्षेत्राचा हिस्सा

वर्ष	रक्कम कोटी रुपये
२०११-१२	२६,३५,०५२
२०१२-१३	२९,३१,२६२
२०१३-१४	३१,८८,२७०
२०१४-१५	३४,५५,२२१
२०१५-१६	३६,८३,३५८
२०१६-१७	३९,८९,७९१

(संदर्भ - अर्थसंवाद, मराठी अर्थशास्त्र परिषद, जाने-फेब्रु-मार्च २०१९)

वरील तक्त्यावरून असे दिसून येते की, भारतातील देशांतर्गत स्थूल मूल्यवृद्धीमध्ये

उद्योगक्षेत्राचा हिस्सा रक्षेमेमध्ये सातत्याने वाढत आहे. परंतु, असे असले तरीही त्याचा वृद्धिदर मात्र स्थिर नाही हे खालील आलेखावरून दिसून येते.

आलेख क्र. ३.२ भारतातील उद्योग क्षेत्राचा स्थूल मूल्यवृद्धीचा दर

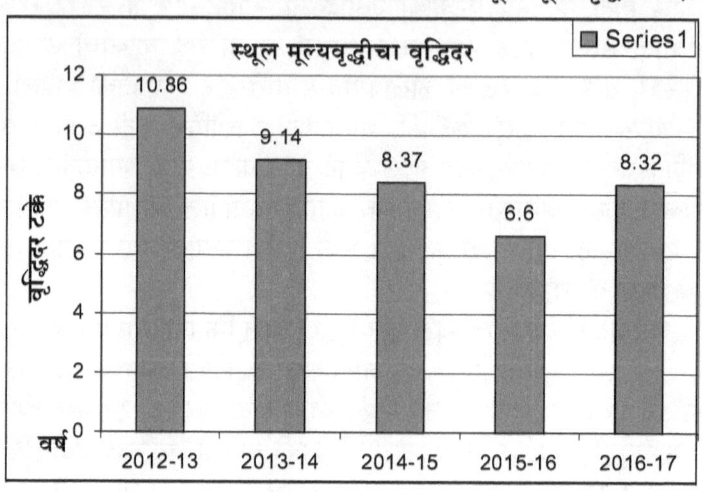

(संदर्भ – अर्थसंवाद, मराठी अर्थशास्त्र परिषद, जाने–फेब्रु–मार्च २०१९)

३.४ औद्योगिक उत्पादकता कमी असण्याची कारणे (Causes of Low Industrial Productivity)

भारतासारख्या विकसनशील देशांमध्ये उत्पादनाच्या घटकांपैकी श्रमाची **उत्पादकता कमी** आहे असे म्हटले जाते. त्याचा परिणाम औद्योगिक उत्पादकतेवरही होतो. त्याची विविध **कारणे** खालीलप्रमाणे सांगता येतील.

(१) शिक्षण व प्रशिक्षणाचा अभाव – आर्थिक कारणांमुळे अथवा शिक्षण–प्रशिक्षणाच्या सुविधेच्या अभावामुळे कामगारांमध्ये योग्य प्रकारच्या शिक्षणाचा अथवा प्रशिक्षणाचा अभाव असल्याचे दिसून येते. त्यामुळे त्याच्या कार्यक्षमतेवर परिणाम होतो आणि परिणामी, त्यांच्या उत्पादकतेवरही परिणाम होतो. आधुनिक यंत्रसामग्रीचा वापर, त्याची दुरुस्ती व देखभाल यासाठी आवश्यक असणाऱ्या कौशल्याअभावी औद्योगिक उत्पादकता कमी असल्याचे दिसून येते.

(२) कामगारांची अनुपस्थिती – भारतामध्ये कामगारांच्या अनुपस्थितीसाठी अनेक वेगवेगळी कारणे असतात. त्यामुळे त्यांची एकूण उत्पादकता कमी असते. त्याचा परिणाम औद्योगिक उत्पादकतेवरही होतो.

(३) प्रवासी प्रवृत्ती – भारतामधील औद्योगिक क्षेत्रातील बहुसंख्य कामगार हे ग्रामीण भागातून अथवा वेगवेगळ्या प्रदेशातून स्थलांतर करून आलेले असतात. त्यांना पुन्हा आपल्या मूळ गावाकडे किंवा प्रदेशामध्ये जाण्याची नेहमी उत्सुकता असते. त्यामुळे अशा श्रमिकांच्या कुशलतेसाठी व्यवस्थापनास प्रशिक्षणाचा खर्च करणे अवघड जाते. परिणामी, उद्योगांची उत्पादकता कमी असते.

(४) उत्पन्नाचे इतर स्रोत – औद्योगिक कामगारांपैकी अनेक कामगारांना उत्पन्नाचे इतरही स्रोत उपलब्ध असतात. उदा. शेतीची कामे, जोडधंदा इत्यादी. त्यामुळे कामगार त्या उद्योगामध्ये पूर्णक्षमतेने काम करू शकत नाहीत. परिणामी, कामगारांच्या औद्योगिक उत्पादकतेवर परिणाम होतो.

(५) कमी उत्पन्न – अनेक उद्योगांमध्ये कामगारांना कमी वेतन अथवा मजुरी मिळते. त्यामुळे त्यांच्या राहणीमानाच्या दर्जावर विपरित परिणाम होतो. त्याचा त्यांच्या आरोग्यावरही परिणाम होतो. परिणामी, त्यांच्या कार्यक्षमतेवर आणि उत्पादकतेवरही परिणाम होऊन उत्पादकता कमी होते.

(६) व्यसनाधीनता – कामगारांमध्ये व्यसनाधीतेनमुळे त्यांचा वेळ आणि पैसा दोन्ही गोष्टी खर्ची पडतात. त्याचा विपरित परिणाम त्यांच्या कार्यक्षमतेवर आणि उत्पादकतेवर होतो.

(७) नैसर्गिक कारणे – नैसर्गिक कारणांमुळेही कामगारांच्या उत्पादकतेवर परिणाम होतो. उदा. अति उष्ण किंवा अति थंड हवामानामुळे कामगारांच्या उत्पादकतेवर तसेच औद्योगिक उत्पादकतेवरही परिणाम होतो. नैसर्गिक आपत्तींमुळे कच्च्या व पक्क्या मालाचे नुकसाने झाल्याने औद्योगिक उत्पादनावर परिणाम होऊन उत्पादकता कमी होते. तसेच, कामगारांचे वय हासुद्धा महत्त्वाचा घटक आहे जो कार्यक्षमता आणि उत्पादकतेवर परिणाम करतो. तसेच, काम करण्याची जागा स्वच्छ व हवेशीर प्रदूषणमुक्त असल्यास उत्पादकेमध्ये वाढ होते.

(८) औद्योगिक संबंध – व्यवस्थापन व कामगार यांच्यामध्ये वैयक्तिक व सलोख्याचे संबंध असल्यास उत्पादकता वाढते. त्यांच्यामधील संबंध तणावपूर्ण असतील तर त्याचा उत्पादकतेवर विपरित परिणाम होऊन उत्पादकता कमी होते.

(९) आधुनिकीकरण – उत्पादनासाठीची यंत्रसामग्री, उत्पादनाची अवजारे यांचे आधुनिकीकरण उत्पादन व उत्पादकता वाढविण्यासाठी आवश्यक आहे. नवीन अद्ययावत तंत्रज्ञान वापरल्यास औद्योगिक उत्पादकतेमध्ये वाढ होते. परंतु भारतातील अनेक लघु व मध्यम उद्योगांकडे अद्ययावत यंत्रसामग्रीचा अभाव असल्याने भारतातील औद्योगिक उत्पादकता कमी असल्याचे निदर्शनास येते. उदा. भारतामध्ये कापड

उद्योगामध्ये अनेक ठिकाणी अद्ययावत संपूर्ण स्वयंचलित यंत्रसामग्रीऐवजी जुन्या पद्धतीच्या पावरलूमच्या साहाय्याने उत्पादन घेतले जाते. त्यामुळे औद्योगिक उत्पादकता कमी राहते.

अशा विविध कारणांनी भारतातील श्रमाची उत्पादकता तसेच औद्योगिक उत्पदकता कमी असल्याचे दिसून येते.

३.५ औद्योगिक उत्पादकतेमध्ये सुधारणा होण्यासाठी उपाययोजना (Remedial Measures taken by the Government to Improve Industrial Productivity)

औद्योगिक उत्पादकता वाढावी यासाठी उद्योगांच्या पातळीवर आणि शासकीय पातळीवरही काही महत्त्वपूर्ण उपाययोजना केल्या जात आहेत. त्यापैकी प्रथम शासकीय उपायोजनांची माहिती खालीलप्रमाणे पाहू.

स्वातंत्र्योत्तर काळात १९५२-५४ मध्ये आंतरराष्ट्रीय श्रम संघटनेच्या (International Labour Organisation-ILO) उत्पादकता समितीने भारतात मुंबई आणि अहमदाबाद येथील कापड उद्योगांची पाहणी केली. त्या पाहणीच्या निष्कर्षामध्ये समितीने असे म्हटले की, भारतीय उद्योगांची उत्पादनक्षमता थोड्या प्रयत्नात वाढविणे शक्य आहे. आंतरराष्ट्रीय श्रम संघटनेच्या निष्कर्षानुसार भारत सरकारने उत्पादकता केंद्राची स्थापना केली. या केंद्रांनी उत्पादकता वाढविण्यासाठी प्रशिक्षणाची सोय उपलब्ध केली.

१९५६ साली भारत सरकारने डॉ. व्ही.ए. साराभाई यांच्या अध्यक्षतेखाली एक अभ्यास मंडळ जपानच्या दौऱ्यावर पाठविले. जपानमध्ये औद्योगिक उत्पादकता वाढविण्यासाठी कोणते प्रयत्न केले जातात; त्याचा अभ्यास करून भारतातील औद्योगिक उत्पादकता वाढविण्यासाठी कोणते प्रयत्न करता येतील, याच्या शिफारशी करण्याची जबाबदारी या अभ्यास मंडळावर होती.

या अभ्यास मंडळाच्या सूचनेनुसार १९५८ साली राष्ट्रीय उत्पादकता परिषद (National Productivity Council) स्थापन करण्यात आली. ही परिषद एक 'स्वायत्त मंडळ' म्हणून स्थापन करण्यात आली. ही परिषद तिहेरी संगठन आहे. यामध्ये शासन, उद्योग आणि कामगार यांना समान प्रतिनिधित्व देण्यात आले आहे. तसेच या परिषदेमध्ये इतर व्यवसायिक मंडळी आणि स्थानिक उत्पादकता परिषदांनाही प्रतिनिधित्व दिले गेले आहे. ही परिषद भारतामध्ये उत्पादकता चळवळीस प्रोत्साहन देण्याचे महत्त्वपूर्ण कार्य करते. त्यासाठी परिषदेकडून व्यवहारीक उपयोगात उत्पादकता तंत्राचे मूल्य आणि उत्पादकता संकल्पनेचे ज्ञान देण्याचे कार्य केले जात आहे. ही परिषद

सरकारी अनुदान आणि विशेष सेवा, विविध प्रकाशने यामार्फत मिळणाऱ्या उत्पन्नातून स्वनिधीची उभारणी करते. भारतामध्ये जी उत्पादकता मंडळे निष्क्रिय झालेली आहेत त्यांच्यासाठी स्पर्धात्मक वातावरणाची गरज आहे. या राष्ट्रीय उत्पादकता परिषदेने तिच्या विशेष सेवांचा ७ प्रमुख विभागामध्ये विकास आणि विस्तार केला आहे. हे विभाग म्हणजे तंत्रज्ञान, उद्योग व्यवस्थापन, सहभागी व्यवस्थापन, उत्पादकता संशोधन, माहिती आणि प्रसार, इत्यादी.

राष्ट्रीय उत्पादकता परिषद अर्थव्यवस्थेच्या सर्व क्षेत्रांमध्ये उत्पादकतेबाबत जागृतता निर्माण करण्याचे काम सातत्याने करीत आहे. परिषदेची धोरणे आणि कार्यक्रम यांची अंमलबजावणी दिल्लीस्थित मुख्य कार्यालयाकडून देशभरातील प्रादेशिक संचालकांना निर्देशित केली जाते. 'प्रशिक्षण कार्यक्रम आणि सल्लाविषयक सेवा' हे परिषदेच्या कार्यातील प्रमुख भाग आहेत.

वरील उपाययोजनांबरोबरच भारत सरकारने कामगारांच्या कार्य स्थितीत सुधारणा घडवून आणण्यासाठी 'कारखाना कायदा' लागू केला आहे. त्याचबरोबर कामगारांच्या सामाजिक सुरक्षितता योजनांमध्ये सुधारणा करण्यात आल्या आहेत. त्यामुळे कामगारांच्या आणि औद्योगिक उत्पादकतेमध्ये वाढ घडून आणण्याचा प्रयत्न असल्याचे दिसून येते.

वरील सरकारी उपाययोजनांबरोबरच उद्योगांकडूनही औद्योगिक उत्पादकता आणि कार्यक्षमता वाढविण्यासाठी उपाययोजना केल्या जात आहेत. यामधील प्रमुख उपाययोजना पुढीलप्रमाणे आहेत.

(१) व्यवसायिक व्यवस्थापन – कामगारांच्या कार्यक्षमतेत वाढ घडवून आणण्यासाठी कामगारांना व्यवस्थापनात तसेच लाभामध्ये सहभागी करून घेतले जात आहे. त्यामुळे कामगार अधिक जबाबदारीची भूमिका घेऊन आपली कार्यक्षमता आणि उत्पादकता वाढविण्यासाठी प्रयत्नशील आहेत. त्याचबरोबर उपलब्ध साधनसामग्रीचा पूरेपूर वापर करून व्यवसायिक व्यवस्थापन औद्योगिक उत्पादकतेमध्ये वाढ करून उद्योगांच्या कार्यक्षमतेमध्येही वाढ करीत आहे.

(२) शिक्षण व प्रशिक्षणाची व्यवस्था – अनेक उद्योगसंस्था कामगारांसाठी शिक्षण व प्रशिक्षणाच्या सोयी उपलब्ध करून देतात. त्यामुळे कामगारांच्या कौशल्यामध्ये वाढ होते आणि त्यांच्या उत्पादकतेमध्येही वाढ होते. अशा प्रशिक्षणाच्या सोयी-सुविधा काही उद्योगांच्या आवारामध्ये केल्या आहेत. तेथे तज्ज्ञ प्रशिक्षक प्रशिक्षणासाठी बोलाविले जातात आणि कामगारांना प्रत्यक्ष कामावर प्रशिक्षण दिले जाते, ज्यामुळे त्यांना प्रात्यक्षिक प्रशिक्षण मिळते. त्यामुळे औद्योगिक उत्पादकतेमध्ये वाढ होण्यास मदत होते.

(३) भांडवली गुंतवणूक – औद्योगिक उत्पादकतेमध्ये वाढ होण्यासाठी उद्योगामध्ये आधुनिक यंत्रसामग्री आणि तंत्रज्ञानाचा उपयोग करणे आवश्यक आहे. तसेच कच्च्या आणि पक्क्या मालाची साठवण करण्यासाठी गोदामांची व्यवस्था आणि उद्योगासाठी दळणवळणाच्या सोयी उपलब्ध करण्यासाठी भांडवली गुंतवणूक गरजेची आहे. भांडवली गुंतवणुकीने उद्योगसंस्थेच्या आकारामध्ये वाढ होऊन उत्पादन आणि उत्पादकतेमध्ये वाढ होते.

(४) वेतनपातळीत वाढ – कामगारांच्या वेतनामध्ये वाढ झाल्यास कामगारांची आर्थिक परिस्थिती सुधारण्यास मदत होईल आणि त्यांच्या राहणीमानात सुधारणा झाल्याने त्यांच्या कार्यक्षमतेमध्ये आणि उत्पादकतेमध्ये वाढ होण्यास मदत होईल.

(५) व्यवस्थापन व कामगार संबंध – कामगारांविषयी व्यवस्थापकीय दृष्टिकोनामध्ये बदल घडवून कामगार व व्यवस्थापन यांच्यामध्ये सलोख्याचे संबंध प्रस्थापित केल्यास उत्पादकता वाढण्यास मदत होते. तसेच कामगारांसाठी सकस आहार, वैद्यकीय सोयी-सुविधा, निवास व्यवस्था इत्यादीसारख्या कामगार कल्याणाच्या सुविधा पुरविल्यास कामगारांच्या कार्यक्षमतेवर आणि उत्पादकतेवर परिणाम होऊन त्यामध्ये वाढ होण्यास मदत होते.

अशा प्रकारे सरकारकडून आणि उद्योगांकडून औद्योगिक उत्पादकता वाढविण्यासाठी विविध उपाययोजना आखल्या जात आहेत.

३.६ कौशल्य विकास आणि उत्पादकता (Skill Development and Industrial Productivity)

'कौशल्य' हे रोजगार निर्माण, उत्पादन, देशाची उत्पादकता व आर्थिक वृद्धी याच्या केंद्रभागी आहे. उद्योगांची अर्थात औद्योगिक उत्पदकता वाढावी आणि आर्थिक विकास व्हावा यासाठी अनेक प्रयत्न केले जात आहेत. उद्योगांना कुशल मनुष्यबळाचा पुरवठा आवश्यक आहे. त्यामुळे उत्पादनाचे काम गुणवत्तापूर्ण होते आणि उत्पादन घटकांची उत्पादकता वाढते. त्यादृष्टिकोनातून कौशल्य विकासाचे कार्यक्रम आखले जात आहेत. त्याविषयीची माहिती खालीलप्रमाणे आहे.

कुशल कामगाराची स्पष्ट अशी व्याख्या करण्यात आलेली नाही. ही संज्ञा साहित्यामध्ये व्यापक गुणधर्म किंवा गुणविशेषाच्या संदर्भातून वापरली जाते. परंतु, व्यवहारीकदृष्टीने विपणन किंवा व्यवसायिक कौशल्य यादृष्टिनेही वापरली जाते ज्यामध्ये बाजारमूल्य असलेले कोणतेही कौशल्य/विशेषतः/क्षमता असते. तसेच त्यामध्ये उत्पन्न किंवा रोजगार निर्माण करण्याचे गुणधर्म असतात.

'कौशल्य विकास' हा व्यक्ती, उद्योग आणि राष्ट्रीय पातळीवरील उत्पादकता

वाढविण्यासाठी महत्त्वपूर्ण आहे. कारण एका बाजूस प्रत्यक्ष भांडवल आणि मनुष्यबळ तर दुसऱ्या बाजूस तंत्रज्ञान आणि मनुष्यबळ यांच्यामधील परस्पर पूरक संबंध महत्त्वपूर्ण असल्याचे दिसून येते. आज भारतामध्ये उपलब्ध मनुष्यबळास रोजगारक्षम बनविण्यासाठी कुशल आणि ज्ञानी बनविणे आवश्यक आहे की ज्यामुळे ते देशाच्या आर्थिक वृद्धीमध्ये शाश्वत योगदान देऊ शकतील. या दृष्टिकोनातून कौशल्य विकासाचे जे धोरण आखण्यात आले त्याविषयीची माहिती खालीलप्रमाणे आहे.

कौशल्य विकासाचे धोरण – २००९ साली भारत सरकारच्या श्रम आणि रोजगार मंत्रालयाने कौशल्य विकासासाठी एका राष्ट्रीय धोरणाची आखणी केली होती. त्यामागचा उद्देश हा होता की, देशातील लोकांच्यामध्ये कौशल्याचा विकास व्हावा. त्यांची ज्ञान वृद्धी व्हावी. त्यांना चांगल्या रोजगारासाठी राष्ट्रीय आणि आंतरराष्ट्रीय मान्यता प्राप्त शैक्षणिक उपलब्धता व्हावी आणि जागतिक श्रम बाजरात भारताच्या स्पर्धात्मकतेची खात्री व्हावी हा होता.

त्यानंतर, १५ जुलै २०१५ रोजी पंतप्रधान मा. नरेंद्र मोदी यांनी कौशल्य विकास आणि उद्योजकता यासाठी राष्ट्रीय धोरण लागू केले (National Policy for Skill Development and Entrepreneurship-NPSDE, 2015). या धोरणाने रोजगार क्षमता आणि उत्पादकता सुधारणा व कौशल्य यांची जोडणी केली. या धोरणाबरोबरच पंतप्रधानांनी प्रधानमंत्री कौशल विकास योजनेची (Pradhan Mantri Kaushal Vikas Yojana-PMKVY, 2015) सुरुवात केली.

अशा प्रकारे देशातील रोजगारात सुधारणा घडून यावी. त्याचबरोबर उद्योगांमधील उत्पादकता वाढावी आणि आर्थिक वृद्धी व विकास व्हावा यासाठी कौशल्य विकास आणि उत्पादकता यामध्ये महत्त्वपूर्ण संबंध प्रस्थापित करण्यात आले.

३.७ सार्वजनिक क्षेत्राची कामगिरी (Performance of Public Sector)

स्वातंत्र्योत्तर काळात १९५६ सालच्या औद्योगिक धोरणाने अवजड व मूलभूत उद्योग सार्वजनिक क्षेत्रात सुरू करण्याचा निर्णय घेतला गेला. त्यानंतर पंचवार्षिक योजनांमध्ये सार्वजनिक क्षेत्राचा विस्तार करण्यात आला. आज केंद्र सरकार आणि राज्य सरकार यांच्या मालकीचे अनेक उद्योग आहेत. या उद्योगांची संख्या अंदाजे १००० पेक्षा अधिक आहे. त्यापैकी ८०० उद्योग राज्य सरकारच्या मालकीचे आहेत, तर उर्वरित केंद्र सरकारच्या मालकीचे आहेत. केंद्र सरकारच्या उद्योगांची संख्या २००५ मध्ये २३९ होती त्यामध्ये एकूण ३,९३,०५७ कोटी रुपये गुंतवणूक होती. संरक्षण साहित्यासह औद्योगिकीकरणात वाढ व्हावी यासाठी सरकारने लोह व पोलाद, अवजड यंत्रे, कोळसा, वीज निर्मितीची अवजड उपकरणे, पेट्रोलियम, गॅस, रसायने, औषधे, खते यांसारखे अनेक उद्योग सुरू केले.

१९५१ साली भारतातील सार्वजनिक क्षेत्रातील उद्योगांची संख्या अवघी ५ इतकी होती. ३१ मार्च २००७ रोजी भारतामध्ये केंद्रीय सार्वजनिक क्षेत्रातील उद्योगांची (Central Publics Sector Enterprises - CPSEs) संख्या २४४ होती. त्यामध्ये एकूण आवर्ती गुंतवणूक ४,२१,०८९ कोटी रुपयांची होती. त्यामध्ये एकूण १६.१४ लाख लोक काम करत होते. (यामध्ये हंगामी व कंत्राटी कामगारांचा समावेश नाही). या केंद्रीय सार्वजनिक क्षेत्रातील २४४ उद्योगांची एकूण उलाढाल ९,९६,४१० कोटी रुपयांची होती. तर त्यांचा निव्वळ नफा ८१,५५० कोटी रुपये होता. केंद्रीय सार्वजनिक क्षेत्रातील उद्योगांमधील उत्पादक क्षेत्राचा वृद्धी दर ६४.६२ टक्के होता, त्यानंतर सेवा उद्योगाच वृद्धी दर १८.९१ टक्के होता, खनिज उद्योगांचा वृद्धी दर ११.७५ टक्के, तर विद्युत वृद्धी दर ४.६९ टक्के होता.[२]

३१ मार्च २०१९ रोजी भारतातील केंद्रीय सार्वजनिक क्षेत्रातील उद्योगांची (Central Publics Sector Enterprises - CPSEs) संख्या ३४८ इतकी होती. त्यापैकी २४९ उद्योग कार्यरत होते तर ६८ उद्योग उभारणीच्या प्रक्रियेमध्ये होते, १३ उद्योग समापनाच्या (Liquidation or Closure) प्रक्रियेत होते. ३१ मार्च २०१९ रोजी या उद्योगांची एकूण वित्तीय गुंतवणूक १६,४०,६२८ कोटी रुपये होती, तर एकूण भरणा झालेले भांडवल (paid up capital) २,७५,६९७ कोटी रुपये होते. केंद्रीय सार्वजनिक क्षेत्रातील उद्योगांपैकी १७८ उद्योगांचा एकूण नफा २०१८–१९ मध्ये १,७४,५८७ कोटी रुपये इतका होता.[३]

३.७. भारतातील सार्वजनिक व खासगी क्षेत्रापुढील आव्हाने (Challenges to Public and Private Sector)

(अ) सार्वजनिक क्षेत्रातील समस्या तथा आव्हाने

भारतातील सार्वजनिक क्षेत्रातील उत्पादन संस्थांना खासगी क्षेत्रातील उत्पादन संस्थांप्रमाणे नावलौकिक प्राप्त करण्यात अपयश आले.[४] त्यांची प्रमुख आव्हाने खालीलप्रमाणे आहेत.

(१) प्रकल्पाचे नियोजन व निर्माण – सार्वजनिक क्षेत्राचा विस्तार, आधुनिकीकरण, भांडवली गुंतवणूक, प्रशिक्षित कामगार इत्यादी संदर्भात सार्वजनिक

---

[२]Economic Survey 2007-08, Oxfered University Press, New Delhi, 2008 Page 182

[३]http://www.pib.gov.in/PressRelease Accessed 01-04-2019

[४]भारतातील सार्वजनिक क्षेत्रातील सर्वच उद्योगांना नावलौकिक प्राप्त करण्यात अपयश आले असे नाही, तर काही अपवाद वगळून या क्षेत्रातील अनेक उद्योगांना अपयश आले.

क्षेत्रातील प्रकल्पाचे नियोजन आणि निर्माण या पातळीवर अपयश आले. त्यामुळे सार्वजनिक क्षेत्राच्या विकासापुढे अनेक आव्हाने निर्माण झाली.

(२) उपक्रमांच्या संघटनेचे स्वरूप – भारतात सार्वजनिक उपक्रमांचे संघटन एका विशिष्ट पद्धतीने होत नाही. त्यांचे विविध प्रकार भारतात आढळून येतात. यामध्ये सरकारी प्रमंडळे, वैधानिक निगम, संयुक्त भांडवली संस्था इत्यादींसारख्या वेगवेगळ्या स्वरूपाच्या संस्था सार्वजनिक क्षेत्रात आढळून येतात.

(३) उपक्रमाचे दायित्व – सार्वजनिक उद्योगांवर सरकारकडून खर्च केला जातो म्हणून असा खर्च मान्य असतो किंवा नाही याकडे लक्ष द्यावे लागते. त्यासाठी लोकप्रतिनिधी गृह (संसद) तथा सरकारचे या क्षेत्रातील उत्पादन संस्थांवर संपूर्ण नियंत्रण असते.

(४) वित्तीय प्रबंधन – सार्वजनिक क्षेत्रातील संस्थांना व्यवसायिक तत्त्वावर कार्य करण्यामध्ये अडचणी आहेत. जेव्हा त्यांची प्रशासकीय व वित्तीय पद्धती अनुकूल होईल तेव्हाच त्या व्यवसायिक तत्त्वावर कार्य करू शकतील.

(५) तंत्रज्ञानाची समस्या – सार्वजनिक क्षेत्रातील काही उद्योग विदेशी सहकार्याने चालविले जात असल्यामुळे भारतातील काही तंत्रज्ञांना विदेशी तंत्रज्ञांच्या मार्गदर्शनाखाली काम करावे लागते. परिणामी, त्यांच्यामधील गुणांना संधी मिळत नाही आणि सतत विदेशी मार्गदर्शकांवर अवलंबून राहावे लागते.

(६) भांडवली साधनसामग्री – या क्षेत्रातील उद्योगांना लागणारी भांडवली साधनसामग्री सरकारमार्फत पुरविली जाते. त्यामुळे या क्षेत्रातील उद्योगांना भांडवल सहजतेने उपलब्ध होत नाही. तसेच एखाद्या प्रकल्पासाठी स्वदेशी वा परकीय भांडवल गुंतवणूक याविषयी निर्णय घेण्याच्या प्रक्रियेत अडथळे आहेत. त्यामुळे भांडवलाची कमतरता जाणवते.

(७) श्रम गुणवत्ता – या क्षेत्रातील उद्योगांमध्ये वरिष्ठ अधिकाऱ्यांच्या भरती प्रक्रियेत पात्रता व गुणवत्ता लक्षात घेतली जात नाही. त्याचा परिणाम या क्षेत्रातील उत्पादनावर होण्याची शक्यता असते. या क्षेत्रात प्रशिक्षित कामगारांचा अभाव आढळून येतो.

तसेच साधनसामग्री, कच्चा माल यांचा योग्य वापर केला जात नाही. अनावश्यक प्रमाणात वस्तूंचा साठा करून ठेवला जातो.

अशा विविध समस्या किंवा आव्हाने सार्वजनिक क्षेत्रातील उद्योगांपुढे असल्याचे सांगितले जाते.

(ब) खासगी उद्योग क्षेत्रापुढील समस्या किंवा आव्हाने

सार्वजनिक क्षेत्राप्रमाणेच खासगी उद्योग क्षेत्रापुढेही अनेक आव्हाने आहेत. परंतु या समस्या किंवा आव्हाने अथवा त्यांचे स्वरूप वेगळे आहे. खासगी उद्योगांपुढील समस्या तथा आव्हाने खालीलप्रमाणे आहेत.

कार्यपद्धतीतील दोष – एखादा उद्योग सुरू करताना त्यामध्ये अनेक अडचणी तथा आव्हाने आहेत. परवाना प्राप्त करणे, भांडवल नियंत्रण अधिकाऱ्यांकडून संमतीपत्र प्राप्त करणे, आयात नियंत्रण अधिकाऱ्यांकडून संमतीपत्र मिळविणे इत्यादी अनेक आव्हाने खासगी क्षेत्रापुढील उद्योगांपुढे आहेत.

कालबाह्य नियंत्रणे – औद्योगिक क्षेत्रात विशेषत: भांडवली उद्योग क्षेत्रात निरनिराळ्या परिस्थितीत उत्पादनावर घातलेली नियंत्रणे परिस्थितीत बदल घडूनही तशीच चालू आहेत. तसेच काही वस्तूंच्या बाबतीत कमाल किंमतीची मर्यादा इतकी खाली ठेवली जाते की, ज्यादा उत्पादन घेतल्यास नुकसान होण्याची शक्यता निर्माण होते. बाजारात वस्तूंची कमतरता असताना त्यांच्या वाढत्या उत्पादनावरील निर्बंध शिथिल केले जात नाहीत.

उत्पादन खर्चात वाढ व स्पर्धेतील घट – स्वातंत्र्योत्तर काळात भारतामध्ये सातत्याने भाववाढ होत आहे. कच्च्या मालाच्या वाढत्या किंमती, वाढते मजुरीचे दर, वैधानिक किमान वेतन, किमान बोनसचा दर, वाढते कर, स्थापित उत्पादन क्षमतेच्या वाढीवरील निर्बंध, या व इतर अनेक कारणांमुळे उद्योगांच्या उत्पादन खर्चात वाढ होते. तर दुसऱ्या बाजूस मोठमोठ्या बहुराष्ट्रीय कंपन्यांच्या मक्तेदारीमुळे स्पर्धेत घट होत असल्याने खासगी क्षेत्रापुढे अनेक समस्या तथा आव्हाने निर्माण होत आहेत.

वित्तपुरवठ्याची समस्या – मोठ्या खासगी उद्योगांच्या वित्तपुरवठ्याच्या संदर्भात काही समस्या आहेत. स्वातंत्र्योत्तर काळात बऱ्याच वित्तीय संस्थादेखील स्थापन झाल्या आहेत. तरीही भांडवली गुंतवणूकीवरील परतावा दर अथवा जास्तीचे व्याज दर यांमुळे स्वस्त व सुलभ वित्तपुरवठ्याची समस्या भेडसावते आहे. विदेशी भांडवली गुंतवणुकीचा पर्याय असला तरी, त्यामध्येही अनेक समस्या आहेत. भांडवलाची परतफेड करताना असणारा परकीय चलन दर आणि परतफेड करावी लागणारी रक्कम यामध्ये मोठी तफावत असू शकते. यांसारख्या अनेक वित्तीय समस्या तथा आव्हाने खासगी उद्योगांपुढे आहेत.

३.८ उद्योगसंस्थेचा आकार निर्धारित करणारे घटक (Determinants of the Size of Firm)

वेगवेगळ्या उद्योगसंस्थेचा आकार हा भिन्न स्वरूपाचा असतो. उद्योगसंस्थेचा

आकार अनेक घटकांवर अवलंबून असतो. हा आकार निर्धारित करणारे निरनिराळे घटक खालीलप्रमाणे आहेत.

(१) तांत्रिक घटक – उद्योगामध्ये आवश्यक असणारी यंत्रसामग्री आणि त्यासाठी आवश्यक असणारे तंत्रज्ञान हे महत्त्वाचे घटक, उद्योगाचा आकार निर्धारित करण्यावर प्रभाव पाडतात. उद्योगामध्ये अत्याधुनिक स्वयंचलित यंत्रसामग्री वापरून मोठ्या प्रमाणात उत्पादन घेतले जात असल्यास उद्योगाचा आकार मोठा असतो. तर उद्योगामध्ये स्वयंचलित अवजड यंत्रसामग्री ऐवजी छोटी–छोटी यंत्रे वापरून उत्पादन घेतले जात असल्यास, उद्योगाचा आकार तुलनेने लहान असतो. उदा. संपूर्णपणे स्वयंचलित यंत्रसामग्री वापरून कापडाचे उत्पादन घेणारे उद्योग 'मोठे उद्योग' म्हणून ओळखेले जातात. तर पावरलूमसारखी यंत्रसामग्री वापरून कापड उत्पादन घेणारे उद्योग तुलनेने 'लहान उद्योग' म्हणून ओळखले जातात. तसेच हँडलूम म्हणजे हाताने कापड उत्पादन घेणारे उद्योग हे 'लघु उद्योग' म्हणून ओळले जातात.

(२) कच्चा माल – उद्योगसंस्थेचा आकार कच्च्या मालाच्या वापरावरही अवलंबून असतो. कच्चा माल वाया जाऊ न देता त्याचा अत्यंत काटकसरीने उपयोग करून उत्पादन घेतले जात असेल तर उद्योगसंस्थेचा आकार मोठा ठेवता येऊ शकतो. जर कच्च्या मालाचा वापर योग्य प्रकारे होत नसेल, तर उत्पादन खर्चात वाढ होते आणि उद्योगाचा आकार वाढविणे कठीण होते.

(३) इंधन उपयोग – एखादी उद्योगसंस्था किती मोठी आहे किंवा तिचा आकार हा ती वापर करीत असलेल्या इंधनावरही अवलंबून असतो. इंधनाचा उपयोग काटकसरीने करून उत्पादनामध्ये वाढ होत असेल तर उद्योगसंस्थेचा आकार मोठा असतो.

(४) कामगार संख्या – उद्योगामध्ये मोठ्या प्रमाणात भांडवली गुंतवणूक केलेली असेल आणि उत्पादनाचे प्रमाणही मोठे असेल, तर तेथे कामगार संख्यासुद्धा मोठी असते. परिणामी, उद्योगसंस्थेचा आकार मोठा असतो. जर कामगार संख्या कमी असेल आणि उत्पादनाचे प्रमाणही कमी असेल, तर उद्योगाचा आकार तुलनेने लहान असतो.

(५) उत्पादनाचे प्रमाण – उद्योगामध्ये गुंतविलेल्या भांडवलावर उद्योगसंस्थेचा आकार अवलंबून असतो. तसेच तो उत्पादनावरून ठरविता येतो. जर उद्योगसंस्थेत साधनसामग्रीचा योग्य वापर करून जास्तीत जास्त उत्पादन कमीत कमी खर्चामध्ये होत असेल, तर उद्योगसंस्थेचा आकार योग्य स्वरूपाचा आहे असे म्हणता येईल. केवळ मोठ्या प्रमाणात उत्पादन करणारी उद्योगसंस्था मोठी आहे असे समजणे चुकीचे ठरू शकते.

(६) भांडवली गुंतवणूक – तांत्रिकदृष्ट्या उत्पादन मोठ्या प्रमाणात घ्यावयाचे असेल तर भांडवली गुंतवणुकीचे प्रमाणही मोठे असावयास हवे. उदा. लोह व पोलाद, कोळसा, विद्युत प्रकल्प यांसारख्या उद्योगामध्ये मोठ्या प्रमाणात भांडवली गुंतवणूक करावी लागते. त्यामुळे भांडवली गुंतवणुकीवरही उद्योगसंस्थेचा आकार निर्धारित होत असतो.

३.९ उद्योगसंस्थेचा पर्याप्त आकार आणि तो निर्धारित करणारे घटक (Optimum Size of Firm and its Determinants)

उद्योगसंस्था (Firm) ही संकल्पना, व्यवसायिक एकक (Unit) किंवा उद्योग जो मालकी असलेले यंत्रकूल (Plant), कारखाना, कार्यशाळा, गोदाम किंवा वाहतूक डेपो नियंत्रित व व्यवस्थापन करतो त्यासंदर्भात वापरली जाते. म्हणून ही संकल्पना व्यापक आहे. त्यासाठी एककाचे नियंत्रण, मालकी आणि व्यवस्थापन गरजचे असते. अशा प्रत्येक उद्योग-व्यवसायाचा आकार हा भिन्न भिन्न असतो. उद्योगसंस्थेचा आकार वृद्धिंगत व्हावा यासाठी उद्योजक नेहमी प्रयत्नशील असतात. परंतु उद्योगाचा नेमका आकार किती असावा की, जो जास्तीत जास्त फायदेशीर असेल हे मात्र उद्योगाच्या स्वरूपावरूनच ठरते.

मात्र, जिथे व्यवसायिक कार्याचा परिपूर्ण उपयोग केला जातो आणि प्रत्येक नगाचे उत्पादन कमीतकमी खर्चामध्ये आणि एकूण उत्पादन पर्याप्त प्रमाणात घेतले जाते त्या उद्योगसंस्थेचा आकार हा पर्याप्त आकार आहे किंवा अशा उद्योगसंस्थेस पर्याप्त आकार उद्योगसंस्था असे समजले जाते.

इ.अे.जी रॉबिन्सन (EAG Robinson) यांनी उद्योगसंस्थेच्या पर्याप्त आकारमानावर चांगले संशोधन कार्य केले आहे ते 'The Structure of Competitive Industry' या पुस्तकात लिहितात की, पर्याप्त उद्योग असा की, जो उपलब्ध तांत्रिक स्थिती आणि संघटन क्षमता यावर चालविला जातो. ज्यामध्ये सरासरी उत्पादन खर्च कमीतकमी असतो व त्यामध्ये दीर्घकालीन सर्व खर्च समाविष्ट असतात. याचा अर्थ पर्याप्त उद्योगसंस्था जिचा दीर्घकालीन सरासरी उत्पादन खर्च वक्र कमीतकमी बिंदूपाशी असतो. कारण या दीर्घकालीन सरासरी उत्पादन खर्च वक्राच्या कमीतकमी बिंदूपाशी सामाजिक संसाधनांचा जास्तीत जास्त कार्यक्षमतेने उपयोग केला जातो.

सर्व अंतर्गत बचती (Internal economies) उदा. श्रम विभागणी, विशेष यंत्रसामग्रीचा उपयोग, मोठ्या प्रमाणातील उत्पादनाचे व्यवस्थापकीय फायदे इत्यादी उद्योगसंस्थेकडून पूर्णपणे आत्मसात केले जातात तेव्हा अशा उद्योगाचा आकार हा पर्याप्त आकार असतो.

उद्योगसंस्थेच्या पर्याप्त आकारावर अनेक घटक प्रभावशाली असतात, त्यांचे वर्गीकरण पुढील पाच घटकात केले जाऊ शकते – (१) तांत्रिक घटक, (२) व्यवस्थापकीय घटक, (३) वित्तीय घटक, (४) विपणन घटक, आणि (५) जोखीम व चढ–उतार घटक.

उद्योगसंस्थेचा आकार निर्धारित करणारे घटक जे वरील मुद्यांमध्ये दिले आहेत, त्याशिवाय पुढील ६ प्रमुख घटक उद्योगसंस्थेचा पर्याप्त आकार निर्धारित करण्यास जबाबदार असतात.

(१) उद्योजकाचे कौशल्य (Entrepreneurial Skill) – उद्योगाचा पर्याप्त आकार यासाठी उद्योजकाचे कौशल्य, नेतृत्व आणि संसाधन परिपूर्ती हा महत्त्वाचा घटक आहे. सर्वकाही उद्योजकाची क्षमता आणि व्यवसायिक अंदाज यावर निर्धारित असते. विशेष क्षमता असणारा उद्योजक मोठ्या व्यवसायासाठी आवश्यक असलेले भांडवल (वित्त), आवश्यक मनुष्यबळ इत्यादी उपलब्ध करू शकतो. परंतु मर्यादित व्यवसायिक कौशल्य असणाऱ्या उद्योजकाच्या व्यवसायाचा आकार हा लहान किंवा मर्यादित असू शकतो. म्हणजेच उद्योजकाची क्षमता आणि कौशल्य उद्योगाचा पर्याप्त आकार निर्धारित करणारा महत्त्वाचा घटक आहे.

(२) व्यवस्थापन कौशल्य (Managerial Skill) – व्यवसायाचा नियमित कार्यभाग साधण्यासाठी व्यवस्थापकांची नियुक्ती केली जाते. जर उद्योगामध्ये उच्च क्षमता धारण करणारे व्यवस्थापक असतील तर उद्योगसंस्थेचा आकार लक्षणीयरित्या वाढू शकतो. तर दुसऱ्या बाजूस सामान्य क्षमता धारक व्यवस्थापक असणाऱ्या उद्योगसंस्थेचा आकार लहान किंवा मर्यादित असू शकतो. म्हणजेच व्यवस्थापन कौशल्य उद्योगसंस्थेचा आकार निर्धारित करणारा एक महत्त्वाचा घटक आहे.

(३) वित्तीय उपलब्धता (Availability of Finance) – निधीची उपलब्धता पुष्कळ प्रमाणात असेल तर उद्योजक त्याच्या व्यवसायाचा आकार मोठ्या प्रमाणात वाढवू शकतो. त्यासाठी बँकींग व्यवस्थेचा योग्य विकास झालेला असणे आवश्यक आहे, जेणे करून समाजाची बचत प्रभावीपणे गोळा केली जाईल आणि तिचा उपयोग उद्योग आणि व्यापाराच्या विकासासाठी केला जाईल.

(४) श्रमाची उपलब्धता (Avilability of Labour) – उद्योगसंस्थेचा पर्याप्त आकार निर्धारित करण्यासाठी आवश्यक कुशल कामगारांची तथा श्रमाची उपलब्धता महत्त्वाची असते.

(५) व्यवसायाचे स्वरूप (Nature of Business) – उद्योगसंस्थेचा आकार हा त्या व्यवसायाच्या स्वरूपावर अवलंबून असतो. जर उद्योग वाढत्या परताव्याच्या सिद्धांतावर चालविला जात असेल, तर तो मोठ्या प्रमाणात वाढू शकतो.

(६) बाजारपेठेचा विस्तार (Extent of Market) – उद्योगसंस्थेचा आकार हा बाजारपेठेच्या विस्तारावरही अवलंबून आहे. जर उद्योगसंस्था उत्पादन करत असलेली वस्तू किंवा व्यवसाय करत असलेल्या वस्तू यास अधिक विस्तृत बाजारपेठ असेल तर उद्योगाची वाढ मोठ्या प्रमाणात होण्यास मदत होते.

अशा प्रकारे वरील महत्त्वपूर्ण घटक उद्योगसंस्थेच्या पर्याप्त आकारावर परिणाम करतात.

समारोप – देशाच्या आर्थिक विकासाचा दर हा अर्थव्यवस्थेतील विविध घटकांवर अवलंबून असतो. त्यामध्ये देशातील औद्योगिक वृद्धीदर अर्थात औद्योगिक उत्पादनाचा वृद्धीदर अधिक असल्यास देशाचा औद्योगिक व आर्थिक विकास होण्यास गती मिळते. या औद्योगिक उत्पादनाचा दर वाढण्यासाठी किंवा त्यावर परिणाम करणारा महत्त्वाचा घटक म्हणजे औद्योगिक उत्पादकता. ही उत्पादकता व कार्यक्षमता वाढविण्यासाठी अनेक उपाययोजना केल्या जात आहेत. कौशल्य विकास योजना आणि उद्योजकता विकास योजनाही राबविण्यात येत आहेत. त्यासाठी विविध शिक्षण व प्रशिक्षण संस्था कार्यरत आहेत. परिणामी, देशाच्या औद्योगिक उत्पादनामध्ये वाढ होत आहे आणि अपेक्षित आर्थिक वृद्धीदराचे लक्ष्य गाठण्यास मदत होत आहे.

प्रकरण – ४

औद्योगिक वित्त
(Industrial Finance)

प्रस्तावना

कोणताही उद्योगधंदा करावयाचे म्हटले की भांडवलाची गरज भासते. ही भांडवलाची गरज पूर्ण करण्यासाठी विविध वित्तीय पर्याय उपलब्ध असतात. त्यामधून उद्योगधंद्याचे स्वरूप आणि गरज यांचा ताळमेळ घालून वित्तीय पर्यायांची निवड केली जाते. निवडलेल्या वित्तीय पर्यायामध्ये त्याची वैशिष्ट्ये समाविष्ट असतात. काही वित्तीय पर्याय स्थायी किंवा दीर्घ कालीन स्वरूपाचे असतात तर काही पर्याय तात्काळ व अल्प मुदतीचे असतात. उद्योगाच्या गरजेनुसार पर्यायांची निवड केली जाते. औद्योगिकीकरणाचा विकास व्हावा या उद्देशाने वेगवेगळ्या वित्तीय संस्थांची उभारणी केली जाते. अशा वेगवेगळ्या वित्तीय संस्थांकडून उद्योगांना अल्पकालीन व दीर्घकालीन वित्तपुरवठा केला जातो. असे असले तरीही औद्योगिकीरणाची वाढ आणि वाढती भांडवलाची गरज भागविण्याकरिता विदेशी भांडवलाची गरजसुद्धा भासते. या विदेशी भांडवलाचेसुद्धा विविध पर्याय उपलब्ध असतात. औद्योगिक वित्तपुरवठा करणाऱ्या अशा विविध पर्यायांचा अभ्यास या प्रकारणात करण्यात आला आहे.

४.१ औद्योगिक वित्त : अर्थ, व्याप्ती, महत्त्व (Industrial Finance : Meaning, Scope and Importance)

औद्योगिक वित्त म्हणजे नेमके काय? किंवा हा वित्तपुरवठा इतर वित्तपुरवठ्यापेक्षा कसा वेगळा आहे? हे जाणून घेण्यासाठी त्याचा अर्थ पुढीलप्रमाणे पाहू.

(अ) औद्योगिक वित्त अर्थ (Meaning)

औद्योगिक वित्त म्हणजे जी वित्तीय प्रणाली औद्योगिक वस्तूंची निर्मिती करते व त्यांच्यासाठी वित्तीय साधने उपलब्ध करून देते; ती होय. या औद्योगिक उपक्रमात

इमारत बांधणी, यंत्रसामग्री निर्मिती, कच्च्या मालाचा पुरवठा अथवा प्राप्ती, कामगारांची गुंतवणूक इत्यादींचा समावेश होतो.

उद्योग व्यवसायासाठी मध्यम व दीर्घकालीन कर्ज देण्या-घेण्यासाठी निर्माण झालेली संस्थात्मक व्यवस्था, ज्यामध्ये दीर्घकालीन कर्जे, भागभांडवलातील गुंतवणूक, कर्जरोखे, ठेवी व भांडवली गुंतवणुकीची इतर साधने यांचे व्यवहार होतात त्यास औद्योगिक वित्त असे म्हटले जाते.

(ब) औद्योगिक वित्तपुरवठ्याची व्याप्ती (Scope)

औद्योगिक आणि आर्थिक विकासासाठी भांडवल उभारणीचे मार्ग आणि भांडवली बाजार अत्यंत महत्त्वाचे घटक असतात. भांडवली बाजार संघटित आणि विकसित असल्यास अनेक फायदे उपलब्ध होतात. भाग भांडवलाची किंवा रोख्यांची उलाढाल अधिकृत रोखे-बाजारात होते. स्वातंत्र्योत्तर काळात सुरुवातीस असे रोखे-बाजार मुंबई व कोलकाता येथे होते. परंतु उलाढालीचे प्रमाण व गुंतवणूकदारांचे प्रमाण सातत्याने वाढू लागल्याने केंद्र सरकारने असे रोखे-बाजार इतर ठिकाणी सुरू करण्यास परवानगी दिली. भांडवली बाजारामुळे उद्योगधंद्यासाठी दीर्घ मुदतीचे अर्थसाहाय्य उपलब्ध होते. तसेच बचतीस प्रोत्साहन मिळते आणि भांडवल निर्मितीस चालना मिळते. मोठ्या उद्योगांना भांडवल पुरवठा उपलब्ध झाल्याने औद्योगिकीकरणास चालना मिळून देशाच्या आर्थिक विकासालासुद्धा चालना मिळते. भारतातील या वित्तपुरवठा व्यवस्थेमध्ये रिझर्व्ह बँकेपासून ते भूविकास बँकेपर्यंत विविध संस्थांचा सहभाग आढळतो. तसेच देशामध्ये अठरा रोखे-बाजार आहेत. त्याचबरोबर देशातील उद्योगांना विदेशी थेट गुंतवणूक, किंवा विदेशी भांडवली गुंतवणुकीच्या इतर पर्यायांची उपलब्धतासुद्धा आहे. औद्योगिक वित्तपुरवठ्याच्या या विविध पर्यायांचा आढावा या प्रकरणात पुढे घेतला आहे. त्यावरून औद्योगिक वित्तची व्याप्ती स्थानिक, राज्यस्तरीय, राष्ट्रीय व आंतरराष्ट्रीय पातळीवर असल्याचे लक्षात येते.

(क) औद्योगिक वित्तपुरवठ्याची गरज व महत्त्व (Need & Significance of Industrial Finance)

उद्योगांना जी भांडवलाची गरज असते त्याचे वर्गीकरण प्रामुख्याने दोन प्रकारात केले जाते. एक म्हणजे स्थिर भांडवल (Fixed Capital) आणि दुसरे म्हणजे खेळते भांडवल (Working Capital). यापैकी स्थिर भांडवलाची गरज ही उद्योगांना जी मालमत्ता उभारणी करावी लागते त्यासाठी असते. यामध्ये उद्योगासाठी इमारत, यंत्रसामग्री इत्यादींसाठी उद्योगांना दीर्घकाली स्थिर भांडवलाची गरज असते. तर

दुसऱ्या बाजूस उद्योगधंदा चालविण्यासाठी लागणारा कच्चा माल, कामगार तथा श्रम गुंतवणूक, विपणन खर्च इत्यादींसाठी उद्योगांना खेळत्या भांडवलाची उभारणी करावी लागते. उद्योगसंस्थेचा आकार आणि उत्पादनाचे स्वरूप यांवर या भांडवलाची गरज अवलंबून असते. तसेच या भांडवली गुंतवणुकीचा कालावधी आणि दरही अवलंबून असतो. औद्योगिक उत्पादन आणि आर्थिक विकास यासाठी ही भांडवली गरज भागविणे अत्यंत महत्त्वाचे आहे. त्यामुळेच औद्योगिक वित्तपुरवठा हा औद्योगिक विकास आणि आर्थिक विकासाच्या दृष्टिकोनातून अत्यंत महत्त्वाचा आणि गरजेचा आहे.

४.२ औद्योगिक वित्तपुरवठ्याचे स्रोत (Sources of Industrial Finance)

औद्योगिक वित्तपुरवठ्यासाठी वेगवेगळी साधने उपलब्ध आहेत. त्यापैकी काही साधने स्वनिर्मित, खासगी साधने आहेत. त्यामध्ये समभाग (Equity Shares), कर्ज रोखे (Debentures & Bonds), ठेवी (Deposits), कर्ज (Loans) इत्यादींसारखी साधने खासगी साधने म्हणूनही ओळखली जातात. तर उद्योगांना अल्पकालीन, मध्यमकालीन आणि दीर्घकालीन वित्तपुरवठा करणाऱ्या वेगवेगळ्या संस्था आहेत. त्यापैकी काही वित्तसंस्था या सार्वजनिक क्षेत्रातील आहेत. अशा औद्योगिक वित्तपुरवठ्याच्या विविध स्रोतांचा आढावा खालीलप्रमाणे आहे.

(अ) स्वयंनिर्मित वित्तीय साधने

उद्योगांना वित्तपुरवठ्याचा हा एक महत्त्वाचा स्रोत आहे. हा वित्तीय स्रोत भांडवलाची उत्पादकता, कंपन्यांचे लाभांश (नफा) वाटपासंबंधीचे धोरण, सरकारचे नफ्यावरील करविषयक व घसाराविषयक धोरण, सरकारचे किंमतविषयक धोरण इत्यादी घटकांवर अवलंबून असतो. या वित्तीय स्रोतामध्ये ठेवी, कर्जे, कर्जरोख्यांची विक्री, भाग भांडवलाची विक्री इत्यादींचा समावेश होतो. उद्योगांना वित्तपुरवठ्यासाठी अशा प्रकारची विविध वित्तीय साधने भांडवली बाजारात उपलब्ध असतात. या स्वयंनिर्मित वित्तीय साधनांची माहिती थोडक्यात खालीलप्रमाणे पाहू.

भाग व कर्जरोखे – उद्योगांना आवश्यक असणारे बहुतांश भांडवल सर्वसाधारण समभाग (Equity Shares) विकून गोळा केले जाते. हे भागधारक उद्योगसंस्थेचे मालक असतात. हे भाग सामान्यत: कमी किमतीचे असल्याने थोडे पैसे बचत करण्याच्या दृष्टिनेही सोयीचे असतात. उद्योगसंस्था काही वेळेस कर्जरोखे (Debentures / Bonds) विकूनही भांडवलाची उभारणी करतात. उद्योगसंस्थेची पत चांगली असल्यास अशा प्रकारचे भांडवल उभारणे सहज शक्य होते.

ठेवी – उद्योगसंस्था लोकांकडून वेगवेगळ्या मुदतीच्या ठेवी स्वीकारून त्यांना आवश्यक असलेल्या भांडवलाची उभारणी करू शकतात. अशा ठेवी गोळा करण्यासाठी उद्योगसंस्थेची बाजारातील पत पाहून परवानगी दिली जाते.

कर्ज – उद्योगसंस्था खासगी वित्तीय कंपन्या, व्यापारी बँका, सहकारी बँका इत्यादी विविध प्रकारच्या वित्तीय संस्थांकडून कर्ज घेऊनही भांडवलाची उभारणी करू शकतात. परंतु खासगी वित्तीय संस्था, व्यापारी बँका इत्यादींचा कर्ज व्याजदर अधिक असतो. त्यामुळे अशी भांडवल उभारणी तुलनेने जास्त खर्चिक असते.

अशा प्रकारे उद्योगसंस्थांना खासगी तथा स्वयंनिर्मित भांडवल उभारणीचे पर्याय उपलब्ध असतात.

(ब) इतर संस्थात्मक वित्तीय साधने

उद्योगधंद्यांना दीर्घकाळासाठी भांडवलाची गरज असते. अशी गरज प्रामुख्याने उद्योगाचा विस्तार, नवीन तंत्रज्ञान, नवीन इमारत उभारणी अशा वेगवेगळ्या कारणांसाठी गरजेची असते. अशा वेळी उद्योगांच्या विकासाकरिता विशेषत: स्थापन झालेल्या सार्वजनिक व खासगी वित्तीय संस्थाकडून वित्तपुरवठा केला जातो. अशा प्रकारच्या वित्तीय संस्थांकडून केला जाणारा वित्तपुरवठा तुलनेने स्वस्त असतो. तसेच परतफेड कालावधीही उद्योगसंस्थांच्या हिताचा असतो. अशा विशेष वित्तीय संस्थांची माहिती खालीलप्रमाणे आहे.

(१) भारतीय औद्योगिक वित्त महामंडळ (Industrial Finance Corporation of India - IFCI) – या वित्त महामंडळाची स्थापना १९४८ साली विशेष कायद्यान्वये करण्यात आली. या वित्त महामंडळाचा उद्देश औद्योगिक क्षेत्रातील उत्पादनसंस्थांना दीर्घ व मध्यम मुदतीचा वित्तपुरवठा करणे हा आहे. भारतातील कोणत्याही उद्योगांना हे महामंडळ वित्तपुरवठा करू शकते. १ जुलै १९९३ रोजी या वित्त महामंडळाचे रूपांतर कंपनीमध्ये करण्यात आले व त्याच्या नावामध्ये कंपनी कायद्यातील तरतुदीनुसार मर्यादित (IFCI Ltd.) हा शब्द जोडण्यात आला.

कार्ये – उद्योगांना कर्ज अथवा अग्रिम मंजूर करणे किंवा त्यांच्या ऋणपत्रात मदत करणे.

- विविध औद्योगिक संस्थांनी उभारलेल्या कर्जांना मंजुरी देणे.
- विविध उद्योगांना केंद्र सरकार अथवा भारतीय औद्योगिक विकास बँकेने (Industrial Devlopment Bank of India - IDBI) मंजूर केलेल्या कर्जांसाठी केंद्र सरकारचा किंवा भारतीय औद्योगिक विकास बँकेचा मध्यस्थ म्हणून कार्य करणे.

- विविध आयातदारांनी परकीय उत्पादकांबरोबर केलेल्या विस्थगित देयांची हमी स्वीकारणे.

- भारतात उत्पादित केलेल्या भांडवली वस्तूच्या विस्थगित देयांची हमी.

- उद्योगांनी अनुसूचित बँकांकडून किंवा राज्य सहकारी बँकांकडून घेतलेल्या कर्जास हमी देणे.

- उद्योगांच्या समभाग, बंधपत्र, स्टॉक, ऋणपत्र व कर्जरोख्यांच्या विक्रीची हमी घेणे.

- समभाग, स्टॉक व कर्जरोख्यांची विक्री खुल्याबाजारात न झाल्यास विशिष्ट अटींवर स्वत:च्या ताब्यात ठेवणे आणि ७ वर्षांनंतर त्याची विक्री करणे.

- सरकारच्या पूर्वसंमतीने जागतिक बँकेकडून कर्जे काढणे आणि ते उद्योगांना उपलब्ध करून देणे.

- सरकारच्या पूर्वपरवानगीने भारतीय उद्योगांनी भारताबाहेरील कोणत्याही बँकेकडून किंवा वित्तीय संस्थेकडून घेतलेल्या कर्जाची हमी देणे.

याशिवाय भारतीय औद्योगिक वित्तीय महामंडळ उद्योगांना २५ वर्षे मुदतीची कर्जे देऊ शकते. परंतु महामंडळाने केलेल्या कामगिरीचा आढावा घेता १५ वर्षांपेक्षा अधिक कालावधीचे कर्ज मंजूर केलेले आढळून येत नाही.

भारतीय औद्यागिक वित्त महामंडळाची कामगिरी – या वित्त महामंडळाने स्थापनेपासून मार्च २००० पर्यंत एकूण २८७९९.७ कोटी रुपयांची कर्जे मंजूर केली व त्यापैकी २६३८९.८ कोटी रुपयांच्या कर्जाचे वितरण केले. तसेच महामंडळाने विदेशी चलनातील एकूण ५७३२.०५ कोटी रुपयांची कर्जे मंजूर केली व त्यापैकी ५५७६.६ कोटी रुपयांचे वितरण केले. तसेच या महामंडळाने एकूण ३८०५.७ कोटी रुपयांची हमी मंजूर केली व त्यापैकी २०९१.४ कोटी रुपयांच्या हमीचे वितरण केले.

भारतीय औद्योगिक वित्त महामंडळाने मार्च २००७ अखेर एकूण १२,९२४.२८ कोटी रुपयांचे विनातरण कर्ज वाटप केले. तर मार्च २००८ अखेर ही रक्कम १०,२२२.९९ कोटी रुपये आणि मार्च २००९ अखेर ९,६७३.७८ कोटी रुपये इतकी कमी झालेली दिसते.

(२) भारतीय औद्योगिक पत आणि गुंतवणूक महामंडळ (Industrial Credit and Investment Corporation of India - ICICI) – या महामंडळाची स्थापना १९५५ मध्ये करण्यात आली. या महामंडळाचा वित्तीय मदत देण्यामागील प्रमुख उद्देश म्हणजे औद्योगिक उत्पादन संस्थांना जमीन, यंत्रसामग्री, कारखान्याची इमारत इत्यादी स्थिर उत्पादक जिंदगी (Fixed Productive Assets) संपादन

करण्यास मदत करणे हा आहे. तसेच खासगी क्षेत्रातील मोठ्या व मध्यम आकराच्या व लघुउद्योगांच्या वाढीस प्रोत्साहन देणे हा आहे. हे महामंडळ औद्योगिक संस्थांना पुढील प्रकारे वित्तीय मदत करते.

औद्योगिक उत्पादनसंस्था आपले रोखे बाजारात विकून पैसे उभारतात त्यावेळी त्यांना हमी देणे, प्रत्यक्ष भाग-भांडवल व इतर रोखे विकत घेणे, १५ वर्षांसाठी भारतीय रुपयांमध्ये कर्ज देणे, आयात केलेल्या यंत्रसामग्री व तंत्रज्ञानासाठी परकीय चलनात कर्ज देणे. इतर संस्थांकडून उभारलेल्या कर्जासाठी हमी देणे. या महामंडळाकडून मर्यादित औद्योगिक कंपन्यांना, नवीन कंपन्या उभारणाऱ्या उद्योजकांना, वैयक्तिक मालकीच्या औद्योगिक संस्थांना, भागीदारी संस्थांना व सहकारी औद्योगिक संस्थांना वित्तीय मदत मिळू शकते. नव्या उद्योजकांसाठी मदतीची किमान रक्कम ५ लाख इतकी ठरविण्यात आली. हे महामंडळ मागास भागातील औद्योगिक उत्पादनसंस्थांना कमी व्याजाने कर्ज देते. आर्थिक व तांत्रिक सर्वेक्षण करण्याच्या कामात हे महामंडळ मदत करते. सिमेंट, सारखर, कापड, ताग व काही अभियांत्रिकी उद्योगांच्या आधुनिकीकरणासाठी कमी व्याजदराने कर्ज देते. १९७६ पासून हे महामंडळ ग्रामीण भागातील कृषी आधारित उद्योगांना वित्तीय साहाय्य करते.

(३) भारतीय औद्योगिक विकास बँक (Industrial Development Bank of India-IDBI) – १ जुलै १९६४ रोजी भारतीय औद्योगिक विकास बँकेची स्थापना झाली. सुरुवातीस ही बँक रिझर्व्ह बँकेच्या अधिपत्याखाली कार्यरत होती. परंतु १९७५ साली या बँकेची मालकी केंद्र सरकारकडे सुपूर्द करण्यात आली. आता ही बँक सार्वजनिक क्षेत्रातील बँक म्हणून ओळखली जाते.

या बँकेच्या वित्तीय मदतीचे स्वरूप – भागभांडवल विकत घेणे, भागभांडवल विकण्याची हमी घेणे, नव्या उत्पादनसंस्था स्थापन करण्यास वित्तीय साहाय्य देणे, आधुनिकीकरणासाठी वित्तीय साहाय्य देणे. सार्वजनिक, खासगी, संयुक्त व सहकारी क्षेत्रांतील मोठ्या व मध्यम आकाराच्या मर्यादित उत्पादनसंस्थांना वित्तीय साहाय्य देणे. नवीन तंत्र शोधणाऱ्या उत्पादनसंस्थांना साहाय्य व मागास विभागातील औद्योगिक प्रकल्पांना विशेष वित्तीय साहाय्य करणे. कापड, ताग, सिमेंट, साखर या उद्योगांना कमी व्याजदराने कर्जे देणे. औद्योगिक क्षेत्रातील योग्य त्या हुंड्या वटविणे, बीजभांडवल पुरविणे, निर्यातीसाठी वित्तपुरवठा व मार्गदर्शन करणे. लघुउद्योग, ग्रामोद्योग व छोट्या उद्योगांना वित्तीय मदत देणे. मागासलेल्या प्रदेशातील उद्योगांच्या विकासाला चालना देणे. स्थानिक साधनसामग्रीच्या विकासाला मदत करणे.

भारत सरकारने १९८५ साली दीर्घकालीन वित्तीय धोरणाचा एक भाग म्हणून

नवीन उद्योजकांना साहस भांडवल (Venture Capital) अर्थसाहाय्य पुरविण्याची गरज जाहीर केली. १ एप्रिल १९८६ पासून सरकारने साहस भांडवल निधी निर्माण केला. या निधीत सरकारने स्वत:चे १० कोटी रुपये हिस्सा म्हणून गुंतविले. या निधीची कार्यवाही भारतीय औद्योगिक विकास बँक करते. भारतीय औद्योगिक विकास बँकेने १९९८-९९ पर्यंत एकूण २५,५५५ कोटी रुपयांचे कर्ज वाटप केले होते. तर २००१-०२ साली १७४८० कोटी रुपये आणि २००४-०५ मध्ये ४८२० कोटी रुपयांचे कर्ज वाटप केले. अशा प्रकारे भारतीय औद्योगिक विकास बँक औद्योगिक वित्त पुरवठ्यामध्ये महत्त्वाची भूमिका पार पाडत असल्याचे दिसून येते.

(४) भारतीय लघुउद्योग विकास बँक (Small Industries Development Bank of India - SIDBI) – भारत सरकारने लोकसभेमध्ये ठराव करून एप्रिल १९९० मध्ये भारतीय लघुउद्योग विकास बँकेची स्थापना केली. भारतीय औद्योगिक विकास बँकेच्या (IDBI) पूर्ण मालकीची आणि सहायक बँक म्हणून तिची स्थापना केली गेली.

अनेक वेळा तांत्रिक किंवा व्यावसायिक पात्रता असूनही तरुणांना कर्ज मिळू शकत नाही. तसेच अशा तरुणांना उद्योगासाठी स्वत:च बीजभांडवलाची तरतूद करावी व अशा उद्योजकांना आर्थिक मदत करण्यासाच्या हेतूने भारतीय लघुउद्योग विकास बँकेने साहस भांडवल निधी निर्माण केला आहे. या बँकेने १९९०-९१ मध्ये एकूण २४१० कोटी रुपयांचे कर्ज मंजूर केले तर २००२-०३ मध्ये मंजूर रक्कमेत वाढ होऊन ती १०९०३ कोटी रुपये इतकी झाली. याच कालावधीत प्रत्यक्ष वाटप केलेल्या कर्जात अनुक्रमे १८४० कोटी रुपयांवरून ६७८९ कोटी रुपये इतकी वाढ झाली.

(५) भारतीय औद्योगिक पुनर्रचना महामंडळ (Industrial Reconstruction Corporation of India - IRCI) – आजारी उद्योगांच्या अडचणी सोडवून त्यांचे पुनर्वसन करणे या हेतूने भारत सरकारने १९७१ साली भारतीय औद्योगिक पुनर्रचना महामंडळाची स्थापना केली. स्थापनेपासून १९८४ पर्यंत या महामंडळाने २४२ आजारी उद्योगांच्या पुनर्रचनेसाठी अर्थसाहाय्य केले तर प्रत्यक्षात वाटप केलेली रक्कम १८५ कोटी रुपये इतकी होती. अशा तऱ्हेने दिलेल्या अर्थसाहाय्यावरील व्याजदर हा सवलतीचा होता आणि आर्थिक मदत मिळालेल्या उद्योगांमध्ये वस्त्रोद्योग, अभियांत्रिकी आणि खाणकाम उद्योगांचा समावेश होता. महत्त्वाची बाब म्हणजे या महामंडळाने औद्योगिकदृष्ट्या मागासलेल्या प्रदेशात स्थित असलेल्या लघुउद्योगांवर अधिक लक्ष दिले. त्यानंतर या महामंडळाचे भारतीय औद्योगिक पुनर्रचना बँकेमध्ये रूपांतरण झाले.

(६) औद्योगिक आणि वित्तीय पुनर्रचना मंडळ (Board of Industrial & Financial Reconstruction- BIFR)[१] – सन १९८० च्या दशकात भारतातील औद्योगिक क्षेत्रातील आजारी उद्योगांच्या समस्येच्या पार्श्वभूमीवर भारत सरकारने श्री. टी. तिवारी यांच्या अध्यक्षतेखाली एक तज्ज्ञ समिती गठीत केली. या समितीच्या शिफारशीनुसार भारत सरकारने 'आजारी औद्योगिक आस्थापना (विशेष तरतूद) अधिनियम १९८५; Sick Industrial Companies (Special Provisions) Act 1985' हा विशेष कायदा पारीत केला. या कायद्याचा मुख्य उद्देश म्हणजे आजारी औद्योगिक आस्थापनांचे आजारपण निश्चित करणे आणि संभाव्य आस्थापनांचे पुनरुज्जीवन करणे हा होय. या विशेष कायद्याच्या संदर्भानुसार जानेवारी १९८७ रोजी 'औद्योगिक आणि वित्तीय पुनर्रचना मंडळ – BIFR' नावाचे एक तज्ज्ञ मंडळ गठीत करण्यात आले आणि ते १५ मे १९८७ पासून कार्यान्वित झाले.

औद्योगिक आणि वित्तीय पुनर्रचना मंडळाची (BIFR) कार्ये –

- आजारी औद्योगिक आस्थापनांच्या पुनर्वसनाच्या योजना मंजूर करणे.
- एखादी आस्थापना आजारी असल्याचे निश्चित करणे.
- आजारी औद्योगिक आस्थापनेच्या व्यवस्थापनात बदल करणे.
- आजारी औद्योगिक आस्थापनेच्या भांडवलाची पुनर्रचना करणे.
- आजारी आस्थापनेचा काही भाग विकणे अथवा भाड्याने देणे.
- आजारी आस्थापनेला नफा किंवा निव्वळ मूल्य वाढविण्याची संधी उपलब्ध करून देणे.
- आजारी आस्थापनांचे दुसऱ्या चांगल्या कारखान्यात/आस्थापनेत विलिनीकरण करणे.

हे मंडळ आजारी आस्थपनेचे चांगल्या आस्थापनेमध्ये एकत्रीकरण वा पुनर्रचना इत्यादींकरिता योजनांची आखणी करते. त्याचबरोबर आस्थापनेला त्यांची स्थिती सुधारण्यासाठी (एकूण मालमत्ता एकूण देणीपेक्षा अधिक करण्यास – bring total assets above total liabilities) पर्याप्त वेळ देऊ शकते किंवा इतर उपाययोजनांची शिफारस करू शकते. तसेच मंडळ आजारी औद्योगिक आस्थापना बरखास्त करण्याची शिफारसही करू शकते. वरील कार्ये पार पाडण्यासाठी मंडळाकडून वित्तीय साहाय्यसुद्धा दिले जाते.

(७) राज्य वित्तीय महामंडळे (State Finance Corporations) – केंद्र सरकारने १९५१ मध्ये राज्य वित्तीय महामंडळ कायदा मंजूर केला. या कायद्यानुसार

भारतातील घटक राज्य सरकारे आपल्या राज्यासाठी राज्य वित्तीय महामंडळाची स्थापना करू शकतात. या कायद्यामध्ये १९६२ व १९७२ साली सुधारणा करण्यात आल्या. आजरोजी देशात एकूण १८ राज्य वित्तीय महामंडळे कार्यरत आहेत. राज्य वित्तीय महामंडळ लघुउद्योग, मध्यम उद्योग, व्यक्तिगत मालकीच्या संस्था, भागीदारी संस्था, सहकारी संस्था इत्यादी उद्योगसंस्थांना अर्थसाहाय्य करते. राज्य वित्तीय महामंडळ औद्योगिक संस्थांना खालील विविध मार्गांनी अर्थसाहाय्य करते.

छोट्या उद्योगांनी भांडवल तथा नाणे बाजारातून २५ वर्षे किंवा त्यापेक्षा कमी कालावधीसाठी घेतलेल्या कर्जाची हमी घेणे.

मालकी संस्था, खासगी किंवा सार्वजनिक मर्यादित दायित्व संस्थांना २५ वर्षांच्या कालावधीपर्यंत कर्ज देणे.

औद्योगिक संस्थांच्या भागांची हमी घेणे.

१९६२ च्या सुधारणानुसार राज्य वित्तीय महामंडळांना विविध संस्थांनी राज्य सहकारी बँक आणि अनुसूचित बँकांकडून घेतलेल्या कर्जांना हमी घेण्यास परवानगी देण्यात आलेली आहे.

लघु आणि मध्यम उद्योगांना भांडवल पुरवठा करणे.

वरील वित्तीय संस्थांकडून उद्योगांना दीर्घकालीन वित्तपुरवठा होत असतो. त्याचप्रमाणे उद्योगांना लागणाऱ्या खेळत्या भांडवलाची गरज भागविण्यासाठी व्यापारी बँका, खासगी व्यापारी बँका, सहकारी बँका इत्यादींमार्फतही वित्तपुरवठा केला जातो.

४.३ विदेशी भांडवल (Foreign Capital)

भारतामध्ये उद्योगधंद्याच्या उभारणीपासून ते विस्तार आणि विकासासाठी वेगवेगळ्या वित्तीय संस्थांमार्फत वित्तपुरवठा केला जात असूनही उद्योगांना विदेशी भांडवलाची गरज का आहे, हे जाणून घेणे महत्त्वाचे आहे. स्वयंनिर्मित साधने आणि देशातील सार्वजनिक, खासगी आणि सहकारी क्षेत्रातील वित्तीय साधने यांच्या मर्यादा, त्याचप्रमाणे कर्जावरील परताव्याचा दर यांसारख्या वेगवेगळ्या कारणांमुळे उद्योगधंद्यांना आवश्यक असणारा वित्तपुरवठा विदेशी भांडवलातून किंवा गुंतवणुकीतून केला जातो. या विदेशी भांडवलाची आवश्यकता व महत्त्व खालीलप्रमाणे आहे.

(अ) विदेशी भांडवलाची आवश्यकता व महत्त्व (Need and Significance of Foreign Capital)

अल्प विकसीत देशांमध्ये जलद औद्योगिक व आर्थिक विकास घडवून

आणावयाचा झाल्यास विदेशी भांडवलाची गरज अत्यंत महत्त्वपूर्ण आहे. अनेक विकसित देशांनी त्यांच्या विकासाच्या प्रक्रियेमध्ये अशा प्रकारे विदेशी भांडवलाच्या साहाय्याने जलद आर्थिक व औद्योगिक विकास घडवून आणला आहे. भारताला जलद आर्थिक विकास घडवून आणण्यासाठी विदेशी भांडवलाची गरज आहे त्याची कारणे पुढीलप्रमाणे आहेत.

बचतीचा दर – भारतासारख्या अल्प विकसीत देशात लोकांचा रोजगार आणि उत्पन्न अल्प प्रमाणात असल्याने त्यांच्या बचतीचे प्रमाण कमी आहे. त्यामुळे गुंतवणुकीसाठी भांडवलाची कमतरता भासते. ही कमतरता भरून काढण्यासाठी विदेशी भांडवलाच्या साहाय्याने बचतीची योग्य ती पातळी गाठता येते. त्यामुळे भांडवलनिर्मिती होऊन आर्थिक विकासामध्ये वाढ होते.

गुंतवणुकीची पातळी – बचत आणि गुंतवणूक यामध्ये योग्य तो समतोल साधणे आवश्यक असते. जेव्हा विकास योजनांची आखणी केली जाते, तेव्हा त्याच्या अंमलबजावणीसाठी गुंतवणुकीची गरज असते. अशी गुंतवणूक करण्यासाठी देशांतर्गत बचत व भांडवलाची कमतरता भासते. ही भांडवलाची गरज भागविण्यासाठी विदेशी भांडवलाची आवश्यकता आहे.

साहसी उपक्रम – उद्योगांचा प्रादेशिक समतोल विकास व्हावा यासाठी मागासलेल्या प्रदेशांमध्ये उद्योगधंदे सुरू करण्यासाठी प्रोत्साहन देताना मोठ्या गुंतवणुकीची आवश्यकता असते. अशी गुंतवणूक जोखमीची असू शकते. त्यामुळे देशांतर्गत वित्तपुरवठ्यामध्ये अडचणी निर्माण होण्याची शक्यता असते. अशा वेळी विदेशी गुंतवणुकीची आवश्यकता आहे.

पायाभूत सुविधांची उभारणी – भारतासारख्या विकसनशील देशात औद्योगिक विकासाला चालना देण्यासाठी पायाभूत सुविधांची उभारणी आवश्यक आहे. यामध्ये रेल्वे, रस्ते, पूल, पाणीपुरवठा यांसारख्या सुविधांच्या उभारणी गरजेची आहे. या पायाभूत सुविधांची उभारणी करण्याकरिता मोठ्या गुंतवणुकीची गरज आहे. ही गरज विदेशी मदतीने भागविता येते. भारतामध्ये जलविद्युत प्रकल्प, रस्तेबांधणी, दळणवळण यंत्रणेची उभारणी यांसारख्या वेगवेगळ्या पायाभूत सुविधा उभारण्यामध्ये जागतिक बँकेकडून घेतलेल्या कर्जाने तथा आर्थिक मदतीने महत्त्वाची भूमिका बजावलेली आहे.

मूलभूत उद्योगांची उभारणी व विकास – औद्योगिक विकासाला चालना मिळावी यासाठी काही मूलभूत उद्योगांची उभारणी व विकास हा गरजेचा आहे. लोह व पोलाद, सिमेंट, अवजड विद्युत उपकरणे, रसायने, यंत्र-अवजारे इत्यादी मूलभूत

उद्योग महत्त्वाचे आहेत. असे उद्योग उभारणीसाठी विदेशी भांडवलाची आवश्यकता आहे.

रोजगार संधींची उपलब्धता – विदेशी भांडवल गुंतवणुकीने मूलभूत उद्योग, पायाभूत सेवासुविधांची उभारणी केली जात असल्याने मोठ्या प्रमाणात रोजगाराच्या संधी उपलब्ध होतात. जागतिक बँकेकडून घेतलेल्या वित्तीय साहाय्याने अशा प्रकारच्या श्रमप्रधान उद्योगांची व सेवासुविधांची उभारणी केली जात आहे. त्यामुळे प्रत्यक्ष व अप्रत्यक्षरीत्या रोजगाराच्या संधीमध्ये वाढ होत आहे.

चलन विनिमयातील तूट भरून काढणे – विदेशी चलन विनिमयातील तूट भरून काढून आर्थिक विकास घडविण्यासाठी विदेशी भांडवली गुंतवणूक एक महत्त्वाचे साधन आहे. अल्प विकसित देश किंवा विकसनशील देशांना आंतरराष्ट्रीय व्यापार तोलाच्या (Balnce of Payment) समस्येला तोंड द्यावे लागते. आशा वेळी देशांतर्गत औद्योगिक विकास घडवून उत्पादनात वाढ करण्यासाठी आणि चलन विनिमयातील तूट भरून काढण्यासाठी विदेशी भांडवलाची आवश्यकता निर्माण होते.

अशा विविध कारणांमुळे अल्प विकसित किंवा विकसनशील देशांना विदेशी भांडवलाची गरज निर्माण होते असते.

(ब) विदेशी भांडवलाबाबत सरकारी धोरण व थेट विदेशी गुंतवणूक (Government Policy & Direct Investment)

१९५६ च्या औद्योगिक धोरणानुसार भारतामध्ये स्वदेशी उद्योगांप्रमाणेच विदेशी उद्योगांवर निर्बंध होते. कोणत्याही नव्या औद्योगिक प्रकल्पासाठी विदेशी भांडवल व तंत्रज्ञान आणण्यासाठी किंवा करार करण्यासाठी सरकारची परवानगी आवश्यक होती. परंतु १९९१ च्या नव्या औद्योगिक धोरणात हा अडथळा दूर करण्यात आला आहे. त्यामुळे, परकीय गुंतवणूक आणि नवीन तंत्रज्ञान यासाठी सहज व तत्पर परवानगी देण्याचा निर्णय घेण्यात आला आहे. परिणामी, उद्योगांच्या भागभांडवलात ५१ टक्क्यांपर्यंत विदेशी गुंतवणुकीला तात्काळ परवानगी देण्याचे ठरविण्यात आले. १९९६ साली ९ उद्योगांमध्ये ७४ टक्क्यांपर्यंत प्रत्यक्ष विदेशी गुंतवणुकीला परवानगी देण्याचे धोरण मान्य करण्यात आले आहे. भारत सरकारने १९९१ साली विदेशी भांडवलाबाबत उदारमतवादी धोरण स्वीकारल्यामुळे विदेशी भांडवल आणि तंत्रज्ञान भारतीय उद्योगांना सहजपणे प्राप्त करणे शक्य झाले आहे.

भारत सरकारने विदेशी कंपन्यांना अति उच्च क्षेत्रामध्ये ५१ टक्क्यांपर्यंत गुंतवणूक करण्यास अनुमती दिली आहे. भारतातील काही कंपन्यांबरोबर विदेशी कंपन्याना भागीदारीमध्ये काम करून स्वत:च्या भागभांडवलाचा वाटा ५१ टक्क्यांपर्यंत वाढविण्यास

सरकारने संमती दर्शविली आहे. या धोरणानुसार थेट विदेशी गुंतवणुकीला त्यांच्या अनुकूलतेनुसार स्थाननिश्चिती, तंत्रज्ञानाची निवड, भांडवल गुंतवणूक यास मुक्तता देण्यात आली आहे. विदेशी गुंतवणूक कोणत्याही क्षेत्रात केली जाणार असून त्यापैकी काही सेवा क्षेत्रांमध्ये निर्बंध घातले गेले आहेत. त्या क्षेत्रांमध्ये थेट विदेशी गुंतवणूक करता येणार नाही अशी क्षेत्रे खालीलप्रमाणे आहेत.

रिटेल ट्रेडिंग, लॉटरी व्यवसाय, जुगाराचा व्यवसाय, चीट फंड, निधी कंपनी, रिअल इस्टेट व्यवसाय, तंबाखूजन्य उत्पादन संस्था, संरक्षण क्षेत्र इत्यादी.

भारतामध्ये थेट विदेशी गुंतवणूक करण्यासाठी 'स्वंयचलित मार्ग' आणि 'सरकारद्वारा संमती' या दोन पद्धती आहेत. 'स्वयंचलित मार्गा'मध्ये कोणत्याही प्रकारची सरकारी बंधने नसून, विदेशी कंपन्या थेट गुंतवणूक कोणत्याही क्षेत्रात करू शकतात. यावर सरकारचे बंधन असणार नाही. परंतु त्यासाठी रिझर्व्ह बँकेकडे अर्ज करावयाचा असून, ३० दिवसांमध्ये रक्कमेची पावती घ्यावयाची आहे. अशी स्वयंचलित थेट विदेशी गुंतवणूक खाणकाम उद्योग, कोळसा उद्योग, पेट्रोलियम व नैसर्गिक वायू उद्योग, विमानतळ व विमानविषयक सेवा, बांधकाम क्षेत्र, औद्योगिक पार्क यामध्ये केली जाऊ शकते. तर 'सरकारद्वारा संमती' या मार्गाने सरकारचे धोरण, आवश्यक परवाना, लघुउद्योगांसाठी राखीव असलेले उत्पादन, तसेच अस्तित्वात असलेले भाग यांचा समावेश होतो. राज्य सरकारच्या मंजुरीनंतरच विदेशी कंपन्या त्यांचा उद्योगधंदा चालवू शकतात व गुंतवणूक करू शकतात.

१९९१ ते मार्च २०१२ पर्यंत ४,२२६ विदेशी गुंतवणूक प्रस्तावातून ९७,७९९ रुपये कोटींची गुंतवणूक मंजूर केली. त्यापैकी ४५ टक्के प्रस्ताब अंमलात आले व १० टक्के प्रकल्प पूर्णावस्थेच्या टप्प्यामध्ये होते. २०११-१२ या वर्षी १०५ प्रकल्पांना मंजुरी दिली गेली, त्यामध्ये एकूण ५,४५४ रुपये कोटींची गुंतवणूक अपेक्षित आहे. अमेरिका (१४%) आणि मॉरिशस (१३%) हे गुंतवणुकीत अग्रेसर असणारे देश होते.

उद्योगनिहाय ही विदेशी गुंतवणूक आय.टी. उद्योगात (१२,७६५ कोटी रुपये) होती, त्यानंतर वित्तसेवा, हॉटेल व पर्यटन, व्यवसाय व सल्ला, वाहतूक, सिमेंट, ऊर्जा, रसायने व खते अशा उद्योगातून झालेली दिसून येते.

(क) विदेशी संस्थात्मक गुंतवणूक (Foreign Institutional Investment)

जी संस्था ज्या देशामध्ये स्थायी आहे त्या देशाव्यतिरिक्त इतर देशातील मालमत्तांमध्ये गुंतवणूक करते अशी संस्था म्हणजे विदेशी संस्थात्मक गुंतवणूकदार संस्था होय. कोणत्याही अर्थव्यवस्थेमध्ये विदेशी संस्थात्मक गुंतवणूकदार महत्त्वाची

भूमिका पार पाडतात. या संस्था मोठ्या आस्थापना (कंपनी) उदा. गुंतवणूक बँका, अन्योन्य निधी (म्युच्युअल फंड) इत्यादी असतात ज्या भारतीय बाजारात लक्षणीयरित्या पैसे गुंतवितात. हे मोठे गुंतवणूकदार रोखे अथवा शेअर्स खरेदी करून बाजाराचा कल कधी चढता तर कधी त्याविरुद्ध हलता ठेवतात. अर्थव्यवस्थेत येणाऱ्या पैशाच्या प्रवाहावर अशा गुंतवणूकदारांचा मोठा प्रभाव असतो.

१९९६-९७ मध्ये सेबी (विदेशी संस्थात्मक गुंतवणूकदार) नियम १९९५ मध्ये अनेक बदल करण्यात आले. हे बदल विदेशी संस्थात्मक गुंतवणूकदारांच्या भांडवली गुंतवणुकीचा पाया व्यापक करणे आणि पुढे विदेशी पोर्टफोलिओ गुंतवणुकीच्या आंतर प्रवाहाची सुविधा देण्यासाठी होते. भारतीय रोखे बाजार नियामक सेबीकडे १४५० पेक्षा अधिक विदेशी संस्थात्मक गुंतवणूकदार नोंदणीकृत आहेत. विदेशी पोर्टफोलिओ गुंतवणूकदार/विदेशी संस्थात्मक गुंतवणूकदार हे भारतीय वित्तीय बाजाराचे मोठे परिचालक आहेत. त्यांनी ७ जानेवारी २०२१ पर्यंत जवळपास २.१७ ट्रिलियन (३० बिलियन) अमेरिकी डॉलर इतकी गुंतवणूक केली आहे. जरी अशा गुंतवणुकीचे नियमन सेबीकडे असले तरी, अशा गुंतवणुकीवरील मर्यादांचे पालन मात्र भारतीय रिझर्व्ह बँकेकडून केले जाते. भारतामध्ये विदेशी संस्थात्मक गुंतवणूकदार हे प्रामुख्याने खालील प्रकारांमध्ये गुंतवणूक करतात.

हेज निधी (Hedge Funds), विदेशी अन्योन्य निधी (Foreign Mutural Funds), स्वायत्त मालमत्ता निधी (Sovereign Wealth Funds), निवृत्तीवेतन निधी (Pension Funds), विश्वस्त (Trusts), मालमत्ता व्यवस्थापन आस्थापना (Assets Management Companies), स्थायीदान (Endowments), विद्यापीठ निधी (University Funds) इत्यादी.

४.४ विदेशी भांडलाचे प्रकार (Forms of Foreign Capital)

स्वदेशी भांडलाचे स्रोत याप्रमाणेच विदेशी भांडवलाचे स्रोत अथवा विविध प्रकार आहेत. त्यामध्ये काही स्रोत खासगी स्वरूपाचे आहेत तर काही सार्वजनिक स्वरूपाचे आहेत. या विविध स्रोतांविषयीची थोडक्यात ओळख खालीलप्रमाणे आहे.

थेट विदेशी गुंतवणूक (Foreign Direct Investment-FDI) – यामध्ये विदेशी भांडवलाची थेट गुंतवणूक होते. उदा. कंपन्या, उपकंपन्या उभारणे, भारतीय कंपन्यांचे रोखे, ठेवी इत्यादींमध्ये थेट गुंतवणूकदारांची गुंतवणूक केली जाते.

विदेशी कंपन्यांबरोबर सहकार्य करार – असे करार प्रामुख्याने तीन प्रकारचे असतात. (१) दोन्ही खासगी कंपन्यांचा एकत्र सहभाग, (२) विदेशी कंपन्या आणि भारत सरकार, आणि (३) विदेशातील सरकार आणि भारत सरकार यामधील सहकार्य करार.

सरकारांतर्गत कर्ज/निधी – विकसित देशातील सरकार विकसनशील देशातील सरकारांना कर्ज किंवा निधी अथवा मदत देते.

आंतरराष्ट्रीय संस्थांकडून कर्ज – यामध्ये जागतिक बँक व संबंधित संस्था, आंतरराष्ट्रीय नाणे निधी (International Monetory Fund-IMF), एड इंडिया कॉनसोर्टिअम, एशियन डेव्हलपमेंट बँक इत्यादी संस्थांकडून कर्ज उपलब्ध होते.

बाह्य व्यावसायिक कर्जे (External Commercial Borrowings) – यामध्ये अमेरिका, एक्झिम बँक, जपानची एक्झिम बँक, यूके चे ECGC इत्यादींकडून कर्ज उपलब्ध होते.

विदेशी भांडवलाच्या विविध पर्यायांपैकी काही निवडक पर्यायांचा आढावा खालीलप्रमाणे आहे.

(अ) युरो चलन (Euro Issues)

'युरो' चलन हे एक वित्तीय स्रोत किंवा देशा बाहेरील विदेशी चलनातील भांडवल उभारणीस दिलेले नाव आहे. 'युरो चलन' अंतर्गत निधी उभारणी करण्याकरिता बहुसंख्यवेळा समान्यपणे वापरले जाणारे स्रोत म्हणजे अमेरिकन निक्षेपस्थान पत्र (Amercian Depository Receipt-ADR), जागतिक निक्षेपस्थान पत्र (Global Depository Receipt-GDR), आणि विदेशी चलनातील परिवर्तनीय रोखे (Foreign Currency Convertible Bonds) होय.

युरो चलनाचे फायदे (Advantages of Euro Issues) – ज्या कंपनीला विदेशी चलन येणे (Foreign Currency Receivable) आहे, अशा कंपनीला कोणत्याही जोखमी शिवाय विदेशी चलन निधी उभाण्याचा 'युरो चलन' हा एक स्वस्त पर्याय/स्रोत आहे.

युरो चलन, निधीसाठी आंतरराष्ट्रीय व व्यापक बाजाराची उपलब्धता प्रदान करते आणि घरेलू स्रोतांद्वारे अवघड असणाऱ्या मोठ्या प्रमाणातील निधीची उभारणी करण्यास मदत करते. युरो चलन, कंपनीसाठी नवीन बाजारपेठेत अनेक नवीन संधीसुद्धा निर्माण करते.

कंपन्यांना त्यांच्या भागांसाठी रोखता (Liquidity) वाढविता येते आणि आंतरराष्ट्रीय जोखमीचा लाभही होतो.

युरो चलनाचे वरीलप्रमाणे अनेक फायदे जरी असले तरी त्याचे काही तोटेही आहेत. त्यामुळे वित्तीय स्रोतांचा योग्य पर्याय निवडण्यापूर्वी त्याचे मूल्यमापन करणे गरजेचे आहे. युरो चलनाच्या काही प्रमुख मर्यादा पुढीलप्रमाणे आहेत.

युरो चलनाचे तोटे अथवा मर्यादा – युरो चलन सामान्यत: कमी खर्चात

उपलब्ध असले तरीही त्यामध्ये कंपनीकडे पर्याप्त प्रमाणात येणे नसल्यास चलन विनिमयाचा धोका उद्भवू शकतो आणि सुरक्षिततेचा खर्च वाढू शकतो, जो बचतीपेक्षा अधिक होण्याची शक्यता असते.

युरो चलनाद्वारे निधी उभारणीचे फायदे सर्वच कंपन्यांना मिळतात असे नाही. भारतीतील कंपन्यांना भारतीय रिझर्व्ह बँकेने लागू केलेल्या मार्गदर्शनाचे पालन करावे लागते आणि या मार्गाने निधी प्राप्त करण्यासाठी विहीत अटींची पूर्तता करावी लागते.

कंपन्यांनी जर समभाग (equity shares) किंवा परिवर्तनीय रोखे (convertible bonds) याद्वारे निधी उभारला असेल तर त्यांना त्यांच्या भागभांडवलातील हिस्सा कमी करावा लागू शकतो.

(ब) जागतिक निक्षेपस्थान पत्र/पावती (Globle Depository Receipt-GDR)

विदेशी कंपन्यांचे समभाग (equity shares) खरेदी करून खरेदीदाराच्या खात्यावर ते जमा केल्याबद्दलची, जमा करण्याच्या संस्थेने दिलेली 'पावती' म्हणजे जागतिक किंवा आंतरराष्ट्रीय निक्षेपस्थान 'पत्र अथवा पावती' (GDR) होय. साधारणत: एक जागतिक निक्षेपस्थान पत्र अथवा पावती म्हणजे १० समभाग अशा गुणोत्तराने एक जीडीआर निश्चित करण्यात येतो. या समभागांची मालकी अप्रत्यक्षपणे या पावतीद्वारे गुतवणूकदाराकडे येते. 'जीडीआर' हे विनिमयसाध्य किंवा परक्राम्य (negotiable) वित्तीय साधन असल्याने वित्तीय बाजरातील व्यवहारांनुसार त्याचे मूल्य ठरते. जीडीआरचे मूल्य एखाद्या पूर्णत: परिवर्तनीय चलनाच्या स्वरूपात मांडले जाते. बहुतांश वेळा असे मूल्य अमेरिकन डॉलर किंवा युरो या चलनांमध्ये मांडले जाते.

साधारणपणे विकसित देशातील भांडवली गुंतवणूकदार विकसनशील देशांमध्ये गुंतवणूक करण्यासाठी या मार्गाचा वापर करतात. त्याचबरोबर स्वदेशाबाहेरच्या भांडवल बाजारातील गुंतवणूकदारांना आकर्षित करण्याची संधी जीडीआरच्या माध्यमातून कंपन्यांना उपलब्ध होते. देशांतर्गत भांडवली गुंतवणुकीच्या कडक निर्बंधांमुळे काही देशांमध्ये जीडीआरचा वापर सुरू झाला. या पावत्यांचा वापर करून भांडवलाची उभारणी करणाऱ्या कंपन्यांचा बाजारातील हिस्सा तर वाढतोच शिवाय त्यांची गुंतवणूकदार असुरक्षितता वैविध्यपूर्ण आणि व्यापक व्हावयास अर्थात, गुंतवणुकीतील धोके कमी होण्यास मदत होते. तसेच, त्यांच्याकडील भांडवलाची तरलताही वाढते. या कंपन्यांची देशाबाहेरील पत आणि प्रतिष्ठासुद्धा त्यामुळे वाढते. कंपन्यांच्या संपादनात आणि विलिनीकरणातही 'जीडीआर' महत्त्वाचे माध्यम म्हणून कार्य करतात. या पावत्या अधिक पारदर्शी स्वरूपात गुंतवणूक करण्याचा मार्ग ठरतात. जीडीआर धारकास सर्व प्रकारचा लाभांश आणि भांडवली फायदा मिळतो. तसेच जर जीडीआरच्या

निर्मिती प्रकियेत तरतूद केलेली असेल तर जीडीआर धारकास समभागधारक म्हणून कंपनीच्या निर्णय प्रक्रियेत मतदानाचा अधिकारही प्राप्त होतो. २०१७ सालच्या उपलब्ध माहितीनुसार, जगामध्ये ८० देशांमधील २१०० कंपन्यांनी विक्रीला काढलेल्या ९०० जागतिक निक्षेपस्थान पावत्या (जीडीआर) बाजारात आहेत.

जागतिक निक्षेपस्थान पावत्यांचे प्रकार – जीडीआरचे प्रामुख्याने दोन प्रकार आहेत. एक म्हणजे 'प्रायोजित जागतिक निक्षेपस्थान पावती' आणि 'दुसरा म्हणजे अप्रायोजित जागतिक निक्षेपस्थान पावती' होय.

प्रायोजित जागतिक निक्षेपस्थान पावती – एखादी कंपनी या पावत्यांच्या निर्मितीसाठी जेव्हा एखाद्या विदेशी रोखे ठेव-संस्थेशी औपचारिकरित्या करार करते, तेव्हा निर्माण झालेल्या पावत्यांना प्रायोजित जागतिक निक्षेपस्थान पावत्या असे म्हटले जाते. या प्रयोजित जीडीआरचे दोन उपप्रकारही आहेत ते खालीलप्रमाणे आहेत.

(१) भांडवल निर्मिक जागतिक निक्षेपस्थान पावती – एखादी कंपनी जेव्हा नवीन समभाग विक्रीला काढून स्थानिक विश्वस्त बँकेकडे ठेवते आणि विदेशी रोखे ठेव-संस्था त्यावर जीडीआरची निर्मिती करते, त्यावेळी त्या कंपनीसाठी नवीन भांडवल गोळा होते. या जीडीआरला 'भांडवल निर्मिक' जीडीआर असे म्हटले जाते.

(२) भांडवल अनिर्मिक जागतिक निक्षेपस्थान पावती – ज्या जीडीआर निर्मितीमध्ये नवीन समभाग विक्रीला काढले जात नाहीत आणि अस्तित्वात असलेले समभाग स्थानिक विश्वस्त बँकेकडे ठेव म्हणून ठेवले जातात त्यांना 'भांडवल अनिर्मिक' जीडीआर असे म्हटले जाते.

अप्रायोजित जागतिक निक्षेपस्थान पावती – विदेशी रोखे ठेव-संस्थेशी औपचारिकरित्या करार न करता निर्माण झालेल्या जागतिक निक्षेपस्थान पावत्यांना अप्रायोजित जागतिक निक्षेपस्थान पावत्या असे म्हटले जाते. हा भांडवल उभारणीचा मार्ग नसून नफा कमविण्याचा मार्ग आहे. कारण कोणताही समभाग धारक स्थानिक विश्वस्त बँकेकडे आपल्याकडील समभाग ठेव स्वरूपात ठेऊ शकतो आणि एखादी विदेशी रोखे ठेव-संस्था या समभागांचे जीडीआरमध्ये रूपांतर करते. त्यामुळे या जीडीआरच्या विक्रीतून मिळणारे उत्पन्न हे मूळ कंपनीकडे जात नाही तर ते समभाग धारकाकडे जाते.

असे असले तरीही, चलन विनिमयाचा खर्च, अविश्वासार्ह विश्वस्त सेवा, अपुरी माहिती, व्यवहारांची अपारदर्शी मार्गाने पूर्तता, भांडवली बाजारातील वित्तीय संस्थांचे अननुभवीपण, अनोळखी बाजार पद्धती आणि गोंधळात टाकणारी कर

रचना व पद्धती यांसारखे घटक जीडीआरच्या वापराला आणि प्रसाराला प्रतिकारक ठरू शकतात.

जागतिक निक्षेपस्थान पावती (GDR) आणि भारत – जीडीआर धारक जोपर्यंत या पावत्या परत विकत नाही, तोपर्यंत त्यांच्याशी निगडित समभाग स्थानिक विश्वस्त बँकेडे शिल्लक राहतात. या समभागांची भारतीय शेअर बाजारात खरेदी–विक्री करता येत नाही. परकीय चलन व्यवस्थापन कायदा १९९९ नुसार (Foreign Exchange Management Act, 1999 - FEMA) जीडीआर धारक त्याच्याकडील पावत्या परत विकून बदल्यात निश्चित केलेल्या गुणोत्तराने समभाग ताब्यात घेऊ शकतो. परंतु हा पुनर्विक्री व्यवहार जीडीआर–धारक गुंतवणूकदार, जीडीआर विक्रेती कंपनी, बँक आणि समभागांचे जीडीआरमध्ये रूपांतर करणारी रोखे ठेव–संस्था यांच्यातील सुरुवातीच्या ठेव करारानुसारच होऊ शकतो. जीडीआरचे व्यवहार सुरळीत पार पाडले जावेत यासाठी भारत सरकारच्या कंपनी व्यवहार मंत्रालयाने २०१४ साली जागतिक निक्षेपस्थान पावती नियमावली (Companies [Issue of Global Depository Receipts] Rules, 2014) तयार केली आहे. वित्त मंत्रालयाच्या १९९३च्या मूळ (Issue of Foreign Currency Convertible Bonds and Ordinary Shares [Through Depository Receipt Mechanism] Scheme, 1993) योजनेनुसार जागतिक निक्षेपस्थान पावत्यांचे व्यवहार पूर्ण केले जावेत असे ही २०१४ची नियमावली स्पष्ट करते.

२०१४ सालच्या भारतीय निक्षेपस्थान पावती (Indian Depository Receipts- IDR) नियमावलीनुसार आता भारतीय निक्षेपस्थान पावत्याही वापरामध्ये आहेत. यामध्ये एखाद्या विदेशी कंपनीचे समभाग तेथील स्थानिक विश्वस्त बँकेकडे ठेव म्हणून ठेवले जातात. त्याचे रूपांतर भारतीय निक्षेपस्थान पावतीमध्ये (IDR) करण्याची जबाबदारी एखाद्या भारतीय रोखे ठेव–संस्थेकडे येते. ही भारतीय रोखे ठेव–संस्था या समभागांचे आयडीआरमध्ये रूपांतर करते. हे आयडीआरमधील रूपांतर नंतर भारतीय शेअर बाजारात सूचीबद्ध होतात आणि त्यांची खरेदी–विक्री केली जाते.

भारतात मागील काही वर्षांमध्ये जीडीआरच्या व्यवहारांमध्ये प्रतिवर्षी ३०टक्के ते ४० टक्के दराने वाढ होताना दिसून येते आहे. भारतामध्ये रिलायन्स इंडस्ट्रीज लिमिटेड या कंपनीने सर्वप्रथम जीडीआरच्या माध्यमातून भांडवल उभारणीला सुरुवात केली. त्यानंतर विप्रो इंडस्ट्रीज, इन्फोसिस आणि आयसीआयसीआय, ॲक्सीस बँक, इंडिया बुल्स यांसारख्या कंपन्या आणि वित्तीय संस्थांनीही जीडीआरच्या माध्यमातून भांडवली उभारणी केली आहे. मार्च २०१० मध्ये टाटा स्टील कंपनीने जीडीआर

मार्फत ५० कोटी अमेरिकन डॉलर्स इतक्या भांडवलाची उभारणी केली. ऑगस्ट २०१० मध्ये अक्ष ऑप्टीफायबर कंपनीने २.५ कोटी डॉलर्सचा जीडीआर निर्गमीत (issue) केला.

(ब) अमेरिकन निक्षेपस्थान पावती/पत्र (American Depository Receipt- ADR)

अमेरिकन डिपॉझिटरीने बिगर अमेरिकन कंपन्यांचे धारण केलेले प्रतिभूती स्वरूपातील एक प्रकारचे समभाग म्हणजे अमेरिकन निक्षेपस्थान पत्र (ADR) आहेत. हे अमेरिकन बँकांनी प्रमाणित करून निर्गमीत केलेले एक प्रकारचे संलेख आहेत. या संलेखात परदेशी कंपन्यांनी भागांची संख्या नमूद केलेली असते. या संलेखांचा अमेरिकन वित्त बाजारामध्ये व्यवहार करता येतो. एडीआर हे एक परक्राम्य संलेख आहे जे अमेरिकन डिपॉझिटरी शेअर्समध्ये मालकी असल्याचे दर्शविते. एडीआरचे व्यवहार हे अमेरिकन डॉलरमध्ये ($) केले जातात आणि ते अमेरिकन तडजोड व्यवस्थेद्वारे (US Settlement System) पूर्ण केले जातात. त्यामुळे एडीआर धारकांना विदेशी चलनामध्ये व्यवहार करणे टाळता येते.

एडीआर अमेरिकन गुंतवणूकदारांना बिगर अमेरिकन कंपन्यांमध्ये गुंतवणूक करण्याची संधी उपलब्ध करून देतात. तसेच बिगर अमेरिकन कंपन्यांना अमेरिकेच्या भांडवलाच्या बाजारपेठांमध्ये प्रवेश प्रदान करतात. अमेरिकन गुंतवणूकदारांना ब्रिटिश डिपार्टमेंट स्टोअरच्या समभागात गुंतवणूक करण्याची परवानगी देण्यासाठी प्रथम १९२७ साली अमेरिकन बँकेने एडीआर तयार केले होते. आता २००० हून जास्त एडीआर उपलब्ध आहेत जे ७० पेक्षा अधिक देशांमध्ये असलेल्या कंपन्यांच्या समभागांचे प्रतिनिधित्व करतात.

जीडीआर प्रमाणेच एडीआरसुद्धा प्रायोजित किंवा अप्रायोजित असू शकतात. माहितीची जपणूक करणे, भागधारकांचे संप्रेषण अग्रेषित करणे, लाभांश वितरीत करणे इत्यादींसाठी बिगर अमेरिकन कंपनीने यूएस डिपॉझिटरी बँकेसह केलेल्या करारांचा समावेश प्रायोजित एडीआर मध्ये केला जातो. तर अप्रायोजित एडीआर हे बिगर अमेरिकन कंपन्यांशिवाय निर्माण केलेले किंवा अमेरिकेत व्यवसायिक बाजाराची स्थापना करू इच्छिणाऱ्या दलालांमार्फत निर्माण केले जाऊ शकतात.

(क) भारत आणि जीडीआर व एडीआर

भारतात जीडीआर व एडीआर निर्गमीत करून जमा केलेले भांडवल हे थेट विदेशी गुंतवणूक (FDI) या सदरामध्ये समाविष्ट केले जाते. सार्वजनिक क्षेत्रातील

उद्योगांचे भाग खरेदी करण्यासाठीही जीडीआर व एडीआरचा वापर होऊ शकतो. जीडीआर व एडीआर निर्गमीत करणारी कंपनी भारतीय शेअर बाजारात सूचीबद्ध झालेली असली पाहिजे. तसेच यामार्फत जमा झालेले भांडवल विदेशात ठेवायाची परवानगीसुद्धा दिलेली आहे. जडीआर व एडीआरची किंमत ठरविण्यासाठी काही नियम आहेत. भारतीय कंपन्यांना जीडीआर व एडीआर प्रायोजितही करता येतो. यासाठी कंपनी आपल्या भारतीय भागधारकांना त्यांचे भाग एडीआर किंवा जीडीआर निर्गमित करण्यासाठी कंपनीकडे परत करण्याचे आवाहन करते व अशा परत आलेल्या भागांच्या आधारावर एडीआर/जीडीआर निर्गमित करते. त्यातून प्राप्त रक्कम भारतीय भागधारकांना वाटून दिली जाते. भारतीय भागधारकांना असलेला मताधिकार आणि जीडीआर/एडीआर धारकांचा मातधिकार हा सारखाच असतो. भारतीय कंपन्यांची वाढत जाणारी उलाढाल आणि नफा कमविण्याची क्षमता, त्याचबरोबर प्रवर्तकांची विश्वासार्हता आणि जागतिक गुंतवणूकदारांना भारतीय अर्थव्यवस्थेचे वाढणारे आकर्षण यामुळे जीडीआर अथवा एडीआरच्या माध्यमातून विदेशी भांडवल उभारणी शक्य झाली आहे.

(ड) बाह्य व्यावसायिक कर्जे (External Commercial Borrowings)

बाह्य व्यावसायिक कर्ज म्हणजे भारतातील पात्र व्यक्ती/संस्था/कंपनीने व्यावसायिक कारणाकरिता बाह्य स्रोतांद्वारे अर्थात भारता बाहेरील कोणत्याही मान्यता प्राप्त व्यक्ती/संस्थेकडून घेतलेले कर्ज होय. अशा कर्जाकरिता भारतीय रिझर्व्ह बँकेने घातलेल्या अटी व नियमांचे पालन करणे अपेक्षित आहे. भारतीय रिझर्व्ह बँकेने प्रसारीत केलेल्या माहितीनुसार, अशी एकूण बाह्य व्यावसायिक कर्जे – पात्र भारतीय कर्जदारांना अनिवासी व्यक्ती/संस्थेने विदेशी चलनामध्ये मंजूर केलेली कर्जे डिसेंबर २०१९ मध्ये तब्बल ६१.४५ टक्क्यांनी वाढून ५०.१५ बिलियन अमेरिकन डॉलर इतकी होती. २०१७ सालच्या आकडेवारीशी तुलना करता ही झेप ११७ टक्के इतकी होती.

आज रोजी बाह्य व्यावसायिक कर्जे उभारणी करण्याचे दोन मार्ग उपलब्ध आहेत. त्यापैकी एक म्हणजे मंजुरीचा (Approval) मार्ग तर दुसरा मार्ग म्हणजे स्वयंचलित (Automatic) मार्ग होय. स्वयंचलित मार्गाने कर्ज उभारणी करण्याकरिता सरकारने अनेक वेगवेगळे पात्रता निकष/नियम केलेले आहेत. हे नियम रक्कम, उद्योग, निधीचा अंतिम उपयोग इत्यादीसंबंधी आहेत. ज्या कंपनीला बाह्य व्यावसायिक कर्जाची उभारणी करावयाची आहे तिने अशा पात्रता निकषांची पूर्तता केली पाहिजे, म्हणजे मग मंजुरी शिवाय कर्ज निधीची उभारणी करता येऊ शकते.

दुसऱ्या बाजूस मंजुरीच्या मार्गाने बाह्य व्यावसायिक कर्जाची उभारणी करताना विनिर्दिष्ट क्षेत्रातील कंपनीने भारतीय रिझर्व्ह बँक किंवा सरकारची स्पष्ट परवानगी मिळविणे बंधनकारक आहे. भारतीय रिझर्व्ह बँकेने अशा कर्ज रचनेबाबत एक औपचारिक मार्गदर्शन व परिपत्रक निर्गमित केलेले आहे. पात्र कर्जदार म्हणजे जो थेट विदेशी गुंतवणुकीसाठी पात्र आहे, त्यामध्ये विशेष व्यक्ती/संस्था उदा. पोर्ट ट्रस्ट, विशेष आर्थिक क्षेत्रातील आस्थापना, भारतीय लघु औद्योगिक विकास बँक (SIDBI), भारतीय एक्झिम बँक यांचा समावेश आहे. बाह्य व्यावसायिक कर्जाची उभारणी ही मान्यता प्राप्त कर्जदात्याकडूनच केली पाहिजे. मान्यता प्राप्त कर्जदाता याचा अर्थ जो Internaltional Organisation of Securities Commission (IOSCO) व Financial Action Task Force (FATF) चा सदस्य आहे. याशिवाय भारत ज्या बहुपक्षीय व प्रादेशिक वित्तीय संस्थांचा सदस्य आहे, भारतीय बँकांच्या विदेशी साहाय्यक (subsidiaries [subject to applicable prudential norms]), आणि व्यक्ती (विदेशी समभाग धारक असल्यास), मान्यता प्राप्त कर्जदात्यांची हुंडी (bills) इत्यादी.

बाह्य व्यावसायिक कर्जाचे लाभ (Benifits) – सर्वांत महत्त्वाचा लाभ म्हणजे बाह्य स्रोतांकडून घेतलेले कर्ज निधीचे मूल्य सामान्यपणे कमी असते. उदा. अशा कर्ज प्रकारात कमी व्याज दराच्या अनेक बचती असतात.

दुसरे म्हणजे असे कर्ज सरळसाधे स्वरूपाचे असते. अशा कर्ज उभारणीमध्ये कर्जदात्यास कंपनीमध्ये कोणत्याही प्रकरचा मतदानाचा हक्क नसतो.

बाह्य व्यावसायिक कर्जाचे तोटे (Disadvantages) – अशा प्रकारचे कर्ज विदेशी चलनामध्ये उभारले जात असल्याने अशा कर्जाची मुद्दल रक्कम आणि व्याज हेसुद्धा विदेशी चलनातच परतफेड करावे लागते. अशा वेळी कर्जदार कंपनी विदेशी चलनातील विनिमय दराच्या जोखमीशी बांधील असते. त्यामुळे कर्जदार कंपनीच्या जोखीम संरक्षण खर्चात वाढ होऊ शकते.

बाह्य व्यावसायिक कर्ज जरी कमी दरात उपलब्ध होत असले, तरीही त्यासाठीची मार्गदर्शक तत्त्वे आणि निर्बंध टाळणे सहज शक्य नाही.

समारोप – व्यावसायाची उभारणी, विस्तार किंवा आधुनिकीकरण करण्यासाठी भांडवलाची गरज असते. अशा भांडवल निधीची उभारणी करण्याचे अनेक मार्गसुद्धा आहेत. यामध्ये काही मार्ग स्वयंनिर्मित आहेत तर काही मार्ग देशातील वित्तीय संस्थांकडून वित्तीय साहाय्य स्वरूपात आहेत. त्याचबरोबर मोठ्या प्रमाणातील भांडवल आणि विदेशी चलनाची गरज भागविण्यासाठी विदेशी चलनातील भांडवल उभारणीचे

वेगवेगळे पर्यायदेखील उद्योगांना आहेत. या वेगवेगळ्या औद्योगिक वित्तीय पर्यायांचे लाभ तथा मर्यादासुद्धा भिन्न भिन्न आहेत. त्यामुळे उद्योग त्यांना अधिकाधिक लाभदायक असणाऱ्या पर्यायाची निवड करून त्यांना आवश्यक असणाऱ्या वित्तीय निधीची उभारणी करतात. विदेशी भांडवल, थेट विदेशी गुंतवणूक यांमुळे देशातील अनेक उद्योगधंद्यामध्ये मोठ्या प्रमाणात वाढ झाली आहे. त्यामुळे प्रत्यक्ष व अप्रत्यक्षपणे रोजगाराच्या संधींमध्येही वाढ झाली आहे. पर्यायाने देशाच्या आर्थिक विकासामध्ये वाढ झाली आहे. आर्थिक व औद्योगिक विकासाला चालना देणाऱ्या या 'औद्योगिक वित्तीय पर्याया'चा अभ्यास त्यामुळेच अधिक महत्त्वपूर्ण असल्याचे लक्षात येते.

प्रकरण – ५

औद्योगिक धोरण आणि प्रवाह
(Industrial Policy and Issues)

प्रस्तावना

स्वातंत्र्योत्तर काळात देशात जलद आर्थिक विकास व औद्योगिक विकास व्हावा यासाठी मिश्र अर्थव्यवस्थेचा स्वीकार करण्यात आला. सुरुवातीच्या काळात अवजड व मूलभूत उद्योग सार्वजनिक क्षेत्रामध्ये सुरू करण्याचे धोरण आखण्यात आले. त्याचबरोबर उद्योगांची मक्तेदारी आणि संतुलित आर्थिक विकासावर भर देण्यात आला. परंतु गरजेनुरूप या औद्योगिक धोरणामध्ये वेळोवेळी बदल करण्यात आले, सुधारणा करण्यात आल्या. त्यामुळे, देशातील औद्योगिकीकरणाला चालना मिळाली. औद्योगिक विस्तार होऊ लागला. तरीही हा औद्योगिक विकास देशातील विशिष्ट राज्यांमध्ये व प्रदेशांमध्ये केंद्रीत होऊ लागला आणि प्रादेशिक संतुलित औद्योगिक व आर्थिक विकासाची गरज निर्माण झाली. उद्योगांचे विकेंद्रीकरण व्हावे आणि प्रादेशिक संतुलित विकास साध्य व्हावा यासाठीही औद्योगिक धोरणांमध्ये तरतुदी करण्यात आल्या. त्याचबरोबर जागतिक प्रवाह आणि त्यासाठी अनुकूल बदल करणे आवश्यक असल्याने औद्योगिक धोरणांमध्ये उदारीकरणाचे धोरणही लागू करण्यात येऊ लागले. अशा प्रकारे वेळोवेळी जी औद्योगिक धोरणे आखण्यात आली त्यांचा आढावा याप्रकरणात घेतला आहे.

५.१ औद्योगिक धोरणाचा अर्थ (Meaning of Industrial Policy)

'औद्योगिक धोरण' हे सरकार आणि खासगी आस्थापना, तसेच उद्योग व उद्योग, आणि प्रदेश व प्रदेश यांच्यातील योग्य ते सहसंबध निर्धारित करते. (Industrial policy determines a reasonable relationship between the State and private enterprise between industry and industry, and between regions and regions)

औद्योगिक धोरणाच्या दस्तऐवजामध्ये औद्योगिकीकरणाची गती, उद्योगांची रचना, उद्योगांची मालकी, उद्योगांचे स्थानिकीकरण, मालक–कामगार परस्परसंबंध इत्यादींसंबंधीची माहिती असते.

औद्योगिक उत्पादन संस्थांच्या वाढीचा दर, त्यांची मालकी, स्थाननिश्चिती, आकृतीबंध, वृद्धीदर, त्यांची कार्ययंत्रणा यासंबंधीची नियमावली व कार्यपद्धती म्हणजे औद्योगिक धोरण होय.

'औद्योगिक धोरण' म्हणजे देशाच्या औद्योगिकीकरणाचा सिद्धांत, उद्योगीकरणाचे व्यवस्थापन व औद्योगिकीकरणाची पद्धती. तसेच, औद्योगिकीकरणाची गती इत्यादींबाबत सरकारचा दृष्टीकोन स्पष्ट करणारी अधिकृत घोषणा होय.

थोडक्यात, देशातील आर्थिक विकासामध्ये सार्वजनिक क्षेत्र, खासगी क्षेत्र, संयुक्त क्षेत्र आणि सहकारी क्षेत्र, मोठे उद्योग, मध्यम उद्योग आणि लघु उद्योग यांचे स्थान व भूमिका, उद्योगांच्या वार्षिक वाढीचा वेग, त्यांची स्थाननिश्चिती, मालकी हक्क, उद्योग चालविण्यासंबंधीचे कायदे इत्यादी, तसेच ग्रामीण औद्योगिकीकरणाला चालना देण्यासाठी असणाऱ्या सवलती, औद्योगिक कामगारांसंबंधीचे धोरण, वित्तपुरवठ्याचे धोरण, निरनिराळ्या करांसंबंधीचा प्रश्न, अशा अनेक बाबींवर विचार करून उद्योगांसंबंधी सरकारकडून जे सर्वसमावेशक धोरण आखले जाते त्या धोरणाला 'औद्योगिक धोरण' असे म्हटले जाते.

स्वातंत्र्योत्तर काळात प्रामुख्याने आर्थिक विकासाच्या प्रक्रियेत नियोजनाचा मार्ग स्वीकारल्याने देशातील औद्योगिकीकरणाची दिशा, रचना आणि गती यांचे स्वरूप वेळोवेळी लागू करण्यात आलेल्या औद्योगिक धोरणातून स्पष्ट होते. देशातील सामाजिक, आर्थिक आणि राजकीय उद्दिष्टे कशी साध्य केली जातील, याची रूपरेषा औद्योगिक धोरणातून स्पष्ट होते. या पार्श्वभूमीवर भारत सरकारने आपल्या औद्योगिक धोरणामध्ये गरजेनुरूप वेळोवेळी सुधारणा केल्याचे आढळून येते. भारताच्या या वेगवेगळ्या औद्योगिक धोरणांची रूपरेषा खालीलप्रमाणे आहे.

५.२ औद्योगिक धोरणांची थोडक्यात रूपरेषा (Brief Outline of Industrial Polices)

ब्रिटिशकालीन भारतातमध्ये औद्योगिक विकासासाठीचे निश्चित असे धोरण नव्हते. तर स्वातंत्र्योत्तरकाळात जलद आर्थिक विकासासाठी औद्योगिकीकरणाला गती देणे अत्यंत महत्त्वाचे होते. त्यामुळे, केंद्र सरकाने वेळोवेळी गरजेनुरूप औद्योगिक धोरणांमध्ये बदल करून जाहीर केलेल्या वेगवेगळ्या औद्योगिक धोरणांचा, थोडक्यात आढावा तथा रूपरेषा खालीलप्रमाणे आहे.

(अ) सन १९४८ चे औद्योगिक धोरण (Industrial Policy 1948)

डिसेंबर १९४७ मध्ये एक औद्योगिक संमेलन घेण्यात आले होते. त्या संमेलनामध्ये नियोजित औद्योगिक धोरणाची शिफारस करण्यात आली होती. या संमेलनातील शिफारशीस अनुसरून तत्कालीन उद्योगमंत्री कै. डॉ. श्यामा प्रसाद मुखर्जी यांनी एप्रिल १९४८ मध्ये स्वतंत्र भारताचे 'पहिले औद्योगिक धोरण' जाहीर केले. या पहिल्या औद्योगिक धोरणाची **वैशिष्ट्ये** खालीलप्रमाणे आहेत.

(१) उद्योगांचे वर्गीकरण – या पहिल्या औद्योगिक धोरणामध्ये जलद आर्थिक विकासासाठी आणि औद्योगिकीकरणासाठी सार्वजनिक क्षेत्र आणि खासगी क्षेत्र या दोन्ही क्षेत्रांमध्ये उद्योगांचा विस्तार आवश्यक असल्याचे स्पष्ट करण्यात आले. या धोरणानुसार उद्योगांचे वर्गीकरण खालील प्रमुख चार गटांमध्ये करण्यात आले.

(१) सरकारी क्षेत्र – यामध्ये शस्त्र निर्मिती, दारूगोळा उत्पादन, अणुशक्ती, रेल्वे वाहतूक हे उद्योग केंद्र सरकारची मक्तेदारी असलेले उद्योग होते.

(२) मिश्र क्षेत्र – यामध्ये सरकारी उद्योग व खासगी उद्योग दोन्हींचा सामवेश होता. यामध्ये प्रामुख्याने कोळसा उद्योग, लोह व पोलाद उद्योग, जहाज बांधणी, टेलिफोन उत्पादन, विमान बांधणी, बिनतारी संदेश यंत्रणा, खनिज तेल इत्यादी उद्योगांच्या बाबतीत सरकरचा सहभाग वाढविण्याचे ठरविण्यात आले. याचा अर्थ या उद्योगांचे नवीन प्रकल्प सरकारी क्षेत्रात, तर अस्तित्वात असणारे उद्योग खासगी क्षेत्रात ठेवणे, असे मिश्र धोरण होते. परंतु, आवश्यकता वाटल्यास खासगी उद्योगास योग्य ती नुकसान भरपाई देऊन ते उद्योग ताब्यात घेण्याचा अधिकार सरकारने स्वत:कडे ठेवला होता.

(३) सरकारी नियंत्रणखालील उद्योग – यामध्ये राष्ट्रीयदृष्ट्या महत्त्वपूर्ण असणाऱ्या १८ उद्योगांचा समावेश होता. या उद्योगांमध्ये सरकार भागीदार होणार नाही, तर या क्षेत्रातील उद्योगांवर सरकार नियंत्रण ठेवण्याचा आणि दिशानिर्देश देण्याचा प्रयत्न करेल. यामधील उद्योग म्हणजे, स्वयंचलित वाहने, अवजड रसायने, अवजड यंत्रे, खते, वीज उपकरणे, साखर, कागद, सिमेंट, वस्त्रोद्योग, वुलन इत्यादी.

(४) खासगी क्षेत्र – वर नमूद केलेल्या तीनही क्षेत्रातील उद्योगांशिवाय इतर सर्व उद्योगांचा यामध्ये समावेश होतो. या उद्योगांच्या विकासाची जबाबदारी खासगी उद्योजकांवर सोपविण्यात आली. परंतु खासगी क्षेत्रातील कामगिरी असमाधानकारक वाटल्यास कोणताही उद्योग सरकार ताब्यात घेऊ शकते, असे स्पष्ट करण्यात आले.

(२) लघु आणि कुटीर उद्योग – या पहिल्या औद्योगिक धोरणामध्ये लघु आणि कुटीर उद्योगांना खास महत्त्व देण्यात आले होते. रोजगार निर्मिती आणि

स्थानिक कच्च्या मालाचा वापर यादृष्टीने हे उद्योग महत्त्वपूर्ण असल्याचे मान्य करण्यात आले होते. परंतु या उद्योगांच्या प्रगतीमध्ये अनेक समस्या होत्या उदा. कच्च्या मालाची टंचाई, विपणनातील समस्या इत्यादी. त्यामुळे, अशा उद्योगांना केंद्र सरकारने अडचणी दूर करण्यासाठी मदत करावी अशी अपेक्षा या धोरणामध्ये होती.

(३) विदेशी भांडवल – या धोरणामध्ये उद्योगांच्या विकासासाठी विदेशी भांडवलाची आवश्यकता असली तरी, त्यावर नियंत्रण ठेवण्याची गरज स्पष्ट करण्यात आली होती. म्हणजे, विदेशी भांडवलाची आवश्यकता असणाऱ्या उद्योगांमध्ये भारतीयांचा भांडवली सहभाग अधिक असला पाहिजे की, ज्यामुळे उद्योगांचे व्यवस्थापन भारतीयांच्या ताब्यात राहील असे धोरण होते.

(४) श्रम आणि भांडवल – श्रम अर्थात कामगार आणि भांडवल अर्थात उद्योजक यांच्यामधील संबंध सलोख्याचे ठेवण्यासंबंधीचा या धोरणामध्ये समावेश करण्यात आला होता.

१९४८च्या औद्योगिक धोरणाचे मूल्यमापन – हे औद्योगिक धोरण सर्वसामान्यपणे मान्य असले तरी, त्यावर अनेक टीकाही करण्यात आल्या आहेत त्या खालीलप्रमाणे आहेत.

(१) समन्वयाचा अभाव – या पहिल्या औद्योगिक धोरणामध्ये योग्य तो समन्वय नव्हता, अशी टीका केली जाते. म्हणजे राज्य सरकार आणि केंद्र सरकार यांच्यामध्ये उद्योगांच्या राष्ट्रीयीकरणाबाबत समन्वय नव्हता. त्यामुळे उद्योगांचे राष्ट्रीयीकरण केव्हा करावे यासंदर्भातील निर्णय घेता आले नाहीत.

(२) प्राधान्याचा अभाव – वास्तविक पाहता; उद्योगांच्या राष्ट्रीयीकरण संदर्भात योग्य तो प्राधान्यक्रम ठरविणे आणि त्यासाठी साधनसामग्री उभी करणे आवश्यक होते. परंतु, त्याबाबत कोणतीही योजना नव्हती. त्यामुळे उद्योगांच्या विकासामध्ये अडचणी निर्माण झाल्या.

(३) सरकारी उद्योगांच्या व्यवस्थापनाचा प्रश्न – या औद्योगिक धोरणात सार्वजनिक क्षेत्राच्या विस्ताराचे उद्दिष्ट ठरविण्यात आले होते. परंतु, असे उद्योग चालविण्याचे व्यवस्थापन कौशल्य निर्माण करण्याचे नियोजन नव्हते. त्यासाठी नागरी सेवेतील अधिकारी निवडण्यात आले. तसेच त्यांना प्रशिक्षण देण्याची व्यवस्थासुद्धा नव्हती.

(४) सदोष नियंत्रण – या औद्योगिक धोरणामुळे आर्थिक व्यवहारांवर अनेक नियंत्रणे निर्माण झाली. त्यामुळे सामान्य नागरिकांची पिळवणूक सुरू झाली. काळाबाजार आणि लाचलुचपत प्रमाण वाढले.

(५) खसागी क्षेत्राची उदासीनता – या धोरणामुळे खासगी क्षेत्रामध्ये फारसा उत्साह निर्माण झाली नाही. खासगी उद्योगांनी त्यास अनुकूल प्रतिसाद दिला नाही.

१९४८ च्या पहिल्या औद्योगिक धोरणावर वरीलप्रमाणे टीका करण्यात येत असली तरी देशातील औद्योगिक क्षेत्रामध्ये असणारे अनिश्चिततेचे वातावरण दूर करण्यास या धोरणाने मदत झाली.

(ब) सन १९५६ चे औद्योगिक धोरण (Industrial Policy 1956)

१९५१ सालापासून आर्थिक नियोजनाला सुरुवात झाली. याच काळात सरकारने 'समाजवादी समाज रचने'चे तत्त्वही स्वीकारले. त्यामुळे औद्योगिक विकासासाठी नव्या धोरणाची गरज निर्माण झाली. त्या पार्श्वभूमीवर सरकारने २० एप्रिल १९५६ रोजी 'नवे औद्योगिक धोरण' जाहीर केले. या नव्या धोरणाची रूपरेषा खालीलप्रमाणे आहे.

१९५६ च्या औद्योगिक धोरणाची उद्दिष्टे – देशातील औद्योगिकीकरणाच्या प्रक्रियेची गती वाढविणे व अर्थव्यवस्थेच्या विकासाचा दर वाढविणे. पायाभूत, अवजड व यंत्र उद्योगांचा विस्तार करणे. सार्वजनिक क्षेत्राचा विस्तार करणे. उत्पन्न व संपत्तीमधील विषमता कमी करणे. मक्तेदारी व आर्थिक शक्तीच्या केंद्रीकरणास प्रतिबंध करणे इत्यादी.

१९५६ च्या औद्योगिक धोरणाची वैशिष्ट्ये – या औद्योगिक धोरणाची वैशिष्ट्ये पुढीलप्रमाणे आहेत.

(१) उद्योगांचे वर्गीकरण – या दुसऱ्या औद्योगिक धोरणामध्ये उद्योगांचे वर्गीकरण तीन भागांमध्ये करण्यात आले ते पुढीलप्रमाणे आहे.

सूची (अ) – विभाग यामध्ये शास्त्रास्त्र निर्मिती, दारूगोळा उत्पादन, अणुशक्ती, लोह व पोलाद, अवजड यंत्रसामग्री, कोळसा उद्योग, खनिज तेल, विमान व हवाई वाहतूक, रेल्वे वाहतूक, जहाज बांधणी, टेलिफोन, वीजनिर्मिती अशा १७ उद्योगांचा समावेश होता. या विभागात नवीन उत्पादन संस्था स्थापन करण्याची जबाबदारी सरकारने स्वतःकडे ठेवली होती. या विभागातील काही उद्योग सरकार खासगी उद्योगपतींच्या सहकार्याने सुरू करू शकेल. परंतु त्यामध्ये गुंतविलेल्या भांडवलामध्ये सरकारचा हिस्सा अधिक असेल, असे धोरणामध्ये ठरविण्यात आले होते.

सूची (ब) – विभाग या दुसऱ्या विभागात एकूण १२ उद्योगांचा समावेश होता. हे उद्योग म्हणजे खनिजे, यंत्रसामग्री, औषधी वस्तू, रस्ते वाहतूक, सागरी वाहतूक, खते, रसायन उद्योग इत्यादी उद्योगांचा समावेश होता. हे उद्योग खासगी तसेच सरकारी मालकीचे राहू शकतील असे धोरण होते.

सूची (क) – उद्योगांच्या वर्गीकरणातील तिसऱ्या विभागामध्ये सूची (अ) आणि सूची (ब) मध्ये समावेश नसलेले सर्व उद्योग खासगी उद्योगपती चालवू शकतील असे धोरण होते. अशा उद्योगांना सरकार प्रोत्साहन आणि मदत देण्याचे धोरणात म्हटले होते. यामध्ये प्रामुख्याने साखर, सूती कापड, सिमेंट, आणि ग्राहकोपयोगी वस्तुंचा समावेश होता.

(२) लघु व कुटीर उद्योग – लघु उद्योगांचा विकास व्हावा यासाठी मोठ्या उद्योगाच्या उत्पादनावर मर्यादा लादणे, लघुउद्योगासाठी उत्पादन राखून ठेवणे, मोठ्या उद्योगाचा लघुउद्योगाशी समन्वय साधणे, उत्पादनतंत्राचे आधुनिकीकरण करणे, औद्योगिक वसाहती स्थापन करणे, त्यांच्यामध्ये स्पर्धा वाढविणे यासाठी प्रयत्न केले जावेत, असे या धोरणाद्वारे ठरविण्यात आले.

(३) प्रादेशिक संतुलित विकास – समतोल प्रादेशिक विकास घडवून आणणे, विविध भौगोलिक प्रदेशात कारखानदारी उद्योगांचा व शेती व्यवसायाचा समन्वित विकास घडवून आणणे हे या औद्योगिक धोरणाचे उद्दिष्ट होते. त्यामुळे, वेगवेगळ्या प्रदेशातील विषमता कमी होऊन लोकांना त्यांचे राहणीमानात सुधारणा करण्यास मदत होईल असे धोरण आखण्यात आले.

(४) प्रशिक्षण – वाढत्या सार्वजनिक क्षेत्राला तांत्रिक व व्यवस्थापकीय नोकर वर्ग मोठ्या प्रमाणात आवश्यक होता. हा नोकरवर्ग उपलब्ध करण्यावर या धोरणाचे यश अवलंबून होते. त्यामुळे नोकरवर्गास प्रशिक्षण देण्याच्या योजना कार्यान्वित करण्याचे या धोरणात ठरविण्यात आले. तांत्रिक व व्यवस्थापकीय शिक्षण व प्रशिक्षण देणारी महाविद्यालये आणि विद्यापीठे सुरू करण्यावर भर देण्यात आला.

(५) श्रमिकांना सोयी – कामगारांची कार्यक्षमता वाढविण्यासाठी, त्यांच्या राहणीमानात सुधारणा घडवून आणण्यासाठी योग्य ती परिस्थिती कारखान्यात निर्माण करण्याचे ठरविण्यात आले. कामगार व तंत्रज्ञ यांना व्यवस्थापनात सहभागी करून घेणे व सार्वजनिक क्षेत्रातील व्यवस्थापनास पुरेसे स्वातंत्र्य देण्याचे ठरविले गेले. उत्पादनाचे व व्यवस्थापनाचे विकेंद्रीकरण करण्याचे या धोरणाद्वारे ठरविण्यात आले.

१९५६ च्या औद्योगिक धोरणाचे मूल्यमापन - या औद्योगिक धोरणावर खालीलप्रमाणे टीका करण्यात आल्या.

(१) खासगी क्षेत्रावर नियंत्रण – या औद्योगिक धोरणामध्ये सार्वजनिक क्षेत्राला अधिक वाव देण्यात आला. तसेच खासगी क्षेत्रातील सरकारी हस्तक्षेपास बराच वाव मिळाला. सी.एच.भाभा यांच्या मते, हे धोरण म्हणजे देशामध्ये खासगी उद्योगपतींच्या समाप्तीची सुरुवात होती.

(२) प्रशासकीय यंत्रणेवर भर – या धोरणाने सार्वजनिक क्षेत्रावर अधिक भर दिला. भारत सरकारच्या प्रशासकीय यंत्रणेवर व वित्तीय साधनसामग्रीवर अधीच मोठा ताण होता, त्यामध्ये या धोरणाद्वारे सार्वजनिक क्षेत्राचा विस्तार घडवून आणण्याचे निश्चित केल्याने प्रशासकीय यंत्रणेवर अधिक भार पडणार होता. त्यामुळे सार्वजनिक क्षेत्रातील उत्पादन संस्थांचे व्यवस्थापन कितपत कार्यक्षमतेने कार्य करेल याबाबत टीकाकारांनी शंका व्यक्त केली होती.

(३) राजकीय भांडवलशाही – या धोरणामध्ये सहकारी क्षेत्राच्या विकासाबाबत ज्या बाबी सांगितल्या गेल्या त्या केवळ काल्पनिक स्वरूपाच्या होत्या. प्रत्यक्षात सहकारी क्षेत्र सरकारच्या आदेशानुसारच कार्य करील. त्यामुळे भारतात सहकारी क्षेत्राच्या नावाखाली राजकीय भांडवलशाहीस प्रोत्साहन देण्याचा प्रयत्न केला जात होता.

(४) अस्थिर धोरण – टीकाकारांच्या मते, देशाच्या औद्योगिक धोरणात वारंवार बदल होता कामा नये. केवळ आठ वर्षांच्या कालावधीत उद्योगधंद्यासंबंधी नवीन धोरण जाहीर करणे हे सरकारी क्षेत्रातील धोरणाची अस्थिरता प्रकट करते.

(५) खासगी क्षेत्रावरील अविश्वास – या धोरणात सार्वजनिक क्षेत्राला अवास्तव महत्त्व देण्यात आले, तर खासगी क्षेत्राला दुय्यम स्थान देण्यात आले.

१९५६ च्या औद्योगिक धोरणावर जरी वरीलप्रमाणे टीका करण्यात येत असली तरी देशाच्या औद्योगिक विकासामध्ये त्याचे महत्त्वपूर्ण स्थान आहे. भारतातील तत्त्वप्रणाली व राजकीय परिस्थिती लक्षात घेता; भविष्यकाळातील औद्योगिक विकासाचा पाया घालण्याचे कार्य या धोरणाने केले.

(क) १९७० चे औद्योगिक धोरण (Industrial Policy 1970)

स्वातंत्र्योत्तर काळातील पहिल्या दोन औद्योगिक धोरणांचा कितपत लाभ झाला याचे मूल्यमापन करण्यासाठी भारत सरकारने प्रा. हजारी आणि श्री. दत्त यांच्या अध्यक्षतेखाली दोन समित्यांची नियुक्ती केली. या समित्यांनी संतुलित आर्थिक विकास घडवून आणण्याच्या कामी औद्योगिक धोरण अपयशी ठरल्याचे म्हटले होते. त्यामुळे औद्योगिक धोरणामध्ये सुधारणा करण्यासाठी दत्त समितीने काही महत्त्वपूर्ण शिफारशी केल्या. त्या आधारे केंद्र सरकारने फेब्रुवारी १९७० मध्ये नवीन औद्योगिक धोरण जाहीर केले. या धोरणाची महत्त्वाची वैशिष्ट्ये खालीलप्रमाणे आहेत.

उद्योगांचे वर्गीकरण – या धोरणान्वये उद्योगांचे एकूण पाच विभागात वर्गीकरण करण्यात आले ते खालीलप्रमाणे आहे.

अत्यवश्यक क्षेत्र – यामध्ये आधारभूत व महत्त्वाचे उद्योग यांचा समावेश

होता. या उद्योगांमध्ये होणारी गुंतवणूक, विकास कार्यक्रम, उद्योगांची प्रगती इत्यादीसंदर्भात पंचवार्षिक योजनेमध्ये द्यावयाचा अग्रक्रम; याबाबतचा निर्णय केंद्र सरकार घेईल असे ठरविण्यात आले.

मोठ्या आकाराचे उद्योगांचे क्षेत्र – मोठे आणि अवजड उद्योग यांचा समावेश या क्षेत्रामध्ये करण्यात आला. हे उद्योग सरकार स्थापन करेल, परंतु सरकारला हे उद्योग स्थापन करण्यात अडचणी असतील तर असे उद्योग सुरू करण्यासाठी खासगी क्षेत्रातील उद्योजकांना परवानगी देण्याचे या धोरणाद्वारे ठरविण्यात आले.

मध्यम आकाराचे उद्योग क्षेत्र – यामध्ये रुपये १ कोटी ते रुपये ५ कोटी गुंतवणूक असलेल्या मध्यम आकाराच्या उद्योगांचा समावेश होता. यासाठी केंद्र सरकारचा परवाना मिळवून खासगी क्षेत्रात उद्योग सुरू करता येईल असे धोरणात म्हटले होते.

लघु उद्योग क्षेत्र – यामध्ये रुपये १ कोटी पेक्षा कमी गुंतवणूक असलेल्या छोट्या उद्योगांचा समावेश होता. असे लघु उद्योग सुरू करण्यासाठी केंद्र सरकारचा परवाना घेण्याची आवश्यकता नाही, असे धोरणाद्वारे जाहीर केले गेले.

सहकारी उद्योग क्षेत्र – यामध्ये कृषी मालावर आधारित उद्योगांचा समावेश केला होता.

परवाना पद्धतीतील सुधारणा – या औद्योगिक धोरणामध्ये परवाना मयदिमध्ये रु. १ कोटी वरून रु. ३ कोटी पर्यंत वाढ करण्यात आली. तसेच परवाना पद्धतीचे सुलभीकरण करण्यात आले.

प्रादेशिक असमतोल – या धोरणामध्ये औद्योगिक विकासाच्या बाबतीत मागासलेल्या भागांमध्ये उद्योगांच्या विकासावर भर देण्यात आला.

(ड) १९७७ चे औद्योगिक धोरण (Industrial Policy 1977)

मार्च १९७७ रोजी केंद्रामध्ये जनता पक्षाचे सरकार स्थापन झाले. या नव्या सरकारने पूर्वीच्या औद्योगिक धोरणांचे पुनरावलोकन केले. त्यातून असा निष्कर्ष काढण्यात आला की, पूर्वीच्या औद्योगिक धोरणांमुळे देशात औद्योगिक प्रगती झाली, परंतु त्यातून काही नव्या समस्या निर्माण झाल्या. या समस्या म्हणजे ग्रामीण व शहरी यामधील दरी अधिक रूंद झाली. औद्योगिक संस्थांचे आजारीपण वाढले. उद्योगांचे विकेंद्रीकरण फारसे झाले नाही. महत्त्वाचे म्हणजे लघु आणि कुटीरद्योगांच्या विकासाच्या योजना राबविण्यात आलेले अपयश होय. या पार्श्वभूमीवर औद्योगिक धोरणामध्ये सुधारणा करण्याची आवश्यकता होती. त्यामुळे २३ डिसेंबर १९७७ रोजी तत्कालीन उद्योगमंत्र्यांनी नवे औद्योगिक धोरण जाहीर केले.

१९७७ च्या औद्योगिक धोरणाची वैशिष्ट्ये – या नव्या औद्योगिक धोरणाची वैशिष्ट्ये खालीलप्रमाणे आहेत.

(१) लघुउद्योग – या धोरणामध्ये ग्रामीण-अर्धग्रामीण भागांमध्ये लघु व कुटीर उद्योगांचे मोठ्या प्रमाणात विकेंद्रीकरण आणि त्यांचा जलद विस्तार, विकास यावर भर देण्यात आला होता. या धोरणानुसार लघु व कुटीरोद्योग उत्पादन करू शकतील अशा वस्तू त्यांच्यासाठी राखीव ठेवण्यात येतील असे नमूद केले गेले आणि त्यासाठी राखीव वस्तूंची संख्या १८० वरून ८०७ पर्यंत वाढविण्यात आली. लघु उद्योग व कुटीरोद्योग यांच्या वाढीसाठी प्रत्येक जिल्ह्याच्या ठिकाणी जिल्हा उद्योग केंद्र स्थापन करण्याचे ठरविण्यात आले.

(२) अतिलघु उद्योग (टायनी) क्षेत्र – टायनी क्षेत्रातील उद्योगांच्या विकासासाठी विशेष बदल करण्याचे या धोरणामध्ये ठरविण्यात आले. साधारणपणे ५० हजार पेक्षा कमी लोकसंख्या असणाऱ्या गावात स्थापन झालेल्या आणि यंत्रसामग्रीमधील गुंतवणूक ही १ लाख रुपयांपेक्षा कमी असलेल्या उद्योगांचा समावेश या गटात केला गेला. या उद्योगांना विशेष मदत देण्याचे ठरविण्यात आले.

(३) प्रवर्तनात्मक उपाय – लघुउद्योगांच्या विकासासाठी प्रवर्तनात्मक उपाययोजना करण्याचे या धोरणामध्ये ठरविण्यात आले. उदा. मोठ्या शहरातून अथवा राजधानी केंद्रातून लघु उद्योगांना जिल्हा पातळीवर नेण्यात येईल. प्रत्येक जिल्ह्यात एकाच यंत्रणेद्वारे लघुउद्योगांच्या गरजा भागविणे. यास 'जिल्हा उपकेंद्र' नाव देण्यात आले. लघु उद्योजकांना तांत्रिक-आर्थिक-विपणन यासंबंधीची मदत देणे. जिल्हा उद्योग केंद्र आणि विकास गट यामध्ये संपर्क साधणे व उद्योगांच्या विकासाचा आढावा घेणे इत्यादी.

(४) खादी व ग्रामोद्योग – देशातील खादी व ग्रामोद्योगांना चालना देण्यासाठी या औद्योगिक धोरणामध्ये आधुनिक व्यवस्थापन तंत्र स्वीकारण्याचा प्रयत्न करण्याचे ठरविण्यात आले. साबण, चमड्याच्या वस्तू इत्यादी उत्पादनासाठी विशेष प्रयत्न करण्याचे ठरविण्यात आले. सूतनिर्मिती कापडाबरोबरच पॉलिस्टर धाग्याचा वापर करून खादी क्षेत्रात कापडाच्या उत्पादनात सुधारणा करण्याचे ठरविण्यात आले. यास 'नवीन खादी' असे समजले जाते. खादी उद्योगासाठी कच्चा माल उपलब्ध करून देण्याचे व त्यासाठी यंत्रणा निर्माण करण्याचे ठरविण्यात आले. हातमाग क्षेत्राच्या विकासाचे प्रयत्न करण्याचे ठरविण्यात आले. कारण, या क्षेत्रामध्ये मोठ्या प्रमाणात रोजगार निर्मिती होते.

(५) मोठे उद्योग – या धोरणामध्ये लोकांच्या मूलभूत गरजा पूर्ण करण्यासाठी लागणाऱ्या मोठ्या उद्योगांच्या विकासाचा कार्यक्रम ठरविण्यात आला. त्यामध्ये

मुख्यत्त्वे पुढील क्षेत्रामध्ये मोठे उद्योग असले पाहिजेत, असे धोरणामध्ये नमूद करण्यात आले.

- पायाभूत सोयी-सुविधांसाठी तसेच लघु व कुटीरोद्योगांच्या विकासासाठी मूलभूत उद्योग सुरू करणे उदा. लोह व पोलाद, सिमेंट, तेल शुद्धीकरण इत्यादी.
- भांडवली वस्तूंचे उत्पादन करणारे उद्योग म्हणजे यंत्र निर्मिती करणारे उद्योग की ज्यामुळे लघु उद्योगांची प्रगती शक्य होते.
- नव्या तंत्रज्ञानाशी निगडित उद्योग उदा. खत उत्पादन, जंतुनाशके, कीटकनाशके उत्पादन करणारे उद्योग, पेट्रोकेमिकल उद्योग इत्यादी.
- इतर उद्योग म्हणजे लघु उद्योग क्षेत्रासाठी राखीव नसलेल्या उद्योगांचा त्यात समावेश होतो. उदा. मशिन टूल्स, ऑरगॅनिक व इन-ऑरगॅनिक रसायने यांचा उद्योग.

(६) सार्वजनिक क्षेत्र – १९७७ च्या या औद्योगिक धोरणामध्ये सार्वजनिक क्षेत्रावर महत्त्वाची जबाबदारी सोपविण्यात आली. त्यामध्ये प्रामुख्याने विविध साहाय्यभूत उद्योगांची वाढ करणे, तसेच विकेंद्रित उद्योग सुरू करणे यांची जबाबदारी सार्वजनिक क्षेत्रावर सोपविण्यात आली. आधुनिक तंत्रज्ञान व व्यवस्थापन कौशल्य लघु उद्योगांना उपलब्ध करून देण्याची जबाबदारीसुद्धा सार्वजनिक क्षेत्रावर सोपविण्यात आली. या औद्योगिक धोरणामध्ये सार्वजनिक क्षेत्रामध्ये उत्पादकता, कार्यक्षमता आणि नफा वाढविण्यावर भर देण्यात आला. या धोरणात स्पष्ट करण्यात आले की, सार्वजनिक क्षेत्रातील गुंतवणुकीपासून योग्य परतावा मिळण्यासाठी व्यवस्थापनात सुधारणा आवश्यक आहे. त्यासाठी शिक्षण-प्रशिक्षण देणे आणि व्यवस्थापन कौशल्य विकसित करणे आवश्यक ठरविण्यात आले.

(७) विदेशी गुंतवणूक – या औद्योगिक धोरणामधे विदेशी गुंतवणुकीसंबंधी फेरा (Foreign Exchange Regulation Act-FERA) ची अंमलबजावणी काटेकोरपणे करण्याचे ठरविण्यात आले. देशातील उद्योगांना विदेशी तंत्रज्ञान व भांडवली गुंतवणूक आवश्यक असल्यास तशी परवानगी सरकारकडून घेता येईल. परंतु विदेशी तंत्रज्ञान व भांडवल यांची आवश्यकता नसल्यास भांडवल आयातीवर निर्बंध लादण्यात आले. यामागे भारतीय कंपन्यांमध्ये भारतीय भागधाकरकांचे वर्चस्व असावे, अशी भूमिका होती.

(८) निर्यातभिमुख उत्पादन – या धोरणामध्ये निर्यातीसाठी उत्पादन करणाऱ्या उद्योगांना आवश्यक उत्तेजनार्थ सवलती आणि मदत देण्याचे ठरविण्यात आले.

(**९**) **व्यवस्थापन व कामगार संबंध** – औद्योगिक क्षेत्रामधे अशांतता पसरल्यामुळे औद्योगिक उत्पादनामध्ये मोठ्या प्रमाणात घट झाली होती. त्याला प्रमुख कारण म्हणजे कामगार संघटनांमधील अंतर्गत हेवेदावे व कामगार संघटनांचे राजकीयीकरण होय. कामगारांनी स्वत:हून आपल्या कामास वाहून घेण्यात यावे यासाठी कामगारांचा व्यवस्थापकीय कार्यात समावेश करण्यावर भर देण्यात आला.

१९७७ च्या औद्योगिक धोरणाचे मूल्यमापन – या धोरणामधे बेरोजगारीची समस्या कमी करणे, आर्थिक केंद्रीकरण कमी करणे, समतेनुसार उत्पन्न वाटपाचा प्रयत्न करणे आणि प्रादेशिक विषमता कमी करणे, अशी अनेक उद्दिष्टे साध्य करण्यासाठी विचार करण्यात आला. परंतु, या धोरणामध्ये ज्या उणिवा आढळून आल्या त्या पुढीलप्रमाणे आहेत.

लघु उद्योगांच्या प्रगतीस चालना देणे रोजगार वाढीसाठी आवश्यक असले तरी नव्या तंत्राशिवाय ही प्रगती अशक्य आहे, त्याचा विचार या धोरणात केलेला आढळत नाही.

लघु उद्योगांच्या प्रगतीमधील महत्त्वाचा अडथळा म्हणजे विपणनाची अडचण होय. या उद्योगांमध्ये तयार होणाऱ्या वस्तू कशा प्रकारे विकता येतील याचा विचार धोरणात दिसत नाही.

लघुउद्योगांना प्राधान्य देताना मोठ्या उद्योगसमूहाकडून येणारा प्रभाव लक्षात घेतला नाही.

बहुराष्ट्रीय कंपन्यांबाबत या धोरणामधे स्पष्टता नाही.

श्रमप्रधान तंत्रज्ञान हवे की कार्यक्षमता हवी याबाबत धोरणात स्पष्टता नाही.

(इ) १९८० चे औद्योगिक धोरण (Industrial Policy 1980)

१९८० साली केंद्रामध्ये पुन्हा काँग्रेस पक्षाचे सरकार स्थापन झाले. त्यानंतर जुलै १९८० रोजी पुन्हा नवे औद्योगिक धोरण जाहीर करण्यात आले. या धोरणाची उद्दिष्टे खालीलप्रमाणे होती.

उद्दिष्टे – उद्योगांच्या प्रस्थापित क्षमतेचा जास्तीतजास्त उपयोग करणे, उत्पादनाची महत्तम पातळी गाठणे, रोजगाराच्या अधिकाधिक संधी निर्माण करणे, प्रादेशिक संतुलन निर्माण करणे, कृषी उद्योगांचा विकास करणे, निर्यातक्षम उद्योगांचा आणि आयात पर्यायी उद्योगांचा विकास करणे, ग्राहकांचे शोषण थांबविण्यासाठी किंमत नियंत्रण आणि दर्जा सुधारण्याकडे विशेष लक्ष देणे इत्यादी.

१९८० च्या औद्योगिक धोरणाची वैशिष्ट्ये – या औद्योगिक धोरणाची वैशिष्ट्ये खालीलप्रमाणे आहेत.

सार्वजनिक क्षेत्रातील सुधारणा – सार्वजनिक क्षेत्रातील अनेक उपक्रम अकार्यक्षम व तोट्यात होते. त्यामुळे या औद्योगिक धोरणात सार्वजनिक क्षेत्रातील उपक्रमांमध्ये सुधारणा करून औद्योगिक उत्पादनाच्या गतीमध्ये वाढ करण्याचा प्रयत्न करण्याचे ठरविले गेले.

खासगी क्षेत्र – खासगी क्षेत्रातील उद्योगांच्या विकासासाठी आवश्यक सोयी व सवलती उपलब्ध करून देण्याचे ठरविण्यात आले.

गुंतवणूक मर्यादेत वृद्धी – या धोरणामधे अती लहान उद्योगांच्या गुंतवणुकीची मर्यादा रु. १ लाखावरून रु. २ लाखांपर्यंत तर लघुउद्योगांच्या गुंतवणुकीची मर्यादा रु. १५ लाखांवरून रु. 20 लाखांपर्यंत वाढविण्यात आली.

श्रम प्रधान उद्योगांना महत्त्व – बेरोजगारीची समस्या कमी करण्यासाठी श्रम प्रधान उद्योगांच्या विकासाला प्राधान्य देण्यात आले. आजारी उद्योग केंद्र सरकार ताब्यात घेईल आणि ते चालविण्याची जबाबदारी राज्य सरकारे घेतील, अशी योजना आखण्यात आली.

प्रादेशिक संतुलनाचा प्रयत्न – औद्योगिकदृष्ट्या मागासलेल्या भागाचा विकास करून प्रादेशिक असंतुलन दूर करण्यासाठी अशा जिल्ह्यांमध्ये औद्योगिक केंद्राची स्थापना करण्याचे ठरविण्यत आले.

सामग्री साठवणूक योजना – लघु व कुटीर उद्योगांना कच्च्या मालाच्या सुरळीत पुरवठ्यासाठी राष्ट्रीय लघु उद्योग महामंडळ आणि राज्य लघु उद्योग महामंडळ यांच्या सहकार्याने कच्चा माल व इतर आवश्यक सामग्री साठवणूक करण्याची योजना आखण्यात आली.

विकेंद्रीत क्षेत्रातील उद्योगांना पतपुरवठा – लघु व कुटीर उद्योगांना त्यांच्या आवश्यकतेनुसार पतपुरवठा करण्याचे या धोरणामध्ये ठरविण्यात आले.

उद्योगांच्या सवलती आणि विकास – उद्योगांच्या विकासासाठी त्यांना दिल्या जाणाऱ्या सवलती आणि त्याचा होणारा विकासात्मक परिणाम यांचा ताळमेळ साधण्याचे या धोरणाने निश्चित करण्यात आले.

उद्योग आणि मालक संबंध – व्यवस्थापन आणि कामगार यांच्यामध्ये सलोख्याचे संबंध निर्माण व्हावेत यासाठी त्रिपक्षीय श्रम परिषदेचे पुनरुज्जीवन करण्याचे ठरविण्यात आले.

उद्योगांची सामाजिक जबाबदारी (Corporate Social Responsibility) – उद्योगांच्या विकासासाठी सरकारची ज्याप्रमाणे जबाबदारी आहे, त्याचप्रमाणे योग्य किंमतीमध्ये चांगल्या दर्जाच्या वस्तू समाजाला पुरविणे ही उद्योगांची जबाबदारी

आहे. या हेतूनुसार उद्योगांना सामाजिक जबाबदारीचे आवाहन या धोरणामध्ये करण्यात आले.[१]

५.३. १९९१ चे औद्योगिक धोरण (Industrial Policy 1991)

१९९० च्या दशकापर्यंत जी औद्योगिक धोरणे जाहीर करण्यात आली त्यामध्ये प्रामुख्याने विविध क्षेत्रातील उद्योगांच्या विकासावर आणि उद्योगांच्या प्रादेशिक समतोल विकासावर भर देण्यात आला. परंतु १९९१ चे औद्योगिक धोरण मात्र यापेक्षा वेगळे ठरते. कारण, या औद्योगिक धोरणाद्वारे भारतामध्ये अभूतपूर्व सुधारणा घडवून आणण्याचा प्रयत्न असल्याचे दिसून येते. या धोरणावर गॅट करार, जागतिकीकरण, उदारीकरण यांसारख्या घटकांचा प्रभाव असल्याचे दिसून येते. त्यामुळेच हे औद्योगिक धोरण यापूर्वीच्या धोरणांपेक्षा अधिक महत्त्वाचे आणि वेगळे होते. हे नवे औद्योगिक धोरण २४ जुलै १९९१ रोजी मांडण्यात आले.

१९९१ च्या औद्योगिक धोरणाची प्रमुख उद्दिष्टे (Objectives) खालीलप्रमाणे आहेत. –

- जागतिक पातळीवरील बदलांनुसार भारतातील उद्योगांची पुनर्रचना करणे.
- भारतातील उद्योगांमध्ये स्पर्धात्मकता वाढविणे आणि निर्यात क्षमतेमध्ये वाढ करणे.
- देशामधील औद्योगिक विकासासंदर्भातील प्रादेशिक असमतोल कमी करणे.
- अर्थव्यवस्थेमधील सार्वजनिक क्षेत्राची व्याप्ती कमी करून खासगीकरणास प्रोत्साहन देणे.
- देशातील उद्योगांमध्ये स्पर्धात्मकता विकसित करण्यासाठी योग्य त्या तंत्रज्ञानाचा विकास करणे.
- उद्योगांच्या परवना पद्धतीत बदल करून अनावश्यक निर्बंध कमी करणे.
- विदेशी गुंतवणूक व तंत्रज्ञान यास प्रोत्साहन देऊन देशातील उद्योगांचा जागतिकीकरणामधील सहभाग वाढविणे.

१९९१ च्या औद्योगिक धोरणाची वैशिष्ट्ये (Features)–

परवाना पद्धतीत बदल – या धोरणापूर्वी उद्योगांसाठी औद्योगिक विकास व नियमन कायदानुसार परवाना आवश्यक होता. परंतु, या नव्या धोरणामध्ये १८ उद्योग वगळता इतर कोणताही उद्योग सुरू करण्यासाठी सरकारच्या परवान्याची गरज लागणार

---

[१]टीप – उद्योगांच्या सामाजिक जबाबदारीसंदर्भात सविस्तर चर्चा प्रकरण ९ मध्ये करण्यात आली आहे.

नाही, असे ठरविण्यात आले. तसेच १० लाख लोकसंख्येपेक्षा कमी लोकसंख्या असलेल्या प्रदेशामध्ये आणि जुन्या उद्योगाच्या विस्तारासाठी औद्योगिक परवन्याची आवश्यकता नाही असे नमूद करण्यात आले. तसेच, राष्ट्रीय सुरक्षिततेच्या दृष्टिने आणि सामाजिक हिताच्या दृष्टिने महत्त्वाच्या उद्योगांबाबत परवाना पद्धत चालू ठेवण्यात आली.

सार्वजनिक क्षेत्रासंबंधी धोरण – नव्या औद्योगिक धोरणानुसार सार्वजनिक क्षेत्राच्या विकासासंदर्भात विशेष धोरण ठरविण्यात आले. या धोरणापूर्वी खासगी क्षेत्रातील आजारी उद्योग सार्वजनिक क्षेत्रामध्ये घेतल्यामुळे सार्वजनिक क्षेत्रातील उद्योगांचे आजारपण वाढले. या धोरणानुसार तोट्यात चालणारे सार्वजनिक उद्योग बंद करणे आणि सार्वजनिक क्षेत्रातील काही उद्योग खासगी क्षेत्राकडे वर्ग करण्याचे ठरविण्यात आले. अशा उद्योगांच्यासंदर्भात निर्णय घेण्यासाठी सरकार औद्योगिक वित्तीय पुनर्रचना मंडळाची (Board of Industrial & Financial Reconstruction-BIFR[2]) नियुक्ती करेल. त्यासाठी १९९१-९२ च्या केंद्रीय अर्थसंकल्पामध्ये २०० कोटी रुपयांची तरतूदही करण्यात आली होती.

१९५६ च्या औद्योगिक धोरणानुसार १७ उद्योग सार्वजनिक क्षेत्रासाठी राखीव होते, त्यांची संख्या १९९१ मध्ये ८ तर १९९३ मध्ये ६ इतकी कमी करण्यात आली. तसेच नव्या धोरणानुसार सार्वजनिक क्षेत्रातील उद्योगांचे पुनरावलोकन करून त्यांच्या खासगीकरणाचा विचार केला जाईल असे ठरविण्यात आले.

विदेशी गुंतवणूक व विदेशी तंत्रज्ञान – १९९१ च्या धोरणानुसार देशामध्ये विदेशी तंत्रज्ञानाची आवश्यकता असल्यास त्या प्रमाणात आयात करण्यासाठी कोणत्याही अटी न घालता करार करण्यात येतील, असे सरकारकडून जाहीर करण्यात आले. तसेच विदेशी तंत्रज्ञानाचा विकास करण्यासाठी देशात अशा तंत्रज्ञांच्या नियुक्तीसाठी परवानगीची गरज असणार नाही. सूची ३ मधील ३४ उद्योगांना विदेशी तंत्रज्ञानाच्या आयातीसाठी सरकारची परवानगी लागणार नाही. तसेच सूची ३ मध्ये नसलेल्या उद्योगांनासुद्धा अशी परवानगी घ्यावी लागणार नाही. परंतु विदेशी विनिमय खर्च कमी असणाऱ्या उद्योगांनाच या सवलती देण्यात येतील असेही या धोरणामध्ये नमूद करण्यात आले होते.

विशेष अग्रक्रम असणाऱ्या उद्योगांमध्ये विदेशी गुंतवणुकीला आकर्षित करण्यासाठी उद्योगांच्या एकूण भांडवलाच्या ५१ टक्के पर्यंत प्रत्यक्ष विदेशी गुंतवणूक करण्याची परवानगी देण्यात आली.

---

[1]पहा मराठी विश्वकोश www.marathivishwakosh.org

मक्तेदारी व व्यापार प्रतिबंध अधिनियम १९६९ – १९९१ च्या धोरणामध्ये १०० कोटी रुपयांपेक्षा अधिक गुंतवणूक असणाऱ्या उद्योगांना आपल्या उद्योग विस्तारासाठी व उत्पादनवाढीसाठी असलेली सर्व बंधने रद्द करण्यात येतील असे नमूद केले गेले. म्हणजेच मक्तेदारी व व्यापार प्रतिबंध अधिनियमानुसार मोठ्या उद्योगांवर असलेली बंधने दूर करण्यात आली. या सवलतीचा फायदा १८०० कंपन्यांना झाला.

उद्योगांचे स्थानिकीकरण – नव्या औद्योगिक धोरणामध्ये उद्योगांच्या स्थानिकीकरणासंबंधी उदारीकरणाचे धोरण मान्य करण्यात आले. १० लाख लोकसंख्येपेक्षा कमी असलेल्या शहरांमध्ये उद्योग सुरू करण्यासाठी केंद्र सरकारच्या परवानगीची आवश्यकता नाही.

परिवर्तनीयतेची तरतूद रद्द – भारतातील बहुतेक उद्योग कर्जातून उभे केले जातात. सामान्यत: वित्तीय संस्थांकडून कर्जे काढली जातात. कर्जे घेताना कर्जाचे रूपांतर समभागात करण्याचा पर्याय वित्तीय संस्था मागून घेतात. त्यामुळे प्रवर्तकांना आपला उद्योग इतर कोणीतरी ताब्यात घेईल याची भीती असते. तेव्हा औद्योगिक धोरणामध्ये ही बाब सक्तीची असणार नाही हे स्पष्ट करण्यात आले.

१९९१ च्या औद्योगिक धोरणाचे मूल्यमापन (Evaluation) – हे औद्योगिक धोरण भारताच्या औद्योगिक इतिहासात अभूतपूर्व होते असे म्हटले जाते. यामुळे उद्योगांवरील नियंत्रणे, परवाना पद्धती यांसारख्या अडथळ्यांमधून उद्योगांना मुक्त करण्याचा प्रयत्न करण्यात आला. **जे. सी. संडेसटा** यांच्या मते, १९९१ च्या औद्योगिक धोरणामधे निरनिराळ्या प्रकारे उद्योगांची कार्यक्षमता वाढविण्याचे आणि औद्योगिकीकरणाचा वेग वाढविण्याचे ठरविले गेले. उदा. सरकारी नियंत्रण, परवाना पद्धती, मक्तेदारी कायदा या सर्व अडथळ्यांमधून उद्योग मुक्त करण्यामुळे श्रम आणि साधने यांचा अपव्यय कमी होतो आणि कार्यक्षमता वाढते.

विदेशी भांडवल आणि तंत्रज्ञान सहज उपलब्ध होत असल्याने औद्योगिकीकरणासाठी लागणारी साधनसामग्री उभी करता येते.

सार्वजनिक क्षेत्राचे महत्त्व कमी केल्याने खासगी उद्योगांना चालना मिळते. कार्यक्षमता वाढण्यास मदत होते.

वरीलप्रमाणे हे औद्योगिक धोरण अभूतपूर्व असले तरीही या धोरणावरही काही टीका केल्या जातात, त्यापैकी प्रमुख **टीका** खालीलप्रमाणे आहेत.

(१) १९९१ च्या औद्योगिक धोरणामुळे भारतीय अर्थव्यवस्थेची वाटचाल मुक्त अर्थव्यवस्थेकडे झाली. त्यामुळे देशातील उद्योगांवर विदेशी भांडवलदारांचा

प्रभाव वाढण्याचा संभाव्यता अधिक आहे. हा एक धोका मानला जातो.

(२) विदेशी गुंतवणूकदारांना अनेक उद्योगांमधे गुंतवणुकीला परवानगी दिल्यामुळे देशातील चांगल्या प्रस्थापित उद्योगांना धोका निर्माण झाला, असेही म्हटले जाते.

(३) विदेशी कंपन्यांना देशामध्ये करसवलती, अनुदान व इतर मदत देण्यात आली, तरीही निर्यात वाढविण्याचा त्यांनी फारसा प्रयत्न केला नाही. अनेक विदेशी कंपन्यांनी भारतात उत्पादनापेक्षा व्यापारावर भर दिल्याचे आढळून येते.

(४) नव्या औद्योगिक धोरणाचे एक महत्त्वाचे उद्दिष्ट म्हणजे तंत्रज्ञान आयात करणे. यासंदर्भात देखील टीका करण्यात येते की, इतर देशात उपयुक्त ठरणारे तंत्रज्ञान भारतात फायदेशीर ठरेलच याची शाश्वती नाही.

अशा प्रकारे १९९१ च्या औद्योगिक धोरणावर अनेक टीका केल्या जातात.

१९९१ च्या धोरणाचे परिणाम (Impact & Progress) – या नव्या औद्योगिक धोरणामुळे औद्योगिक क्षेत्राच्या वाढीस प्रोत्साहन देण्यास मदत झाली. औद्योगिक कार्यक्षमता वाढली, औद्योगिक वृद्धी झाली. त्याची काही उदाहरणे खालीलप्रमाणे आहेत.

आठव्या योजनेमधे (१९९२-९७) औद्योगिक उत्पादनाचा वृद्धी दर वार्षिक ६.८ टक्के होता. औद्योगिक वृद्धी दराचे हे लक्ष्य ठेवण्यात आले होते. म्हणजे वृद्धीदर समाधानकारक होता.

नवव्या योजनेमधे (१९९७-२००२) औद्योगिक उत्पादनाचा वृद्धी दर वार्षिक ५.७ टक्के होता. अर्थात, लक्ष्य दरवर्षी ८.२ टक्के होते. त्यापेक्षा हा वृद्धीदर खूपच कमी होता. तर या योजनेच्या शेवटच्या वर्षात (२००१-०२) वृद्धीदर फक्त २.७ टक्के इतका कमी होता.

दहाव्या योजनेत (२००२-०७) औद्योगिक उत्पादनाचा वृद्धीदर वाढून ८.८ टक्के इतका झाला. क्षेत्रनिहाय वृद्धीदर २००२-०३ मध्ये पुढीलप्रमाणे होता. मूलभूत वस्तू ४.८ टक्के, भांडवली वस्तू १०.५ टक्के, उपभोग्य वस्तू ७.१ टक्के, अंत:स्थित वस्तू ३.९ टक्के.

अकराव्या योजनेमध्ये (२००७-१२) औद्योगिक उत्पादनाचा वृद्धीदर ७.९ टक्के इतका राहिला. म्हणजेच १९९१ च्या औद्योगिक धोरणानंतर देशातील औद्योगिक उत्पादनाचा वृद्धीदर हा सरासरी ५ टक्क्यांपेक्षा अधिक राहिला आहे.

तक्ता क्र. ५.१ : १९९१ च्या औद्योगिक धोरणानंतर देशातील औद्योगिक वृद्धी दर

वर्ष	खाण उद्योग	निर्मिती उद्योग	वीज उद्योग	सामान्य उद्योग
१९९७–९८	६.९	६.७	६.६	६.७
१९९८–९९	–0.८	४.४	६.५	४.१
१९९९–२000	१.0	७.१	७.३	६.७
२000–0१	३.७	५.३	४.0	५.0
२00१–0२	१.८	२.९	३.१	२.८
२00२–0३	५.८	६.0	३.२	५.७
२00३–0४	५.२	७.४	४.९	७.0
२00४–0५	४.४	९.१	५.१	८.४
२00५–0६	१.0	९.१	५.२	८.२
२00६–0७	५.३	१२.५	७.३	११.५
२00७–0८	५.१	९.0	६.३	८.५
२00८–0९	२.६	२.७	२.८	२.७
२00९–१0	९.९	१0.९	६.0	१0.५

(स्रोत – पर्यावरण आणि विकासाचे अर्थशास्त्र, डॉ. अविनाश कुलकर्णी, डॉ. प्रविण जाधव, पायल पब्लिकेशन, पुणे, जून २0१६)

वरील तक्त्यावरून असे दिसून येते की, १९९१ च्या औद्योगिक धोरणानंतर देशातील औद्योगिक वृद्धीचा दर वाढलेला आहे, तर काही वर्षी तो कमीही झाला आहे. परंतु विशेषत: २00४–0५ पासून निर्मिती उद्योग, वीज उद्योग आणि सामान्य उद्योगांचा वृद्धीदर २00८–0९ या वर्षाचा अपवाद वगळता ५ पेक्षा अधिक आहे. तर हाच औद्योगिक वृद्धीदर निर्मिती उद्योगाबाबत २00६–0७ आणि २00९–१0 यावर्षी अनुक्रमे १२.५ व १0.९ असा अधिक होता, आणि सामान्य उद्योगाबाबात हा दर ११.५ व १0.५ इतका होता.

१९९१ च्या औद्योगिक धोरणाचे परिणाम ज्याप्रमाणे नवव्या आणि दहाव्या योजनाकाळात दिसून आले तसेच ते त्यानंतरच्या काळातही दिसून येतात.

५.४ मक्तेदारी व प्रतिबंधीत व्यापार अधिनियम १९६९ (Monopoly and Restrictive Trade Practices Act 1969 - MRTP Act)

स्वातंत्र्योत्तर काळात खासगी क्षेत्रातील काही थोड्या लोकांच्या हाती आर्थिक

सत्ता केंद्रीत झाली होती. सर्वसामान्य भारतीय केवळ शासकीय योजना आणि धोरणांवर अवलंबून असल्यामुळे या दोन घटकांमध्ये आर्थिक दरी अधिक रुंद होत गेली. महालनोबीस समिती १९६० ने स्वातंत्र्योत्तर काळातील वाढती उत्पन्न विषमता निदर्शनास आणून दिली होती. प्रा. हजारी यांनी खासगी क्षेत्रातील संयुक्त भांडवली संस्थांच्या (Joint Stock Companies) रचनेसंबंधी दिलेल्या अहवालात भारतातील आर्थिक केंद्रीकरणाच्या व मक्तेदारी भांडवलाच्या वाढीसंबंधी चर्चा केली आहे. खासगी उद्योजक प्रतिबंधीत व्यापारी पद्धती वापरत असल्यामुळे त्याचे विपरीत परिणाम समाजावर तसेच अर्थव्यवस्थेवर होत आहेत, अशी धारणा होती. म्हणून भारत सरकारने १६ एप्रिल १९६४ रोजी सर्वोच्च न्यायालयाचे निवृत्त न्यायमूर्ती श्री. के.सी. दासगुप्ता यांच्या अध्यक्षतेखाली चौकशी अधिनियम १९५२ नुसार 'मक्तेदारी चौकशी आयोगा'ची (Monopoly Inquiry Commission) नेमणूक केली. या चौकशी आयोगाने आपला अहवाल १९६५ मध्ये सादर केला.

आर्थिक केंद्रीकरणाचे प्रमाण व परिणाम यांचा अभ्यास करून मक्तेदारी आणि प्रतिबंधीत व्यापारी पद्धतीची कारणे शोधून त्यावर उपाय सूचविण्याचे काम या आयोगाकडे सोपविले गेले. भारतीय अर्थव्यवस्थेत थोड्या उद्योगजकांकडे आर्थिक सत्तेचे केंद्रीकरण झाल्याने देशात हे उद्योजक वर्चस्व गाजवतात व त्याचा परिणाम अर्थव्यवस्थेतील सर्व क्षेत्रांवर होतो, असे या आयोगाला दिसून आले. यावर नियंत्रण असावे यासाठी कायदा असावा, अशा प्रकारची शिफारस या आयोगाने केली. त्यानुसार, भारत सरकारने १९६९ मध्ये 'मक्तेदारी व प्रतिबंधीत व्यापार प्रथा अधिनियम' (Monopoly and Restrictive Trade Practices Act 1969 - MRTP Act) पारित केला. हा कायदा १ जून १९७० पासून अंमलात आला. या कायद्याचा उद्देश आर्थिक सत्तेचे केंद्रीकरणास प्रतिबंध करणे, मक्तेदारीचे नियंत्रण आणि मक्तेदारीयुक्त/प्रतिबंधीत व्यापारी प्रथांना पायबंद घालणे हे होते. या कायद्यामधे मक्तेदारी व्यापारी प्रथा (Monopoly Trade Practices-MTPs) आणि प्रतिबंधीत व्यापारी प्रथा (Restrictive Trade Practices-RTPs) यांचा समावेश होतो.

त्यानंतर १९७७ च्या राजिंदर सचार यांच्या अध्यक्षतेखालील उच्चाधिकार तज्ञ समितीच्या अहवालाच्या परिणामाने १९८४ साली मक्तेदारी व प्रतिबंधीत व्यापारी प्रथा अधिनियमामध्ये सुधारणा करून त्यामध्ये अयोग्य व्यापारी प्रथा (Unfair Trade Practices-UTPs) समाविष्ट करण्यात आले.

मक्तेदारी व्यापारी प्रथा (MTPs) यामध्ये– (१) उत्पादन नियंत्रित करून, पुरवठा किंवा मालाचे/सेवांचे वितरण, अवाजवी टाळटाळ किंवा स्पर्धा कमी करून

उच्च किंमत जोपासणे, (२) तांत्रिक विकास मर्यादित करणे किंवा भांडवली गुंतवणूक मर्यादित करणे किंवा गुणवत्तापूर्ण वस्तू/सेवांचे उत्पादन अथवा पुरवठा विस्कळीत करणे, (३) वस्तू/सेवांच्या अवाजवी किमंती वाढविणे, (४) मालाचे/सेवांचे उत्पादन, पुरवठा किंवा वितरण अयोग्य पद्धतीने किंवा अयोग्य प्रथांचा अवलंब करून स्पर्धेस प्रतिबंधीत करणे, इत्यादीचा समावेश होता.

प्रतिबंधक व्यापार प्रथा (RTPs) यामध्ये– (१) करार नाकारणे, (२) विक्री जोखडणे, (Tie-up sales) (३) कारखानदार/विक्रेता यांच्याबरोबर संगमत करणे, (४) मूल्य भेद, (Price Discrimination) (५) विशेष व्यापारीसंबंध, (६) पुनर्विक्री मूल्याची जोपासना, (७) प्रदेश प्रतिबंध, (८) लूट किंमत निश्चिती, इत्यादीचा समावेश होता.

अयोग्य व्यापारी प्रथा (UTPs) यामध्ये – (१) फसव्या जाहीराती आणि चुकीचे प्रसारण, (२) विक्री तडजोड, पैज आणि बदली किंमत, (३) प्रोत्साहित करणाऱ्या स्पर्धा आणि बक्षीसे किंवा पुरस्कार देणे, (४) मालाची हानी व बंदिस्तीकरण इत्यादीचा समावेश होता.

त्यानंतर १९८२ व १९८४ साली या कायद्यामधे बदल करण्यात आले. कारण औद्योगिक विकासाच्या कार्यात या कायद्यामुळे अनेक अडचणी निर्माण होत होत्या. या कायद्यामुळे उद्योगांच्या कारभारात सरकारी हस्तक्षेप वाढून विकासावर बंधने निर्माण झाली. देशामधे भांडवलाच्या केंद्रीकरणास प्रतिबंध घातला जावा आणि पुरवठ्यावर नियंत्रण ठेवता यावे हा या कायद्यामागचा प्रमुख हेतू होता.

हा कायदा प्रामुख्याने देशातील २० कोटी रुपयांहून अधिक उलाढाल असणाऱ्या मोठ्या उपक्रमांसाठी लागू करण्यात आला होता. तसेच बाजारापेठेतील एकूण उत्पादनांपैकी २५ टक्क्याहून अधिक उत्पादन करणाऱ्या उद्योगांनाही तो लागू होता. मक्तेदारी चौकशी आयोगाच्या शिफारशीनुसार भारत सरकारने ऑगस्ट १९७० रोजी न्यायमूर्ती अलगिरीस्वामी यांच्या अध्यक्षतेखाली एक त्रिसदस्य मंडळाची स्थापना केली. या मंडळाकडे आर्थिक सत्तेच्या केंद्रीकरणास आळा घालणे, मक्तेदारी सत्तेवर नियंत्रण ठेवणे इत्यादी कार्ये सोपविण्यात आली. उद्योगांच्या विस्तारासाठी या मंडळाची पूर्वपरवानगी घेणे; आवश्यक करण्यात आले होते.

१९६९ च्या या कायद्यामध्ये पुढील प्रमुख तरतुदी करण्यात आल्या होत्या.

(१) कोणत्याही खासगी अथवा सार्वजनिक उद्योगाने आपल्या उत्पादनासाठी नवीन शाखा उघडताना अथवा, दुसऱ्या उद्योगामध्ये विलीन होताना मक्तेदारी व प्रतिबंधीत व्यापार व्यवहार नियंत्रण मंडळाची मान्यता घेणे बंधनकारक होते.

(२) या एम.आर.टी.पी. कायद्याने स्थापित झालेल्या मक्तेदारी व प्रतिबंधीत व्यापार व्यवहार नियंत्रण मंडळास अयोग्य व्यवहार करणाऱ्या उद्योगांवर कायदेशीर कारवाई करण्याचा अधिकार प्रदान करण्यात आला होता.

(३) या कायद्यानुसार आता वस्तूंबरोबरच सेवांची निर्मिती करणाऱ्या उद्योगांच्या व्यवहारावर नियंत्रण ठेवण्याचा अधिकार मंडळास देण्यात आला.

(४) या कायद्यात स्पर्धात्मकता व व्यापारी नियमांचा भंग करणाऱ्या उद्योगास जबर व सक्तीच्या शिक्षा देण्याची तरतूद केली होती.

(५) या कायद्यानुसार कोणत्याही उद्योगाकडून ग्राहकांना विकण्यात येणाऱ्या वस्तू, सेवा व त्यांचा पुरवठा हा अन्यायी असू नये, असे ठरविण्यात आले होते.

भारतातील परवाना पद्धतीमुळे मक्तेदारी कमी होईल अशी अपेक्षा होती. परंतु परवाना पद्धतीमुळे मक्तेदारी शक्तीमध्ये वाढ झाली. परवाना समितीने ज्या उद्योगपतींचा अर्ज प्रथम आला; त्यास प्रथम प्राधान्य देण्याची कार्यपद्धती अवलंबली होती. त्यामुळे मोठ्या औद्योगिक घराण्यांना लवकर परवाने मिळाले व लहान उद्योजकांवर अन्याय झाला. सरकारने खासगी उद्योगांच्या विकासाकरिता दिलेल्या सोयी सवलतींचा फार मोठा फायदा मोठ्या औद्योगिक घराण्यांना मिळाला. वेगवेगळ्या वित्तीय संस्थांच्या दीर्घमुदतीच्या कर्जाचा फायदासुद्धा मोठ्या औद्योगिक घराण्यांना मिळाला. स्वातंत्र्योत्तर काळात ब्रिटिश व्यापाऱ्यांनी त्यांचे उद्योग अत्यल्प किंमतीत मोठ्या उद्योगपतींना विकले. खासगी क्षेत्रात विदेशी गुंतवणूक, असंघटीत मुद्राबाजार इत्यादी कारणांमुळे आर्थिक सत्तेचे केंद्रीकरण झाले.

मक्तेदारी व प्रतिबंधीत व्यापार व्यवहार अधिनियमामध्ये मक्तेदारी नियंत्रणासाठी अनेक तरतुदी करण्यात आल्या होत्या. त्यामुळे उद्योगांचा विस्तार, उद्योगांची कार्यक्षमता आणि आर्थिक वृद्धी व विकास यांवर परिणाम होत होता. त्यामुळे १९९१ च्या नव्या औद्योगिक धोरणाने मक्तेदारी संदर्भात सरकारच्या भूमिकेमध्ये बदल घडून आणला. जर निर्बंधात्मक किंवा अनुचित व्यापार व्यवहार होत असतील, जर मक्तेदारी सदृश परिस्थितीचा दुरुपयोग होत असेल, तरच सरकारने त्यात हस्तक्षेप करावा अशी भूमिका घेण्यात आली. तसेच १९९१ साली राघवन समितीची स्थापना करण्यात आली. समितीने हा MRTP Act रद्द करण्याची सूचना केली. त्यानुसार सप्टेंबर २००९ मध्ये सदर कायदा रद्द करण्यात आला.

स्पर्धा अधिनियम २००२ (Competition Act 2002) – राघवन समितीच्या शिफारशींवर आधारित स्पर्धा अधिनियम २००२ मंजूर करण्यात आला. या कायद्याचा उद्देश (१) स्पर्धेवर विपरीत परिणाम्या प्रथांना प्रतिबंध करणे आणि स्पर्धा स्थापित

करणे, (२) भारतातील बाजारांमध्ये स्पर्धेस प्रोत्साहीत करणे आणि ती टिकवणे, (३) ग्राहक हीताचे संरक्षण करणे, (४) भारतातील बाजारांमध्ये भाग घेणाऱ्यांना व्यापाराचे स्वातंत्र्याची खात्री देणे इत्यादी. परंतु न्यायालयमध्ये यासंदर्भात प्रश्न उपस्थित करण्यात आल्याने त्याची अंमलबजावणी १३ जानेवारी २००३ पर्यंत लांबली. या कायद्यामधे २००७ साली सुधारणा करण्यात आल्या.

भारतीय स्पर्धा आयोग (Competiton Commission of India - CCI) – भारतीय स्पर्धा आयोगाची स्थापना १४ ऑक्टोबर २००३ रोजी झाली. या आयोगावर पुढील प्रमुख कार्ये सोपविण्यात आली – (१) स्पर्धेवर विपरीत परिणाम करणाऱ्या प्रथा टाळणे, (२) बाजारामध्ये स्पर्धेस प्रोत्साहन देणे व स्पर्धा कायम राखणे, (३) ग्राहक हीताचे संरक्षण करणे, (३) इतर सहभागींबरोबरील व्यापाराच्या स्वातंत्र्याची खात्री निश्चित करणे, इत्यादी.

५.५ भारताच्या औद्योगिक धोरणामधील विकास अथवा बदल (Developments in Industrial Policy)

देशातील औद्योगिकीकरणाला गती प्राप्त करून देण्यासाठी १९९१ च्या धोरणामधे अभूतपूर्व सुधारणा करण्यात आल्या. त्याचबरोबर देशामधे जागतिकीकरण, उदारीकरण, आणि खासगीकरणाचे धोरणही स्वीकारण्यात आले. या पार्श्वभूमीवर देशातील औद्योगिक धोरणामध्ये झालेल्या प्रमुख सुधारणा अथवा प्रगती खालीलप्रमाणे आहेत.

(अ) विशेष आर्थिक क्षेत्र– सेझ (Special Economic Zones)

भारतामध्ये विशेष आर्थिक क्षेत्र उभारणीचा इतिहास हा निर्यात प्रक्रिया क्षेत्राच्या उभारणीशी संबंधित आहे. असे निर्यात प्रक्रिया क्षेत्र (Export Processing Zone- EPZ) सर्वप्रथम १९६५ साली गुजरातमधील कांडला येथे उभारण्यात आले होते. त्यानंतरच्या दशकात दुसरे क्षेत्र १९७४ साली मुंबईमधे सांताक्रूझ इलेक्ट्रॉनिक निर्यात प्रक्रिया क्षेत्र उभारण्यात आले. टंडन समितीच्या शिफारशीनुसार भारत सरकारने आणखी चार क्षेत्रांच्या उभारणीचा निर्णय घेतला. हे क्षेत्र नोयडा (उत्तरप्रदेश), फाल्टा (प.बंगाल), कोचीन (केरळ), आणि चेन्नई (तमिळनाडू) येथे १९८९ मध्ये उभारण्यात आले. १९९८ मध्ये पहिले खासगी प्रायोजित निर्यात प्रकिया क्षेत्र गुजरातमधील सूरत येथे कार्यान्वित झाले.

निर्यात प्रक्रिया क्षेत्र (EPZ) आणि विशेष आर्थिक क्षेत्र (SEZ) यामधील फरक म्हणजे, ईपीझेड हे फक्त औद्योगिक क्षेत्र होते, तर 'सेझ' ही संकल्पना म्हणजे स्वतंत्र प्रशासकीय संस्था आणि पूर्णत: पायाभूत विकास असलेले एकात्मिक औद्योगिक नगर होय. 'सेझ' हे विनिर्दिष्ट केलेले एक भौगोलिक क्षेत्र आहे की, जेथे देशातील

वैशिष्ट्यपूर्ण आर्थिक कायद्यांपेक्षा अधिक उदार आर्थिक कायदे आहेत. निर्यात प्रक्रिया क्षेत्रापेक्षा 'सेझ' भांडवली गुंतवणुकीसाठी अनेक लाभ आणि प्रेरणा उपलब्ध करून देते. हा ईपीझेड आणि 'सेझ'मधील विशेष फरक असल्याचे दिसून येते.

१ एप्रिल २००० मध्ये निर्यातीसाठी अधिक स्पर्धात्मक खुले व्यापारी वातावरण उपलब्ध करून देण्याच्या दृष्टिकोनातून विशेष आर्थिक क्षेत्र उभारणीचे धोरण मांडण्यात आले. १ नोव्हेंबर २००० पासून कांडला, सांताक्रूझ, कोचीन आणि सूरत या निर्यात प्रक्रिया क्षेत्रांचे विशेष आर्थिक क्षेत्रामध्ये रूपांतर करण्यात आले. तर २००३ साली इतर निर्यात प्रक्रिया क्षेत्रांचे रूपांतर सेझमध्ये करण्यात आले. १ नोव्हेंबर २००० ते ९ फेब्रुवारी २००६ पर्यंत भारतातील विशेष आर्थिक क्षेत्र विदेश व्यापार धोरणांच्या तरतुदीनुसार कार्यरत होते. मे २००५ मध्ये संसदेने विशेष आर्थिक क्षेत्र अधिनियमास मंजुरी दिली आणि १० फेब्रुवारी २००६ पासून सेझचे नियम अस्तित्वात आले.

भारतातील विशेष आर्थिक क्षेत्रांचे (सेझचे) वर्गीकरण (Categories of SEZ in India) – भारतातील सेझचे वर्गीकरण हे क्षेत्रानुसार आणि मालकीनुसार करण्यात आले आहे, ते खालीलप्रमाणे आहे.

(१) बहुउत्पादन विशेष आर्थिक क्षेत्र – या सेझमध्ये एकापेक्षा अधिक क्षेत्रे आहेत ज्यामध्ये वस्तू उत्पादन करणारे युनिट दोन किंवा अधिक क्षेत्रामध्ये मोडणारे किंवा व्यापार व वखार (Trading & Warehousing) यांचे एकत्रित क्षेत्र उभारले जाऊ शकते.

(२) विशिष्ट उत्पादन व सेवा क्षेत्रांचे विशेष आर्थिक क्षेत्र – हे सेझ म्हणजे एका क्षेत्रात मोडणाऱ्या उत्पादन किंवा सेवा यांच्यासाठी विशेष असणारे क्षेत्र होय. येथे क्षेत्र म्हणजे एका वर्गात मोडणाऱ्या उत्पादन अथवा सेवा उदा. अभियांत्रिकी, कापड व वस्त्र उद्योग, औषध आणि रसायने, हिरे व दागिने, इलेक्ट्रॉनिक वस्तू आणि संगणक प्रणाली, माहिती तंत्रज्ञान आधारित सेवा व जैवतंत्रज्ञान इत्यादी होय.

(३) खुला व्यापार व वखार क्षेत्र – हे एक व्यापार आणि मालाची साठवणूक करण्याकरिता विशेष प्रकारचे आर्थिक क्षेत्र आहे. या प्रकारचे विशेष आर्थिक क्षेत्र हे मुख्यत्वे विमानतळ (Airport) , सागरी बंदर (Seaport), किंवा ड्राय पोर्ट (Dryport) ज्यामुळे रेल्वे आणि रस्त्यांचा वापर करणे अधिक सोपे होईल अशा ठिकाणी उभारले जाते.

(४) सागरी बंदर व विमानतळ येथील विशेष आर्थिक क्षेत्र – हे विशेष करून आंतरराष्ट्रीय व्यापारासाठी आणि मालाच्या आंतरराष्ट्रीय वाहतुकीसाठी सोयीस्कर ठिकाण म्हणून उभारले जाते.

(५) कृषी आधारित प्रक्रिया विशेष आर्थिक क्षेत्र – या सेझमध्ये कृषी उत्पादनावर प्रक्रिया करणाऱ्या उद्योगांसाठी विशेष सुविधा व सवलती प्रदान केल्या जातात.

(६) माहिती तंत्रज्ञान व त्यासंबंधीत सेवा क्षेत्रासाठी विशेष आर्थिक क्षेत्र – या क्षेत्रातील सेझसाठी किमान क्षेत्रफळाची अट नसली तरी किमान चटई क्षेत्र असलेल्या बांधकाम क्षेत्राची अट आहे.

(७) इतर क्षेत्र – यामधे जैवतंत्रज्ञान, हिरे व दागिने, अपारंपारिक ऊर्जा, इलेक्ट्रॉनिक, हार्डवेअर व सॉफ्टवेअर इत्यादींसाठी सेझची उभारणी केली जाते.

वरील वर्गीकरणाशिवाय भारतातील विशेष आर्थिक क्षेत्रांचे मालकीनुसार वर्गीकरण हे तीन श्रेणीत केले जाते ते म्हणजे, केंद्र सरकार प्रायोजित सेझ, राज्य सरकार/खासगी सेझ, आणि विशेष आर्थिक क्षेत्र अधिनिमय २००५ खाली सूचित सेझ. ३० एप्रिल २०१४ रोजी एकूण १८५ विशेष आर्थिक क्षेत्र कार्यान्वित होते, त्यापैकी ७ केंद्र सरकार प्रायोजनिक, ११ राज्य सरकार/खासगी सेझ, आणि उर्वरित सेझ अधिनियम २००५ खालील सूचित सेझ होते. यापैकी केंद्र सरकार प्रायोजिन सेझचा आढावा पुढीलप्रमाणे आहे.

केंद्र सरकार प्रायोजित विशेष आर्थिक क्षेत्र (सेझ)

(१) कांडला विशेष आर्थिक क्षेत्र :– १९६५ साली गुजरातमधील कांडला येथे निर्यात प्रक्रिया क्षेत्र हे भारतातील 'पहिले मुक्त व्यापार क्षेत्र' उभारण्यात आले. त्याचा उद्देश कुशल व अकुशल कामगारांना रोजगार उपलब्ध व्हावा आणि विदेशी चलन प्राप्तीसाठी निर्यातीस प्रोत्साहन देणे हा होता. हे निर्यात प्रक्रिया क्षेत्र १ नोव्हेंबर २००० रोजी कांडला विशेष आर्थिक क्षेत्रामध्ये रूपांतरीत करण्यात आले. ३१ मार्च २०१३ रोजी तेथे २१९ युनिट कार्यरत होते. त्यापैकी ४३ युनिट अभियांत्रिकी वस्तू उत्पादन व निर्यात करणारे, २७ रसायन व तत्संबंधी उत्पादने, ३३ कपडे उत्पदान, ४३ प्लास्टिक, ४४ व्यापार व वखार, आणि उर्वरित २६ इतर वस्तूसंबंधी होते.

(२) सांताक्रूझ इलेक्ट्रॉनिक विशेष आर्थिक क्षेत्र :– १ मे १९७३ रोजी इलेक्ट्रॉनिक्स वस्तूंचे उत्पादन आणि निर्यात यासाठी 'सांताक्रूझ इलेक्ट्रॉनिक निर्यात प्रक्रिया क्षेत्र' स्थापन करण्यात आले. हे क्षेत्र महाराष्ट्रातील मुंबई येथील अंधेरी (पूर्व) भागात एकूण १११ एकर जागेमध्ये वसलेले आहे. या क्षेत्रामध्ये मौल्यवान रत्ने व दागिन्यांचे उत्पादन व निर्यात १९८७–८८ यापासून सुरुवात झाली. त्यानंतर १ नोव्हेंबर २००० रोजी हे क्षेत्र 'विशेष आर्थिक क्षेत्र' म्हणून रूपांतरित झाले. या क्षेत्रामध्ये एकूण ४११ युनिट कार्यरत आहेत. या क्षेत्रामध्ये अनेक सुविधा पुरविल्या जात असून

त्यामध्ये विकसित जमीन व तयार बांधकाम क्षेत्र सवलतीच्या भाडेपट्टा दरात उपलब्ध करून दिले जातात.

(३) फाल्टा विशेष आर्थिक क्षेत्र :– १९८४ मध्ये पश्चिम बंगालमधील फाल्टा येथे भारत सरकारने निर्यात प्रक्रिया क्षेत्राची उभारणी केली. या क्षेत्राने ४ जानेवारी १९८६ पासून निर्यातीस सुरुवात केली. या क्षेत्रातील युनिटस् २८० एकरच्या परिसरामध्ये विस्तारले आहेत. १ जानेवारी २००३ रोजी या निर्यात प्रक्रिया क्षेत्राचे 'विशेष आर्थिक क्षेत्रा'मध्ये परिवर्तन करण्यात आले. या क्षेत्रास रस्ते, रेल्वे, समुद्र आणि हवाई वाहतुकीचे चांगले संपर्क-जाळे लाभलेले आहे. या क्षेत्रामध्ये अनेक वस्तू आणि सेवांचे उत्पादन केले जाते त्यामध्ये कापड, व्यापार, प्लास्टिक, इलेक्ट्रॉनिक्स, क्रिडा व चमडा, रत्ने व दागिने इत्यादींचा समावेश आहे.

(४) नोयडा विशेष आर्थिक क्षेत्र :– १९८५ साली उत्तर प्रदेशातील गाझीयाबाद जिल्ह्यातील नोयडा येथे निर्यात प्रक्रिया क्षेत्राची स्थापना करण्यात आली. २००३ साली या क्षेत्राचे रूपांतर विशेष आर्थिक क्षेत्रामध्ये करण्यात आले. उत्तर भारतातील राज्यांमधील हे एकमेव केंद्र सरकार प्रायोजित विशेष आर्थिक क्षेत्र आहे. हे क्षेत्र नवी दिल्ली व ग्रेटर नोयडाच्या मधोमध राष्ट्रीय राजधानी क्षेत्र (National Capital Region-NCR) मध्ये मोडते. भारत सरकारने या क्षेत्रासाठी ३१० एकर जागा वितरीत केली आणि आजरोजी हे क्षेत्र १००० हेक्टर्स जागेमध्ये पसरलेले आहे. हे एक बहुउत्पादन सेझ असून विविध प्रकारच्या वस्तू आणि सेवा निर्यात करते. या क्षेत्रात ३३१ व्यावसायिक युनिटस् कार्यरत असून त्यामध्ये रत्ने व दागिने (६४), माहिती तंत्रज्ञान व तत्संबंधी सेवा (५४), अभियांत्रिकी (४९), कापड व कपडे (३२), आणि इलेक्ट्रॉनिक्स वस्तू (२७) इत्यादींचा समावेश आहे.

(५) मद्रास विशेष आर्थिक क्षेत्र :– १९८४ साली मद्रास निर्यात प्रक्रिया क्षेत्राची उभारणी करण्यात आली. तर १ जानेवारी २००३ रोजी या क्षेत्राचे विशेष आर्थिक क्षेत्रामध्ये रूपांतर करण्यात आले. हे क्षेत्र तामिळनाडू राज्यातील चेन्नई येथे २६२ एकरच्या जागेमध्ये विस्तारले आहे. ३१ ऑक्टोबर २०१४ रोजी तेथे १५१ व्यावसायिक युनिटस् कार्यरत होते. त्यामध्ये इलेक्ट्रॉनिक्स (३९), माहिती तंत्रज्ञान आणि तत्संबंधी सेवा (२६), तयार कपडे (२५), चमड्याच्या वस्तू (१३), रत्ने आणि दागिने (१२), इतर वस्तू (१२), सुवासिक वस्तू (१२), औषधी वस्तू (७), रबर (३), आणि कृषी उत्पादन (२) इत्यादींचा समावेश होता.

(६) कोचीन विशेष आर्थिक क्षेत्र :– २८ जून १९८३ रोजी भारत सरकारने कोचीन येथे निर्यात प्रक्रिया क्षेत्र उभारण्याचे ठरविले आणि १ नोव्हेंबर

२००० रोजी त्याचे विशेष आर्थिक क्षेत्रामध्ये रूपांतर केले. हे सेझचे क्षेत्र केरळमधील कोची शहराच्या कक्कनाड येथे आहे. या सेझसाठी एकूण १०३ एकर जागेचे क्षेत्र आहे त्यापैकी ७० एकर जागेचा वापर विशिष्ट रेखांकीत कारखाना बांधकाम प्लॉटसाठी केला आहे. ३१ मार्च २०१२ रोजी तेथे १२२ युनिटसनी व्यावसायिक उत्पादन सुरू केले आहे.

(७) विशाखापट्टणम विशेष आर्थिक क्षेत्र :– १९८९ साली विशाखापट्टणम निर्यात प्रक्रिया क्षेत्राची स्थापना झाली नंतर ते सेझमध्ये रूपांतरीत करण्यात आले. हे क्षेत्र आंध्रप्रदेश राज्यातील विशाखापट्टणम येथे ३६० एकर जागेमध्ये विस्तारले आहे.

भारतातील विशेष आर्थिक क्षेत्राची (सेझची) कामगिरी – भारतातील विशेष आर्थिक क्षेत्राची अर्थात सेझची कामगिरी खालीलप्रमाणे आहे.

आलेख क्र. ५.१ भारताच्या विशेष आर्थिक क्षेत्रामधील उद्योगांच्या युनिटसची संख्यात्मक प्रगती

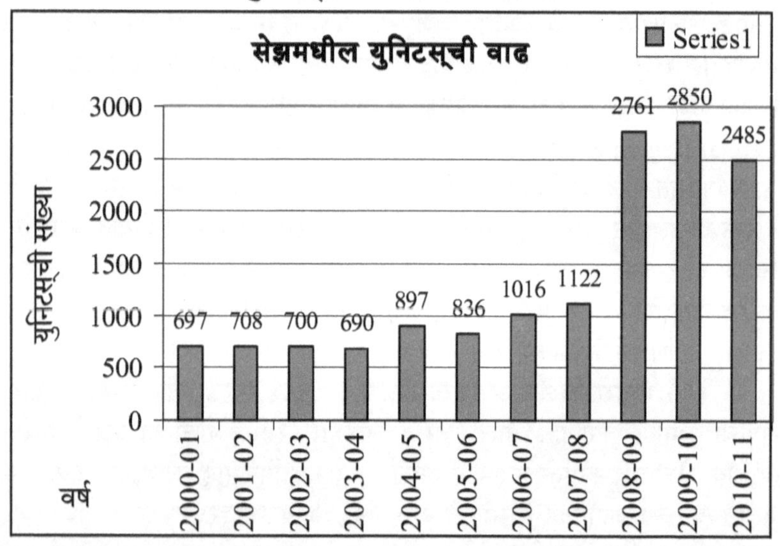

(स्रोत : Special Economic Zones in India, Nidheesh K.B., Studera Press, Delhi, 2016 pg 66)

वरील आलेखावरून दिसून येते की, भारतीय सेझमधील उद्योगांच्या युनिटसची संख्यात्मक वाढ वर्ष २०००–०१ पासून मोठ्या प्रमाणात झालेली आहे. परंतु काही वर्षात सेझमधील युनिटसची संख्या कमीसुद्धा झाल्याचे दिसून येते. सेझमधील युनिटसची

ही संख्या वर्ष २०००-०१ ते २०१०-११ याकलावधीत सरासरी १३४२ ने वाढली आहे.

भारताच्या विशेष आर्थिक क्षेत्रातील उद्योगांचा भारताच्या निर्यातीमधील कामगिरीचा तुलनात्मक आढावा खालीलप्रमाणे आहे.

तक्ता क्र. ५.२ भारताच्या विशेष आर्थिक क्षेत्रातील उद्योगांच्या निर्यातीचा तुलनात्मक आढावा

वर्ष	भारताची एकूण निर्यात (रु.कोटी)	सेझ युनिटस्ची निर्यात (रु.कोटी)	एकूण निर्यातीमधील सेझची टक्केवारी
२०००-०१	२,०३,५७१	८,५५६	४.२
२००१-०२	२,०९,०१८	९,१९०	४.४
२००२-०३	२,५५,१३७	१०,०५६	३.९
२००३-०४	२,९३,३६७	१३,८५४	४.७
२००४-०५	३,७५,३४०	१८,३०९	६.२
२००५-०६	४,५६,४१८	२२,८४०	५.०
२००६-०७	५,७१,७७९	३४,६१५	८.५
२००७-०८	६,५५,८६४	६६,६३८	९.०
२००८-०९	८,४०,७५५	९९,६८९	११.८६
२००९-१०	८,४५,५३४	२,२०,७११	२६.१०
२०१०-११	११,४२,६४९	३,१५,८६८	२७.६४

(स्रोत : Special Economic Zones in India, Nidheesh K.B., Studera Press, Delhi, 2016 pg 69)

वरील तक्त्यावरून दिसून येते की, वर्ष २०००-०१ पासून भारताच्या एकूण निर्यातमूल्यामध्ये सातत्याने वाढ होत आहे. तसेच ही निर्यात वाढ सेझमधील युनिटस्च्या बाबतीतही दिसून येते. परंतु एकूण निर्यातीमधे सेझच्या निर्यातीची टक्केवारी २००२-०३ आणि २००५-०६ यावर्षात कमी झाल्याचे दिसते. परंतु सेझमधील उद्योगांची ही निर्यात वर्ष २०००-०१ ते २०१०-११ याकालावधीत सरासरी १०.१४ टक्के इतकी आहे.

भारताच्या विशेष आर्थिक क्षेत्रातील उद्योगांच्या युनिटस्च्या वाढीबरोबर रोजगारामध्ये किती वाढ झाली त्याचा तपशिल खालीलप्रमाणे आहे.

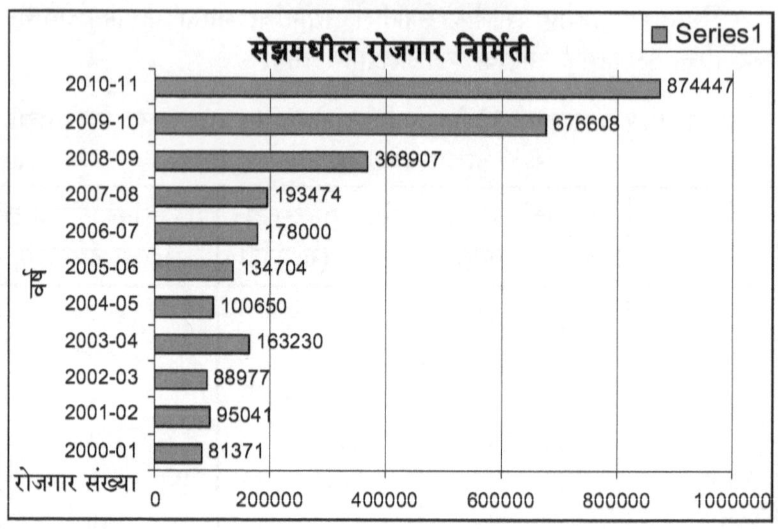

(स्रोत : Special Economic Zones in India, Nidheesh K.B., Studera Press, Delhi, 2016 pg 76)

भारतीच्या विशेष आर्थिक क्षेत्रामधील उद्योगांमध्ये वर्ष २०००-०१ पासून २००२-०३ व २००४-०५ वगळता सातत्याने रोजगार निर्मितीमध्ये वृद्धी होत आहे. ही रोजगार निर्मितीची वाढ सरासरी २,६८,६७३ इतकी आहे. तसेच प्रती युनिट सेझमधील प्रती वर्षी रोजगार निर्मितीची सरासरी वाढ ही १७८ इतकी आहे.

भारताच्या विशेष आर्थिक क्षेत्रामधील उद्योगांच्या गुंतवणुकीचा आढावा खालीलप्रमाणे आहे.

तक्ता क्र. ५.३ सेझ क्षेत्रातील उद्योगांमधील गुंतवणूक

वर्ष	गुंतवणूक (रु.कोटी)
२०००-०१	१,७८३.५
२००१-०२	१,९१२.९
२००२-०३	१,९६२.०
२००३-०४	२,०४३.१
२००४-०५	९,०८७.०

वर्ष	गुंतवणूक (रु.कोटी)
२००५-०६	१९,२५६.०
२००६-०७	५२,३३१.०
२००७-०८	७८,५९९.३
२००८-०९	९०,९००.०
२००९-१०	१,४८,४८८.६२
२०१०-११	२,०२,८०९.५२

(स्रोत : Special Economic Zones in India, Nidheesh K.B., Studera Press, Delhi, 2016 pg 80)

भारताच्या विशेष आर्थिक क्षेत्रातील उद्योगांमधील गुंतवणुकीचा आढावा वरीलप्रमाणे घेता असे लक्षात येते की, वर्ष २०००-०१ मधील गुंतवणूक १७८३.५० कोटी रुपयांवरून २०१०-११ मध्ये ती २,०२,८०९.५२ कोटी रुपये इतकी वाढली आहे.

भारताच्या विशेष आर्थिक क्षेत्रातील उद्योगांच्या कामगिरीचा संख्यात्मक आढावा वरीलप्रमाणे घेता असे निष्कर्षास येते की, या विशेष आर्थिक क्षेत्रामुळे वर्ष २०००-०१ पासून २०१०-११ पर्यंत औद्योगिक क्षेत्रामधे मोठी वाढ झाली आहे. ही वाढ उद्योगांच्या संख्येमधे आहे, त्याचबरोबर ही वाढ निर्यातीमध्ये, रोजगार निर्मितीमध्ये, आणि गुंतवणुकीमध्येही झालेली पहावयास मिळते. सेझच्या विकासामुळे भारतीय औद्योगिक विकास आणि अर्थव्यवस्थेचा विकास गतीमान झाला असल्याचे पहावयास मिळते.

विशेष आर्थिक क्षेत्राच्या समस्या (Problems) – भारतातील विशेष आर्थिक क्षेत्राच्या काही प्रमुख समस्या पुढीलप्रमाणे आहेत.

सक्तीचे भूसंपादन – सेझच्या विकासातील सर्वात मुख्य समस्या ही भूसंपादनाशी जोडलेली आहे. जमिनीचे भूसंपादन आणि सर्वात मोठ्या प्रमाणातील विरोध प.बंगालमधील सिंगूर आणि नंदीग्राम येथे पहावयास मिळाला. तसेच भूसंपादनाची समस्या प्रत्येक राज्यामध्ये वेगवेगळी आहे. हरियाणा, तामिळनाडू, कर्नाटिक, राजस्थान, आणि गुजरातमध्ये मुख्य समस्या जमिनीची किंमत आणि भरपाई ही आहे. तर ओडिसा, प.बंगाल, आणि आंध्रप्रदेशमध्ये प्रकल्पांविरोधात होणारी निदर्शने ही समस्या आहे.

करांमधील सवलतींमुळे सरकारी महसूली तूट – विशेष आर्थिक क्षेत्रामुळे देशाच्या वेगवेगळ्या भागातून सरकारी महसूल तुटीची समस्या पुढे आली आहे.

सेझ क्षेत्रांमधे कामगारांचे शोषण – असे म्हटले जाते की, कामगाराने एकदा का सेझमधील आवारात प्रवेश केला की त्याचा बाहेरील जगाशी कोणताही संपर्क राहात नाही. सेझवर टीका करताना म्हटले जाते की, तेथे कामगारांचे शोषण होते आणि कामगार त्या विरोधात आवाजही उठवू शकत नाहीत.

प्रादेशिक आर्थिक असंतुलन – भारतातील सेझ मुख्यत्वे काही राज्यात स्थापित झाले आहेत. त्यामुळे प्रादेशिक आर्थिक असंतुलन निर्माण होण्यास मदत होत आहे.

पाणी, वीज आणि इतर उपभोग्य गोष्टींचा अतिवापर – भारतातील सेझमधील युनिटस्कडून पाणी, वीज यांचा मोठ्या प्रमाणात वापर केला जात आहे.

नकारात्मक अथवा शून्य योगदान – भारतातील सेझचे सामाजिक व्यय-लाभ विश्लेषणाची तुलना करता त्याच्या कार्यापासून नकारात्मक किंवा शून्य योगदान असल्याची टीका केली जाते. म्हणजे सामाजिक लाभापेक्षा सामाजिक व्यय जास्त आहे.

अपर्याप्त भरपाई आणि पुनर्वसन पॅकेज – सेझ प्रकल्पग्रस्त शेतकऱ्यांच्या समस्यांचे निराकरण करण्यात आलेले नाही. शेतकऱ्यांनी त्यांची सुपीक जमीन गमावली आहे. त्यामुळे त्यांचे राहणीमान प्रभावीत झाले आहे.

अशा प्रकारे भारतातील सेझच्या विकासामध्ये विविध समस्या व दोष आढळून येतात. त्याचबरोबर सेझमधील उद्योगांना अनेक प्रकारच्या करांमधून सवलती दिल्या जात असल्याने तेथे स्थायिक झालेले उद्योग कर गैरव्यवहारांमधे गुंतले आहेत. असे असले तरीही सेझमुळे देशाच्या एकूण निर्यातीमध्ये आणि रोजगार निर्मितीमध्ये झालेली वाढ अधिक महत्त्वपूर्ण आहे.

(ब) भारतात निर्मिती करणे (Make in India)

देशातील औद्योगिक वृद्धी आणि विकासासाठी गुंतवणुकीत वाढ करणे, उद्योगांना उत्पादनासाठी प्रोत्साहन देणे, आयात होणाऱ्या अनेक वस्तूंचे आणि निर्यात होणाऱ्या वस्तूंचे देशात उत्पादन करून देशाच्या आर्थिक विकासासाठी हातभार लावणे, या उद्देशाने पंतप्रधान श्री. नरेंद्र मोदी यांनी २५ सप्टेंबर २०१४ रोजी 'मेक इन इंडिया' या कार्यक्रमाची सुरुवात केली. याचा अर्थ वस्तूंची निर्मिती भारतामध्ये करा असा होतो. 'मेक इन इंडिया' हे एका प्रेरणादायी घोषवाक्यापेक्षा अधिक व्यापक आहे. महत्त्वाचे म्हणजे त्यामधे सरकारी धोरणातील बदल दिसून येतो. ही चळवळ सुरू करण्यासाठी प्रेरणा, सशक्तीकरण, आणि समान उपयांचे समर्थन याविषयीची रणनीती आवश्यक आहे.

यामध्ये (१) विदेशातील भारतीय समाज आणि नागरिक, अशा संभाव्य भागीदारांमध्ये भारताच्या क्षमतेबद्दल विश्वासाची प्रेरणा निर्माण करणे. (२) २५ औद्योगिक क्षेत्रांबाबत मोठ्या प्रमाणात तांत्रिक माहितीची रचना प्रदान करणे. (३) स्थानिक व जागतिक लोकांपर्यंत समाजमाध्यमांद्वारे पोहोचून त्यांना संधी, सुधारणा इत्यादींबाबत सतत अद्ययावत करणे, यांचा समावेश आहे. तसेच 'मेक इन इंडिया' या कार्यक्रमाचे प्रमुख चार आधारस्तंभ आहेत ते म्हणजे, नवीन प्रक्रिया (New Processes), नवीन पायाभूत सुविधा (New Infrastructure), नवीन क्षेत्र (New Sectors), आणि नवीन विचारधारा (New Mindset).

भारतातील व भारताबाहेरील बहुराष्ट्रीय कंपन्यांना भारतामध्ये अधिकाधिक वस्तूंचे उत्पादन करण्यासाठी प्रोत्साहन देणे हा या योजनेचा मुख्य उद्देश होय. भारत हा जागतिक उत्पादनाचे केंद्र व्हावे आणि भारतामध्ये परकीय गुंतवणुकीचा ओघ वाढून भारताची उत्पादन क्षमता वृद्धींगत करणे, या प्रमुख कारणांसाठी मेक इन इंडिया कार्यक्रमाची सुरुवात करण्यात आली. या 'मेक इन इंडिया' कार्यक्रमाची प्रमुख उद्दिष्टे खालीलप्रमाणे आहेत.

(१) देशामध्ये रोजगार निर्मितीत वाढ करणे, (२) देशात अधिकाधिक वस्तूंचे उत्पादन करून त्यांच्या किंमती नियंत्रित करणे, (३) देशाच्या निर्यातीमधे वाढ करणे आणि त्याचबरोबर व्यपार तूट कमी करणे, (४) देशामधे परकीय गुंतवणुकीचा ओघ वाढविणे, (५) देशातील उद्योजकतेला प्रोत्साहन देणे इत्यादी.

'मेक इन इंडिया' कार्यक्रमांतर्गत कौशल्य अधारित २५ उद्योगांवर लक्ष केंद्रीत करण्यात आले ते उद्योग खालीलप्रमाणे आहेत.

(१) वाहन, (२) वाहनांचे सुटे भाग, (३) विमान सेवा, (४) जैवविज्ञान, (५) रसायने, (६) निर्माण क्षेत्र, (७) रक्षाविनिर्माण, (८) विद्युत यंत्र, (९) इलेक्ट्रॉनिक्स प्रणाली, (१०) खाद्य उद्योग, (११) माहिती तंत्रज्ञान आणि उद्योग प्रबंधन, (१२) चर्म उद्योग, (१३) प्रसार माध्यम आणि मनोरंजन, (१४) खनिज उद्योग, (१५) तेल आणि वायू, (१६) औषधे, (१७) बंदर आणि जहाज बांधणी उद्योग, (१८) रेल्वे उद्योग, (१९) नविकरणीय ऊर्जा, (२०) रस्ते आणि महामार्ग, (२१) अंतरिक्ष आणि खगोल विज्ञान, (२२) कापड व वस्त्र उद्योग, (२३) तापीय ऊर्जा, (२४) पर्यटन व आदरातिथ्य उद्योग, आणि (२५) कल्याण क्षेत्र.

वरील उद्योग क्षेत्रांबरोबरच संरक्षण आणि इतर क्षेत्रांतील गुंतवणुकींसाठी विदेशी गुंतवणूक खुली करण्यात आली. 'मेक इन इंडिया' योजनेमुळे देशविदेशातून भारतामध्ये गुंतवणुकीत वाढ होत आहे. सप्टेंबर २०१४ पासून २०१६-१७ पर्यंत या योजनेअंतर्गत

देशात सुमारे ४६ टक्के विदेशी गुंतवणूक झालेली आहे. २०१५-१६ या आर्थिक वर्षात सुमारे ५५.५ बिलियन अमेरिकन डॉलर्स इतकी गुंतवणूक झालेली दिसून येते.

'मेक इन इंडिया' कार्यक्रमाचे प्रमुख **फायदे**[3] (advantages of Make in India) खालीलप्रमाणे आहेत.

(१) रोजगार वृद्धी – या योजनेमुळे देशात मोठ्या प्रमाणात रोजगार निर्मिती होण्यास मदत झाली. या योजनेच्या सुरुवातीस देशात १० मिलियन नवीन रोजगार निर्मिती होईल अशी अपेक्षा व्यक्त केली होती.

(२) आर्थिक वृद्धी – देशामध्ये गुंतवणूक वाढीमुळे उत्पादन क्षमता वाढून आर्थिक वृद्धीचा दर वाढण्यास मदत झाली आहे.

(३) तंत्रज्ञानाचा विकास – बहुराष्ट्रीय कंपन्यांनी देशात उद्योग सुरू केल्यामुळे त्यांचे तंत्रज्ञान आत्मसात केले जाईल. परिणामी, भारतामधे तंत्रज्ञानात बदल किंवा सुधारणा घडून येण्यास मदत होईल.

(४) विदेशी भांडवली वाढ – या योजनेस सुरुवातीला चांगला प्रतिसाद मिळाला. ही संपूर्ण योजना २० हजार कोटी रुपयांची होती. परंतु सुरुवातीलाच ९३० कोटी रुपयांच्या भांडवली गुंतवणुकीची योजना आखण्यात आली ज्यामध्ये ५८० कोटी रुपये भारत सरकारचा वाटा होता. बहुराष्ट्रीय कंपन्यांनीही यामध्ये मोठ्या प्रमाणात गुंतवणूक केली आहे.

मेक इन इंडिया या कार्यक्रमाचे वरीलप्रमाणे फायदे असले तरी, काही **दोष अथवा तोटे** ही (Demerits of Make in India) आहेत ते खालीलप्रमाणे आहेत.

(१) नैसर्गिक साधनसाम्रगीवरील वाढता ताण – ही योजना मुख्यत्वे औद्योगिक उत्पादनावर अवलंबून आहे. त्यासाठी मोठ्या प्रमाणात जमीन, पाणी यांसारख्या संसाधनांची आवश्यकता आहे. परिणामी, देशातील नैसर्गिक साधनसामग्रीवर ताण निर्माण होण्याची शक्यता आहे. तसेच देशामधे जमिनीचा वापर मोठ्या प्रमाणात कृषीसाठी केला जातो. उद्योगधंद्यांच्या उभारणीसाठी किंवा उत्पादन प्रकल्पाचा विस्तार करण्यासाठी अधिक जमिनीची आवश्यकता भासेल आणि कृषी जमिनीचा वापर औद्योगिक कारणाकरिता होण्याची शक्यता आहे.

(२) प्रदूषण – औद्योगिक उत्पादन वाढीमुळे प्रदूषणामध्ये वाढ होण्याचा धोकाही आहे. त्यामुळे वायू प्रदूषण, जल प्रदूषण आणि ध्वनी प्रदूषण पातळीमध्ये वाढ होण्याची शक्यता आहे.

(३) लघु उद्योगांना स्पर्धा – या योजनेमुळे बहुराष्ट्रीय कंपन्यांचा लाभ

---

[3]टीप – पहा प्रकरण ६ मधील तळटीप १ (100% Export Oriented Units-EOU)

होणार आहे. त्यांची उत्पादन क्षमता मोठी असल्याने लघु उद्योगांना जीवघेण्या स्पर्धेस सामोरे जावे लागणार आहे. परिणामी, अशा उद्योगांवर विपरीत परिणाम होण्याची शक्यता आहे.

'मेक इन इंडिया' या कार्यक्रमाचे वरीलप्रमाणे काही दोष जरी दिसून येत असले तरी देशाच्या औद्योगिक आणि आर्थिक विकासाकरिता आणि त्याचबरोबर रोजगार निर्मितीकरिता हा कार्यक्रम लाभदायी ठरण्याची शक्यता आहे.

समारोप - स्वातंत्र्योत्तर काळात जलद आर्थिक विकास व्हावा यासाठी औद्योगिकीकरणावर विशेष भर देण्यात आला. परंतु, हा औद्योगिक व आर्थिक विकास होताना देशातील साधनसंपत्तीचे आणि आर्थिक संपत्तीचे केंद्रीकरण होऊ नये आणि देशात विकेंद्रीत आर्थिक विकास व्हावा; यासाठी सुरुवातीपासूनच औद्योगिक धोरणांमध्ये भर देण्यात आला होता. औद्योगिक विकासाचा प्रादेशिक समतोल आणि मक्तेदारीवर नियंत्रण करण्याचाही प्रयत्न औद्योगिक धोरणांमधून दिसून येतो. यासाठी देशातील अनेक महत्त्वपूर्ण उद्योग सार्वजनिक क्षेत्रामधे सुरू करण्यात आले. परंतु औद्योगिक विकासाच्या मर्यादा लक्षात घेऊन जलद औद्योगिक विकास व्हावा; यासाठी १९९१ साली केंद्र सरकारने अभूतपूर्व अशा औद्योगिक सुधारणा करणारे नवे औद्योगिक धोरण जाहीर केले. त्यामुळे विदेशी गुंतवणूक, विदेशी तंत्रज्ञान यासंदर्भात उदारीकरणाचे धोरण अवलंबिण्यात आले, तर मक्तेदारी कायद्याची बंधने व नियंत्रणेसुद्धा शिथिल करण्यात आली. तसेच उद्योगधंद्यांना प्रोत्साहन देण्यासाठी आणि निर्यातीमध्ये वाढ करण्यासाठी विशेष आर्थिक क्षेत्रांची उभारणी करण्यात आली. त्याचबरोबर आयात वस्तूंची निर्मिती किंवा त्यास पर्यायी वस्तूंची निर्मिती आणि निर्यातीत वाढ करण्यासाठी 'मेक इन इंडिया' यासारख्या कार्यक्रमाची सुरुवातही करण्यात आली. त्यामुळे देशात उद्योगांचा जलद विकास होण्यास सुरुवात झाली. परिणामी, देशामध्ये रोजगारात वाढ झाली आणि देशात औद्योगिक विकासाबरोबरच आर्थिक विकासही घडून येत आहे.

प्रकरण – ६

जागतिकीकरण व उदारीकरण
(Globalisation & Liberalisation)

प्रस्तावना

औद्योगिक क्रांतीमुळे मोठ्या प्रमाणातील उत्पादनाची विक्री जागतिक पातळीवर करून आर्थिक व औद्योगिक विकास साधणे या दृष्टिकोनातून पाश्चिमात्त्य विचारवंतांनी खुल्या व्यापार धोरणाचे वेळोवेळी समर्थन केले. हा खुला व्यापार काही विशिष्ट देशांना फायदेशीर ठरला, तर काही देशांसाठी चलन विनिमयाची समस्या निर्माण झाली. खरे तर दुसऱ्या महायुद्धानंतरच्या काळातच मुक्त व्यापार या विषयावर वेळोवेळी जागतिक परिषदांमध्ये चर्चा करण्यात आली. त्यातूनच मुक्त व्यापाराची मूळ कल्पना जोर धरू लागली. वेळोवेळी झालेल्या चर्चा सफल होत नाहीत हे पाहून **आर्थर डंकेल** यांनी एक प्रस्ताव चर्चेसाठी ठेवला. (१९९१) त्यास डंकेल प्रस्ताव (Dunkel Draft) या नाबाने ओळखले जाते. त्यानंतर जागतिकीकरणाच्या व उदारीकरणाच्या प्रक्रियेला गती आणि दिशा प्राप्त झाली. २१ व्या शतकातील या जागतिकीकरण, उदारीकरण आणि खासगीकरणाच्या धोरणाचा ऊहापोह या प्रकरणात घेण्यात आला आहे.

६.१ जागतिकीकरण, उदारीकरण आणि खासगीकरण अर्थ व स्वरूप (Globalisation, Liberalisation, and Privatisation – Meaning and Nature)

(अ) जागतिकीकरण – जागतिकीकरण ही एक जागतिक पातळीवरील विशिष्ट अशी उदा. व्यापार आणि उद्योगाशी संबंधीत क्रांती आहे. यामध्ये आर्थिक एकीकरण, धोरणांची आदान-प्रदान क्रिया, माहिती, तंत्रज्ञानाचे हस्तांतरण, सांस्कृतिक स्थिरता, उत्पादन इत्यादीबाबींचा समावेश होतो. राजकीय विचारधारा, भौगोलिक स्थिती, सामाजिक स्थिती, सांस्कृतिक पार्श्वभूमी यासारख्या सर्व गोष्टी जागतिकीकरणाच्या

पार्श्वभूमी आहेत. या जागतिकीकरणाच्या संकल्पनेचा अर्थ खालीलप्रमाणे आहे.

'**जागतिकीकरण**' म्हणजे अशी प्रक्रिया की ज्यामध्ये परस्पर देवाणघेवाणींचे व्यवहार हे विविध कारणास्तव मनुष्याद्वारे पारदर्शकतेने पार पाडले जातात.

जागतिकीकरण म्हणजे जेव्हा दोन देशांमध्ये किंवा अनेक देशांबरोबर एका देशाचा आयात-निर्यात संबंधी व इतर अन्य काही कारणास्तव संबंध येतो आणि करार होतो, तेव्हा जागतिकीकरणाची क्रिया घडून येते, असे म्हणता येईल.

थोडक्यात, जागतिकीकरण म्हणजे, व्यवसाय, उद्योग व व्यापाराचा वाढत जाणारा विस्तार ज्यास कोणत्याही देशाच्या भौगोलिक सीमारेषेची मर्यादा नाही. जागतिकीकरण एक अशी प्रवृत्ती आहे की, ज्यामुळे हे जग एक बाजारपेठ म्हणून बघितले जाते.

जागतिकीकरणाचे स्वरूप – जागतिकीकरण या संकल्पनेत प्रामुख्याने खालील बाबींचा समावेश केला जातो.

जागतिक पातळीवर विचार करून व्यापाराच्या अथवा उद्योगाच्या विस्तार योजना आखणे.

व्यापाराचा फक्त स्थानिक पातळीवर किंवा आंतरराष्ट्रीय पातळीवर विचार न करणे, तर नवीन व्यापक दृष्टिकोन विकसित करणे.

जागतिक पातळीवर विचार करून ग्राहकांच्या अपेक्षा, उत्पादनाचे नियोजन करणे, उत्पादनाचा विकास करणे.

विविध उत्पादन घटकांची उपलब्धता याबाबतीत स्थानिक पातळीवर विचार न करता जगाच्या विविध भागातून ते घटक कसे, किती उपलब्ध होतील याचा विचार करणे.

थोडक्यात, वेगवेगळ्या देशातील परिस्थितीचा, गरजांचा साधकबाधक विचार करून उद्योग व्यवसायाच्या विस्तारासंबंधी, आधुनिकीकरणासंबंधी विचार करणे म्हणजे जागतिकीकरण होय.

(ब) उदारीकरण – उदारीकरण म्हणजे उद्योग, व्यवसायावरील विविध निर्बंध कमी करणे अथवा पूर्णत: काढून टाकणे. त्याचबरोबर आयात मालावरील जकात स्वरूपाचे निर्बंध शिथिल करणे.

स्वरूप – उदारीकरणाच्या प्रामुख्याने दोन बाजू आहेत. – एक म्हणजे स्थानिक स्वरूपाचे उदारीकरण आणि दुसरे म्हणजे व्यापारासंबंधीचे उदारीकरण.

व्यापारासंबंधीचे उदारीकरण म्हणजे बंधने कमी करून तो अधिक प्रमाणात खुला व मुक्त स्वरूपाचा करणे. तांत्रिकदृष्टीने विचार करता, देशाची व्यापार यंत्रणा अधिक सोपी व सुटसुटीत करणे. पूर्णत: तटस्थ असलेली व्यापारनीती अवलंबिणे

म्हणजेच व्यापाराचे उदारीकरण होय.

भारतामधे उदारीकरण धोरणाचा एक भाग म्हणून १९७३ साली अनेक उद्योग मोठ्या कंपन्यांसाठी व व्यवसायांसाठी खुले करण्यात आले. त्याचबरोबर मक्तेदारी आणि प्रतिबंधक व्यापार प्रथा अधिनियम (MRTP) व विदेशी चलन विनिमिय नियमन अधिनियम (FERA) या कायद्यांतर्गत मोठ्या व्यावसायिक संस्था, कंपन्यांवरील बंधने शिथिल करण्यात आली. १९७५ ते १९७९ याकाळात औद्योगिक परवाना धोरण अधिक शिथील करण्यात आले. त्यानुसार १९७८ मध्ये ३ कोटी रुपये पर्यंत गुंतवणूक असणाऱ्या उद्योगांना आणि त्यानंतर १९८३ साली ५ कोटी रुपये पर्यंत गुंतवणूक असणाऱ्या उद्योगांना परवाना प्राप्त करण्याच्या बंधनातून मुक्त करण्यात आले. १९८० च्या औद्योगिक धोरणामध्ये उदरीकरणाच्या आशयाचा उल्लेख करण्यात आला. भारतातील या उदारीकरणाच्या प्रक्रियेमध्ये १९८५-८६ पर्यंत पुरवठ्याचे निर्बंध कमी करण्यावर अधिक भर होता. या उदारीकरणाच्या दृष्टीने शासनाने केलेल्या उपाययोजना खालीलप्रमाणे आहेत.

परवानापद्धती, सुलभ व सोपी करण्यात आली. यामध्ये विशिष्ट मर्यादिपर्यंत भांडवली गुंतवणूक असणाऱ्या उद्योगांना (१९९१ च्या नवीन औद्योगिक धोरणानुसार) परवाना अटींतून सूट देण्यात आली.

परवानाविषयक सवलतीत भांडवली गुंतवणूक मर्यादित रुपये ५ कोटींवरून रुपये २५ कोटीं पर्यंत वाढ करण्यात आली.

आधुनिकीकरणाच्या योजनांना शासनाचा पाठिंबा देण्यावर भर होता.

लघुउद्योग क्षेत्राच्या वाढीकरीता गुंतवणूक मर्यादित वाढ करण्यात आली व या क्षेत्रातील उद्योगांना साहाय्य करण्याचे धोरण होते.

फेब्रुवारी १९९० पासून शंभर टक्के निर्यातभिमुख (100% Export Oriented Units-EOU)[१] उद्योगांना परवाना सवलती देण्यात आल्या. एकूण उत्पादनापैकी ६०

[१]टीप – 'मेक इन इंडिया' कार्यक्रमाची घोषणा जरी २०१४ साली करण्यात आली असली तरी अनुभव असा आहे की, अशी सुरुवात १९९० नंतरच्या दशकातच झाली. याचे उदाहरण म्हणजे Worldwide Oildfield Machine Incorporate या अमेरिकेच्या ह्युस्टन (टेक्सास स्टेट) येथील कंपनीचे अनिवासी भारतीय मालक (पुण्यातील) यांनी त्यांच्या अमेरिकास्थित कंपनीसाठी लागणाऱ्या विविध वस्तूंचे उत्पादन करण्यासाठी पुण्यातील सातारा महामार्गावरील खेड–शिवापूर परिसरात Worldwide Oilfield Machine Pvt.Ltd. ही १०० टक्के निर्यातभिमुख (100% EOU) कंपनी स्थापन केली. पुण्यातील हा प्रकल्प 'मेक इन इंडिया' स्वरूपाचाच आहे. या कंपनीच्या उत्पादनाची १९९३–९४ च्या सुमारास दरमहा जवळपास 20 हजार अमेरिकन डॉलर्सची निर्यात होती. शिवाय कंपनीतील सर्व कामगार स्थानिक परिसरातील आहेत. त्यामुळे अशा कार्यक्रमाने रोजगार निर्मितीत वाढ होत असल्याचा अनुभव आहे.

टक्के उत्पादन निर्यात करणाऱ्या उद्योगांना परवाना सुलभ करण्यात आला.

ऊर्जा निर्मिती क्षेत्रामधे खासगी क्षेत्राला मुक्त प्रवेश करण्याची संधी उपलब्ध करण्यात आली. भारतातील उद्योजक आणि विदेशी उद्योजकांना या क्षेत्रात संधी उपलब्ध झाली.

विदेशी तंत्रज्ञान आयात करण्यावरील निर्बंध शिथील करण्यात आले.

अशा तऱ्हेने विविध प्रकारची नियंत्रणे शिथिल करून, त्याचबरोबर राजकोषीय धोरण दीर्घकालीन स्वरूपात ठरवून सरकारने आर्थिक उदारीकरणाची सुरुवात केली.

(क) खासगीकरण

उद्योग, व्यवसाय, व्यापार आणि शेती हे अर्थव्यवस्थेतील चार प्रमुख घटक आणि त्यांची मालकी खासगी व्यक्तीकडे, व्यक्तिसमूहाकडे असणे, त्याचबरोबर आर्थिक निर्णय घेण्याचे त्यांना स्वातंत्र्य असणे म्हणजेच खासगीकरण होय.

तसेच, सार्वजनिक क्षेत्रातील उद्योग संस्थांची मालकी खासगी संस्थांकडे हस्तांतरित करणे किंवा मालकी न बदलता; फक्त व्यवस्थापन आणि नियंत्रण खासगी उद्योग संस्थांकडे सोपविणे हा खासगीकरणाचा अर्थ आहे.

स्वातंत्र्योत्तर काळात महत्त्वाचे उद्योग सार्वजनिक क्षेत्राकडे ठेवण्याचे धोरण अवलंबिण्यात आले होते. त्याचबरोबर काही प्रमुख उद्योगांचे राष्ट्रीयीकरण करण्यात आले. त्यामुळे खासगी उद्योग सार्वजनिक क्षेत्रात गेले. परंतु सार्वजनिक क्षेत्राच्या उणिवा आणि दोष यावर आधारित अनेक उद्योगांचे खासगीकरण (विशेषत: १९९१ नंतर) करण्याचे धोरण असल्याचे दिसून येत आहे. म्हणजेच अनेक सार्वजनिक उद्योग खासगी क्षेत्रातील उद्योगांकडे हस्तांतरित करण्याचे धोरण आहे. या धोरणाने सार्वजनिक उद्योगांमधील सरकारी गुंतवणूक कमी करण्यात येऊन सरकारचा निधींची उभारणी करण्याकडे कल आहे.

६.२ जागतिकीकरण आणि खासगीकरण : अनुकूल व प्रतिकूल युक्तिवाद (Globalisation, and Privatisation : Arguments for and against)

(अ) खासगीकरण : अनुकूल व प्रतिकूल युक्तिवाद

खासगीकरणाच्या बाजूने आणि खासगीकरणाच्या विरोधामधे केला जाणारा युक्तिवाद अनुक्रमे अनुकूल आणि प्रतिकूल युक्तिवाद समजला जातो. त्याचा आढावा खालीलप्रमाणे आहे.

अनुकूल युक्तिवाद : खासगीकरणाच्या बाजूने केला जाणारा युक्तिवाद हा अनुकूल युक्तिवाद समजला जातो. त्यातील काही प्रमुख मुद्दे खालीलप्रमाणे आहेत.

(१) कामगिरीमध्ये सुधारणा – सार्वजनिक तथा सरकारकडून चालविल्या जाणाऱ्या उद्योगसंस्था नोकरशाहीच्या नियंत्रणाखाली असतात. अशा संस्थांच्या कामगिरीवर नोकरशाही व राजकीय प्रभाव असतो. त्यामुळे अनेक वेळा औद्योगिक निर्णयांमध्ये बदल केले जातात. त्याचा परिणाम सार्वजनिक क्षेत्रातील उद्योगांच्या कामगिरीवर होतो. त्यामुळे नोकरशाही व राजकीय प्रभावापासून उद्योगसंस्था मुक्त करून व्यावसायिक व्यवस्थापन पद्धतीकडे अर्थात खासगी उद्योगांकडे सोपविल्यास कामगिरीमध्ये सुधारणा घडून येण्यास वाव असतो.

(२) कार्यक्षमतेमधे वाढ – नफ्याची प्रेरणा ही कार्यक्षमता वाढविण्यासाठी महत्त्वपूर्ण असते. अधिकाधिक ग्राहकांना उत्पादनाकडे आकृष्ट करणे आणि बजारपेठेचा विस्तार करून आपल्या उत्पादनाचा जास्तीतजास्त खप वाढविण्याकडे खासगी उद्योजकांचा कल असतो.

(३) विशेषीकरण – उपलब्ध मनुष्यबळामधील कार्यकुशलता पाहून ज्याला जे काम चांगले जमते त्यास ते देण्यावर खासगी उद्योजकांचा भर असतो, अशा विशेषीकरणामुळे कमी श्रमात व कमी खर्चात अधिकाधिक उत्पादन घेणे शक्य होते.

(४) सुधारणा – बाजारपेठेतील वाढती स्पर्धा आणि उत्पादनाच्या गुणवत्तेसाठी आधुनिक तंत्र व कार्यपद्धतीची गरज लक्षात घेऊन नवनवीन सुधारणांचा अवलंब लवकरात लवकर करण्याचा प्रयत्न खासगी उद्योगांकडून केला जातो.

(५) उत्तरदायित्व – खासगी उद्योगांमध्ये व्यावसायिक व्यवस्थापनाचा अवलंब केला जातो. त्यामुळे व्यवस्थापक आणि इतर कामगार हे उद्योगाच्या मालकांना अथवा भागधारकांना व संचालकांना उत्तरदायी असतात ही जबाबदारी स्पष्ट आणि निकटची असते. सार्वजनिक उपक्रमांच्या बाबतीत मालकी जनतेची असल्यामुळे असे उत्तरदायित्व स्पष्ट नसते.

(६) उद्दिष्टे – सार्वजनिक क्षेत्रातील उद्योगसंस्था ही जन कल्याणासाठी चालविली जाणे अपेक्षित असते, परंतु प्रत्यक्षात अनेकदा राजकीय उद्दिष्टे डोळ्यासमोर ठेऊन निर्णय घेतले जातात. परंतु, अशा उद्योगांच्या व्यवस्थापनासाठी आर्थिक निकष लावणे अपेक्षित असते आणि खासगी मालकीच्या उद्योगांमध्ये ते शक्य होते.

(७) भांडवलाची उभारणी – योग्य वेळी भांडवलाची उभारणी होणे ही एक महत्त्वपूर्ण व्यावसायिक गरज असते. सार्वजनिक क्षेत्राला शीघ्रपणे भांडवलाची उभारणी करणे शक्य नसते. तर खासगी उद्योगसंस्था वेळप्रसंगी अधिक व्याज देऊन भांडवलाची उभारणी करू शकतात.

(८) बाजारविषयक शिस्त – सार्वजनिक क्षेत्रातील उद्योगांना बाजारपेठेत वेळेवर मालाचे वितरण करणे, सदोष माल बदलून देणे, गुणवत्ता निकष काटेकोरपणे पाळणे इत्यादींबाबतीत बहुतेकवेळा शिस्तीचे पालन केले जात नाही. खासगी उद्योगांमध्ये मात्र अशा शिस्तेचे काटेकोरपणे पालन केले जाते.

(९) राजकीय हस्तक्षेप – सार्वजनिक क्षेत्रातील उद्योगांमध्ये राजकीय हस्तक्षेप मोठ्या प्रमाणात आढळून येतो. गुणवत्तेशी तडजोड करून स्थानिक कामगारांना काम देण्याचा अथवा नेमण्याचा प्रयत्न केला जातो. गुणवत्तेनुसार नोकरभरती आणि योग्यतेनुसार स्थान निश्चिती हे खासगी क्षेत्रामध्ये आढळून येते.

(१०) नफा – जन कल्याण, संतुलित विकास, मागास विभागांना संरक्षण इत्यादी उद्दिष्टे सार्वजनिक क्षेत्राच्या बाबतीत महत्त्वपूर्ण असतात तर नफा कमविणे हे उद्दिष्ट कमी महत्त्वपूर्ण असते. परंतु नफ्याची प्रेरणा नेहमी कार्यक्षमतेची हमी देत असते. त्यामुळे खासगी उद्योग क्षेत्रातला त्याचा लाभ होतो.

प्रतिकूल युक्तिवाद – खासगीकरणाच्या विरुद्ध अर्थात प्रतिकूल युक्तिवाद खालीलप्रमाणे आहे.

(१) प्रेरणा – सार्वजनिक उपक्रमांची उद्दिष्टे ही संदिग्ध वाटतात. या उलट नफ्याचे उद्दिष्ट थेट आणि स्पष्ट असते. म्हणून खासगीकरणाचा पुरस्कार केला जातो हे सर्वस्वी बरोबर नाही. कारण सार्वजनिक उपक्रम नीट चालविला गेला नाही तर लोकांमधील नाराजीचा धोका राजकीय नेतृत्व पत्करण्यास तयार नसते. त्यामुळे संबंधित मंत्री उपक्रमांच्या कार्यक्षमतेवर लक्ष ठेवतात.

(२) सामाजिक सुविधांचे क्षेत्र – शिक्षण, आरोग्य, अल्प खर्चातील गृहनिर्माण प्रकल्प, स्वस्त दरात अन्नधान्याचे वितरण, पिण्याच्या पाण्याचा पुरवठा इत्यादी अनेक क्षेत्रे आहेत की, ज्यांचा संबंध लोककल्याणाशी आणि सामाजिक न्यायाशी जोडलेला आहे. त्यामुळे, अशा क्षेत्रामध्ये खासगीकरण केल्यास मोठ्या प्रमाणात शुल्क आकारणी केली जाण्याचा धोका संभवतो.

(३) गुणवत्तापूर्ण उत्पादनांचे न्याय्य वाटप – वीज, औषधे, निवासी घरे इत्यादी अनेक गोष्टी व सेवा सर्व घटकांना वाजवी दरात आणि गुणवत्तापूर्ण स्वरूपात मिळणे सामाजिक न्यायाच्या दृष्टीने आवश्यक आहे. परंतु खासगी उद्योगांच्या बाबतीत सामाजिक न्यायापेक्षा नफ्याची प्रेरणा महत्त्वपूर्ण असते.

(४) भ्रष्टाचार – सामान्यपणे सरकारी व सार्वजनिक क्षेत्रावर नेहमी भ्रष्टाचाराचा आरोप केला जातो. परंतु खासगी क्षेत्रातील भ्रष्टाचार आणि गैरव्यवहार यांवर फारसे

लक्ष दिले जात नाही. अर्थात, कोणत्याही क्षेत्रातील भ्रष्टाचाराचे समर्थन होऊ शकत नाही.[२] परंतु शासकीय अधिकाऱ्यांना दिली जाणारी लाच, दूध अथवा अन्नपदार्थ, इतकेच नव्हे तर औषधांसारख्या वस्तूमध्ये केली जाणारी भेसळ आणि गुणवत्ता इत्यादीबाबतीत ग्राहकांची केली जाणारी फसवणूक ही खासगी क्षेत्रातील घातक भ्रष्टाचाराची उदाहरणे आहेत.

(५) **प्रसिद्धी** – खासगी क्षेत्राकडून प्रसार माध्यमांचा उपयोग करून मोठी प्रसिद्धी केली जाते. त्याचा खर्चही अंतिमतः ग्राहकांकडूनच वसूल केला जातो.

(६) **गैरलागू बाजारयंत्रणा** – अनेक बाबतीत बाजारयंत्रणेचे निकष लागू पडत नाहीत उदा. संरक्षण, कायदा आणि सुव्यवस्था राखण्यासाठी न्यायालये, पोलिस यंत्रणा, परराष्ट्र व्यवहार इत्यादी क्षेत्रे राष्ट्रीय सुरक्षिततेच्या दृष्टिने महत्त्वपूर्ण आहेत. त्यामुळे या क्षेत्रासंबंधी उद्योग खासगी क्षेत्राकडे सोपविणे जिकरीचे आहे.

अशा तऱ्हेने खासगीकरणाबाबत अनुकूल आणि प्रतिकूल युक्तिवाद मांडला जातो.

(ब) जागतिकीकरण : अनुकूल आणि प्रतिकूल युक्तिवाद

यामध्ये जागतिकीकरणाचे लाभ आणि त्यापासून होणारे नुकसान अथवा धोके मांडले जातात. हा युक्तिवाद खालीलप्रमाणे आहे.

जागतिकीकरणामुळे प्रत्यक्ष व्यावसायिकाला तथा उद्योजकांना पुढील लाभ मिळतात :– साधनसामग्रीचा अधिक चांगला उपयोग करता येतो. त्यामुळे मोठ्या प्रमाणावर उत्पादनाचे फायदे मिळतात. स्थानिक बाजारपेठ, जागतिक बाजारपेठ असे विभाजन होते. व्यवसाय, व्यापार जागतिक पातळीवर विस्तारत जाईल तसे नफ्याचे प्रमाणही वाढत जाते. विदेशी गुंतवणूक संधीचा लाभ घेता येतो, इत्यादी.

जगातील विविध देश परस्परांच्या अधिक जवळ येतात आणि परस्परांना उच्च प्रतीचे तंत्रज्ञान हस्तांतर करतात. देशाची आंतरराष्ट्रीय पातळीवर पत आणि प्रतिष्ठा वाढते. आयात नियंत्रित करून निर्यात वृद्धीकडे कल वाढतो. देशाच्या आर्थिक विकासाला गती प्राप्त होते, त्यामुळे लोकांच्या राहणीमानात व उत्पन्नामध्ये वाढ होते. जागतिकीकरणामुळे आर्थिक आणि सामाजिक विकासाला पोषक वातावरण निर्माण होते.

---

[२] टीप – खासगी क्षेत्रातील उद्योगांमध्येही काम मिळविण्यासाठी किंवा विविध वस्तूंचा पुरवठा करण्यासाठी खरेदी विभागातील (Purchase Department – Purchase Order साठी) संबंधित अधिकारी किंवा व्यक्तिकडून वशिला, ओळख, पार्टी, भेटवस्तू, कमिशन यांसारखे वेगवेगळे मार्ग अवलंबिले जातात. त्यामुळे कोणत्याही क्षेत्रातील भ्रष्टाचाराचे समर्थन होऊ शकत नाही.

अनुकूल युक्तिवाद जागतिकीणाच्या बाजूने युक्तिवाद करताना ज्या विविध मुद्यांचा आधार घेतला जातो त्यापैकी महत्त्वाचे मुद्दे खालीलप्रमाणे आहेत.

विविध देशांमधून परस्परांना चांगले मनुष्यबळ उपलब्ध होते. भारतीय शास्त्रज्ञ, तंत्रज्ञ, संगणक प्रणाली (Software) क्षेत्रातील अनुभवी जाणकार व्यक्ती यांना चांगल्या संधी उपलब्ध होतात. बुद्धिमान तरुणांना देशांतर्गत संधी उपलब्ध केल्या तर स्थानिक उद्योगांना उत्पादन वाढीस त्याचा चांगला उपयोग होईल.

जागतिक बाजारपेठ प्राप्त करण्यासाठी तरुण वर्गाच्या मदतीने भारतातील उद्योजक, व्यापारी, व्यावसायिक प्रयत्न करू शकतील.

औद्योगिक विकासाचा पाया उपयुक्त तंत्रज्ञान, मनुष्यबळ, यंत्रसामग्री आयात करून अधिक मजबूत करता येईल. तसेच विदेशी भांडवलाच्या आधारे व्यवसायाचे यांत्रिकीकरण व आधुनिकीकरण करता येईल.

भारतातील छोट्या-मोठ्या कंपन्यांना आशिया उपखंडात, आफ्रिका खंडातील देश यातून बाजारपेठ मिळविता येईल. तसेच तांत्रिक सहकार्याचे करार करता येतील.

अनिवासी भारतीय ज्यांच्याकडे कल्पकता आहे, भांडवलाची उपलब्धता आहे, बुद्धिमत्ता आहे त्यांची गुंतवणूक ते करू शकतील. त्यांच्यासाठी सरकारच्या योजना आहेत.

जागतिकीकरणामुळे भारतीय उद्योजकांना पाठबळ उपलब्ध होईल. त्या आधारे ते त्यांची स्पर्धात्मकता वाढवू शकतील.

प्रतिकूल युक्तिवाद – किंवा जागतिकीकरणावरील टीका व जागतिकीकरणाचे दोष खालीलप्रमाणे आहेत.

जागतिकीकरणामुळे सर्व राष्ट्रांचा आर्थिक विकास होऊन त्यांना सामाजिक स्थैर्य लाभेल असे सांगितले जात होते. परंतु प्रत्यक्षात मात्र त्यामधून आर्थिक गोंधळ आणि राजकीय व सामाजिक तणाव निर्माण होत असून जगातील मानवी संपत्ती आणि निसर्ग संपत्ती यांचे फार मोठे नुकसान होत आहे.

अप्रगत व विकसनशील राष्ट्रातील कंपन्यांचे बड्या राष्ट्रातील कंपन्यांबरोबर झालेले विलिनीकरण व खरेदी यांच्यामुळे राष्ट्रातील कंपन्यांवर नियंत्रण ठेवणाऱ्या थोड्या मक्तेदार भांडवलदारांच्या हातात जगातील आर्थिक सत्ता व संपत्ती एकवटली जात आहे.

जागतिकीकरण व उदारीकरणामुळे निर्माण झालेली आणखी समस्या म्हणजे पाश्चात्त्य राहणीमान, वस्तू आणि सेवांचे आकर्षण वाढले आहे. त्याचे सामाजिक व सांस्कृतिक परिणाम होत आहेत. मॉलमधील खरेदी, ऑनलाईन खरेदी लोकप्रिय होत

आहे त्यामुळे सर्वसाधारण व किरकोळ स्थानिक व्यापाऱ्यांच्या अडचणीत भर पडली आहे.

जागतिकीकरणाचे जे समर्थक आहेत त्यांची आजची अरिष्टे अखिल भांडवलशाहीला ग्रासणारी आहेत याबद्दल खात्री झाली आहे. तसेच, आर्थिक मंदी हा या व्यवस्थेचा एक अनिवार्य भाग आहे; हेही त्यांना मान्य आहे. त्यामधून निर्माण झालेल्या अरिष्टांना उत्तरे शोधण्याचा ते प्रयत्न करीत असले तरी त्यांना आलेले अपयश ते कबूल करतात.

जागतिकीकरणामुळे जगातील सर्व देशांमध्ये पर्यावरणाचा ऱ्हास वेगाने होत आहे. त्याचे विपरीत परिणाम हवामान बदलाच्या रूपाने दिसून येऊ लागले आहेत.

६.३ जागतिकीकरणाचा भारतीय उद्योगांवरील परिणाम (Impact of Globalisation on Indian Industry)

जागतिकीकरणाने भारतातील अनेक औद्योगिक क्षेत्रे व्यापली गेली आहेत उदा. पोलाद उद्योग, औषध निर्मिती उद्योग, पेट्रोलिअम उद्योग, रासायनिक उद्योग, कापड उद्योग, सिमेंट उद्योग, आणि बीपीओ (Business Process Outsourcing) इत्यादी जागतिकीकरण हे राष्ट्र आणि वित्तीय प्रवाह, उत्पादने आणि सेवा तसेच राष्ट्रांमधील गुंतवणुकीच्या माध्यमाद्वारे राष्ट्रीय अर्थव्यवस्थेच्या एकीकरणामधील अडथळ्यांचे निराकरण आहे.

जागतिकीकरणाचा भारतातील उद्योगांवर सकारात्मक आणि नकारात्मक अशा दोन्ही प्रकारांचा परिणाम झाला आहे. त्यापैकी **सकारात्मक परिणाम** खालीलप्रमाणे आहे.

(१) विदेशी चलन वाढ – बीपीओ, औषधे, पेट्रोलिअम, औद्योगिक उत्पादन करणाऱ्या उद्योगसंस्था यामध्ये मोठ्या प्रमाणात विदेशी गुंतवणूक करण्यात आली. त्यामुळे विदेशी चलन वाढीस मदत झाली आणि देशाच्या अर्थव्यवस्थेला चालना मिळाली.

(२) भांडवल बाजारातील सुधारणा – जागतिकीकरण व उदारीकरणाच्या धोरणामुळे विदेशी गुंतवणुकीमध्ये मोठ्या प्रमाणात वाढ झाली. त्यामुळे भांडवली बाजारामध्ये सुधारणा घडवून आणण्यात आल्या.

(३) स्पर्धात्मक वातावरण – जागतिकीकरण आणि उदारीकरणामुळे अनेक उद्योग परवाने मुक्त करण्यात आले. तसेच सार्वजनिक क्षेत्रातील उद्योगांचेही खासगीकरण करण्यात आले. अनेक बहुराष्ट्रीय उद्योग स्थापन झाले. त्याचबरोबर देशातील उद्योगांनी विदेशातील उद्योगांच्या भागीदारीने नवीन उद्योग सुरू केले व उत्पादनामध्ये सुधारणा

घडवून आणल्या. त्यामुळे औद्योगिक क्षेत्रामध्ये स्पर्धात्मक वातावरणात वाढ झाली.

(४) वस्तूंच्या मागणीमध्ये वाढ – जागतिकीकरणामुळे मुक्त प्रवेश, जकातीवरील मोठ्या प्रमाणातील कपात त्यामुळे अनेक वस्तूंना विक्रीची परवानगी मिळाली. वस्तूंच्या भारतीय बाजारातील भरपूर उपलब्धतेमुळे उपभोक्त्यांच्या मागणीमध्ये वाढ झाली. देशातील उत्पन्न पातळी वाढली व उपभोग कर्जाची उपलब्धता यामुळे वस्तूंच्या मागणीमध्ये वाढ झाली.

(५) रोजगार उपलब्धता – जागतिकीकरणामुळे विदेशी गुंतवणुकीमध्ये वाढ झाली. त्यामुळे उद्योगधंद्यांमध्ये मोठ्या प्रमाणात वाढ झाली. परिणामी, प्रत्यक्ष व अप्रत्यक्ष रोजगारामध्ये वाढ झाली.

(६) तांत्रिक मदत – विदेशी उद्योगसंस्थांना उदारीकरणाच्या धोरणामुळे तंत्रज्ञान हस्तांतर सुलभ झाले. अनेक उद्योग व्यवसायांना त्यामुळे अद्ययावत तंत्रज्ञान उपलब्ध झाले. तसेच जागतिक पातळीवरील आधुनिक तंत्रज्ञानाची मदत उपलब्ध झाली.

जागतिकीकरणाच्या वरील सकारात्मक परिणामांबरोबरच काही **नकारात्मक परिणामही** घडून आले ते पुढीलप्रमाणे आहेत.

(१) स्पर्धा वाढ – जागतिकीकरणामुळे विदेशी उद्योगसंस्थांचा भारतीय बाजारपेठांमध्ये व्यवसाय वाढला. त्यामुळे देशातील उद्योगसंस्थांच्या विक्रीवर परिणाम घडून येऊ लागला. त्यांचा बाजार हिस्सा कमी झाला. विदेशी कंपन्यांच्या मालाची गुणवत्ता आणि किंमत यामुळे स्पर्धेमध्ये जी वाढ झाली ती देशातील उद्योगांसाठी नुकसानकारक ठरली.

(२) मालाची गुणवत्ता – विदेशी माल गुणवत्तेमध्ये चांगल्या प्रतीचा आणि स्वस्त असल्याने त्यांचा बाजारातील हिस्सा वाढला. त्याचा विपरीत परिणाम भारतीय उद्योगांवर झाला.

(३) रोजगार कपात – विदेशी उद्योगसंस्था आधुनिक तंत्रज्ञानावर आधारित कमी वेळेत अधिकाधिक उत्पादन घेणाऱ्या असल्यामुळे मानवी श्रमाऐवजी यंत्रसामग्रीचा उपयोग मोठ्या प्रमाणात वाढला. परिणामी, ज्याप्रमाणात रोजगारामध्ये वाढ होणे अपेक्षित होते ती झाली नाही.

(४) मक्तेदारीत वाढ – जागतिकीकरण, उदारीकरण आणि खासगीकरणाच्या धोरणामुळे, अनेक मोठे उद्योगांशी छोट्या उद्योगांना स्पर्धा करणे कठीण होऊ लागले. उद्योगांचे विलिनीकरण, एकत्रीकरण, संपादन यांमुळे अनेक उद्योगांचे अस्तित्व संपले आणि मोठ्या उद्योगांची मक्तेदारी निर्मिण झाली.

अशा तऱ्हेने जागतिकीकरणाचे भारतीय उद्योगांवर सकारात्मक आणि नकारात्मक दोन्ही प्रकारचे परिणाम होत असल्याचे दिसून येत आहे.

६.४ अ–जागतिकीकरण (De-Globalisation)

आंतरराष्ट्रीय व्यापार निर्बंधात्मक असावा की, अनिर्बंध असावा हा विषय वादातीतच राहिला आहे. म्हणूनच २१ व्या शतकाच्या पूर्वार्धातही त्यावरील चर्चेच्या फेऱ्या पुढे चालूच राहिल्या. त्यातील काही यशस्वी झाल्या तर काही अयशस्वी ठरल्या. थोडक्यात, जागतिकीकरणाच्या वृद्धी आणि विकासामध्ये अडथळे निर्माण झाले.

(अ) **जागतिकीकरण** – येथे जागतिकीकरण याचा सर्वसाधारण अर्थ आंतरराष्ट्रीय व्यापारातील घडामोडी आणि परिणाम असा घेतला आहे.

(ब) **अ–जागतिकीकरण** – याचा सर्वसाधारण अर्थ आंतरराष्ट्रीय व्यापारातून स्थानिक वस्तूंच्या व्यापारावर आणि उत्पादानावर भर असा घेतला आहे.

(क) **स्थानिकीकरण किंवा प्रादेशिकीकरण** – याचा सर्वसाधारण अर्थ स्थानिक किंवा प्रादेशिक उत्पादने, उद्योग या दृष्टिकोनातून आहे.

अ–जागतिकीकरणाची संकल्पना सर्वप्रथम (२०१४) संघाबद्ध करण्याचा प्रयत्न दक्षिण चीन सागरी प्रदेशातील फिलिपाईन्स यादेशातील प्रा. वाल्दन बेल्लो यांनी केला. त्यांचे मते, 'अ–जागतिकीकरण म्हणजे अर्थव्यवस्थेची पुनर्रचना करून स्थानिक व राष्ट्रीय अर्थव्यवस्था अधिक दृढ व सक्षम करणे.'

अ–जागतिकीकरणाचा प्रथम टप्पा – १९१४ साली झालेल्या पहिल्या महायुद्धातून जागतिकीकरणाच्या उलट प्रवाहाचा टप्पा सुरू झाला. अर्थात, अ–जागतिकीकरणास सुरुवात झाली. युद्धात झालेले नुकसान भरून काढण्याच्या प्रयत्नातून १९२२ पर्यंतची काही वर्षे तेजीची गेली आणि नंतर पुन्हा आर्थिक मंदीला सुरूवात झाली. साम्राज्यवादी राष्ट्रांनी वसाहतींच्या बाजारपेठांचा फायदा घेऊन आपल्या उद्योगांना संरक्षण देऊन पुन्हा उभे राहण्याचा प्रयत्न केला. येथेसुद्धा राज्यकर्त्यांनी व्यापारात स्वदेश हितासाठी संरक्षणनीतिचा (Protectionism) अवलंब केला. त्यामुळे या टप्प्यात जागतिकीकरणाची अ–जागतिकीकरणाकडे सुरुवात झाली. १९१७ च्या 'साम्यवादी क्रांती'नंतर रशियाने जागतिक व्यापारातून माघार घेतली. १९२० च्या सुमारास आलेल्या 'स्पॅनिश फ्लयू' या जागतिक महामारीने आर्थिक अस्थैर्य निर्माण झाले. १९२९ मधील नवीन स्थलांतर निर्बंध, मोठ्या प्रमाणातील निराशाजनक वातावरण आणि १९३० मधील मोठ्या प्रमाणातील संरक्षणनीतिचा अवलंब इत्यादींमुळे अ–जागतिकीकरणात भरच पडली.

अ–जागतिकीकरणाचा दुसरा टप्पा – मोठ्या बहुराष्ट्रीय उद्योग समूहांकडे सुधारित तंत्रज्ञान व मुबलक निधी होता. त्यामुळे व्यापारात प्रबळ असे ९० टक्क्यांपेक्षा अधिक उद्योग अमेरिकन असल्याचे जागतिक निर्देशांक २०१६-१७ नुसार दिसून येते. तर दुसऱ्या बाजूस काही देश आपल्या कक्षेबाहेर जाऊन छोट्या व अप्रगत देशांना मोठ-मोठी कर्जे देऊन वा त्यांच्या विकास प्रकल्पात गुंतवणूक करून आर्थिक घटकांवर ताबा मिळविणे हे तंत्र वापरत असल्याचे अशा आर्थिक धोरणातून दिसून आले आहे.

जगामधे आंतरराष्ट्रीय व्यापारातील वाढता असमतोल, अर्थव्यवस्थेवरील अनिष्ट परिणाम, आणि प्रादेशिक अस्मिता व सार्वभौमत्व यांसारख्या प्रभावशाली मुद्यांभोवती नवी सत्ताकेंद्र उदयाला आली. भारतासारख्या देशात २०१४ साली झालेल्या निवडणुकीत भारतीय जनता पक्षाच्या नेतृत्वाखाली सरकार स्थापन झाले. पंतप्रधान मा. नरेंद्र मोदींनी २५ सप्टेंबर २०१४ साली 'Make in India' ची घोषणा केली. तर अमेरिकेचे राष्ट्रअध्यक्ष मा. डोनाल्ड ट्रंप यांनी अमेरिका 'First' धोरणाची घोषणा केली. यातूनच आंतरराष्ट्रीय व्यापार आणि जागतिकीकरणाच्या प्रक्रियेतील बदलाचे धोरण दिसून येते.

अ–जागतिकीकरणाचे धोरणात आयात कर आणि संख्यात्मक निर्बंधाची रूपरेखा देशादेशांमधील लोकांचा, उत्पादनांचा आणि सेवाचा मुक्त वावर यावर नियंत्रण मिळवणारी आहे. या संरक्षणनीतिमागील कल्पना स्थानिक उद्योगांना ढालीप्रमाणे संरक्षण देण्याची आहे. स्थानिक उद्योगांचे हित संरक्षण करण्यासाठी अमेरिकेने मार्च २०१८ साली पोलाद आणि अल्युमिनियमच्या आयातीवर अनुक्रमे २५ टक्के आणि १० टक्के कर लादला. त्यानंतर अमेरिकेने १३०० चीनी उत्पादनांवर २५ टक्के आयात शुल्क लादले. प्रत्युत्तरादाखल चीननेसुद्धा अमेरिकन उत्पादनांवर अतिरिक्त कर आकारणीची घोषणा केली. युरोपियन युनियनही व्यापार रणनीतिच्या या रिंगणात उतरले आणि त्यांनी अमेरिकेच्या उत्पादनांवर २५ टक्के कर आकारणीची घोषणा केली.

दुसऱ्या बाजूस कोव्हिड-१९ या जागतिक महामारीने अ–जागतिकीकरणाच्या प्रक्रियेत भरच घातली. फ्रांसचे अध्यक्ष इमॅन्युल मॅक्रान म्हणाले, "ही महामारी जागतिकीकरणाचे स्वरूप बदलणारी ठरेल आणि तिच्या चक्राच्या शेवटास पोहोचेल." ऑस्ट्रेलियाचे पंतप्रधान स्कॉट मॉरिसन संसदेत म्हणाले, "शतकामधे मुक्त व्यापार हा त्यांच्या समृद्धीचा गाभा आहे, परंतु आपणास आपले आर्थिक सार्वभौमत्व काळजीपूर्वक जपले पाहिजे." जपानही चीनकडून होणारा पुरवठा कमी करून देशातच उत्पादनाची चाचपणी करत आहे. परंतु अ–जागतिकीकरणाची ही प्रक्रिया फक्त 'कोव्हिड-१९'

या महामारीमुळेच सुरू झाली असे नाही तर तिचे मूळ हे '२००८ च्या' आर्थिक पेचप्रसंगात आहे.

चीन आणि भारत सीमा वादाप्रसंगी भारताचे पंतप्रधान मा. नरेंद्र मोदी यांनी सर्व भारतातील लोकांना स्थानिक उत्पादनांसाठी आवाज बनण्यास 'Vocal for Local' सांगितले आणि 'आत्मनिर्भर भारत' अभियानाची सुरुवात केली. 'मेक इन इंडिया' आणि तत्सम घडामोडींच्या पार्श्वभूमीवर भारताचा चीनबरोबर असणारा व्यापार हा मागील काही वर्षांत कमी होत आहे. चीनकडून होणारी आयात २०१७-१८ साली ६३ अब्ज डॉलर इतकी होती, त्यात घट होऊन ही अयात २०१८-१९ मध्ये ५३.५६ अब्ज डॉलर इतकी झाली. तर २०१९-२० मध्ये ही आयात ४८.६६ अब्ज डॉलर इतकी झाली. तर २०१२-१३ मध्ये भारताची एकूण व्यापार तूट १९०.३ अब्ज डॉलर इतकी होती ती २०१६-१७ साली १०८.५ अब्ज डॉलर इतकी कमी झाली. 'कोव्हिड-१९' जागतिक महामारी, टाळेबंदी आणि इतर तणावपूर्ण परिस्थितीच्या पार्श्वभूमीवर भारताच्याच नव्हे तर इतरही अनेक देशांच्या आंतरराष्ट्रीय व्यापारतोलावर परिणाम घडून येण्याची चिन्हे दिसून येत आहेत.

अशा प्रकारे जागतिकीकरण आणि अ-जागतिकीकरण ही प्रक्रिया वेगवेगळ्या कारणाने आणि वेगवेगळ्या टप्प्यात चालू असल्याचे दिसून येत आहे.

समारोप - व्यापारातूनच वर्चस्ववादी विचार आणि त्याचे समर्थक यांनी जगातील समृद्ध देशांवर आक्रमण केल्याचे दाखलेसुद्धा इतिहासात सापडतात. त्यामुळे आंतरराष्ट्रीय व्यापारात अडथळे निर्माण होऊन त्याचा संकोच झाल्याचेसुद्धा आढळून येते. असे असले तरी आर्थिक विकास आणि स्वतःचा विकास साधणे ही मानवी प्रवृत्ती, प्रत्येक काळातील मनुष्यास धोका पत्करून व्यापार वृद्धीस प्रोत्साहीत करत होती व आहे. त्यातूनच आंतरराष्ट्रीय 'व्यापाराची दिशा आणि दशा' काळानुरूप बदलत गेली.

प्रकरण – ७

भारतातील प्रमुख उद्योग
(Major Industries in India)

प्रस्तावना

भारत हा कृषी प्रधान देश असल्याने कृषी उत्पादनावर आधारित उद्योगांचा विकास अधिक महत्त्वपूर्ण आहे. यामधे कृषी आधारित साखर हा प्रमुख व्यवसाय म्हणून ओळखला जातो, तर कापड उत्पादन आणि वस्त्र निर्मिती हासुद्धा एक प्रमुख व्यवसाय म्हणून ओळखला जातो. त्याचबरोबर देशातील औद्योगिकीकरणाला चालना मिळावी आणि औद्योगिक विकासाबरोबरच आर्थिक विकासही घडून यावा; यासाठी पायाभूत सुविधांची निर्मिती महत्त्वाची आहे. त्यासाठी लोह व पोलाद हे अत्यंत महत्त्वपूर्ण उद्योग आहेत. त्याचबरोबर सिमेंट उद्योगही अत्यंत महत्त्वाचा उद्योग आहे. देशातील या प्रमुख उद्योगांमध्ये मोठ्या प्रमाणात गुंतवणूक करण्यात आली आहे. औद्योगिक विकासाच्या दृष्टीने हे प्रमुख उद्योग अत्यंत महत्त्वाचे आहेत. त्याचा आढावा या प्रकरणात घेण्यात आला आहे.

७.१ भारतातील प्रमुख उद्योगांचे महत्त्व (Importance of Major Industries in India)

भारतातील प्रमुख तथा मोठ्या उद्योगांचे महत्त्व खालीलप्रमाणे आहे.

(१) रोजगारात वाढ – प्रमुख व मोठ्या उद्योगांमध्ये रोजगाराच्या प्रत्यक्ष व अप्रत्यक्ष संधी मोठ्या प्रमाणात उपलब्ध होतात. उदा. कापड व वस्त्र निर्मिती उद्योगांमध्ये लक्षावधी लोकांना प्रत्यक्ष व अप्रत्यक्ष रोजगाराची संधी उपलब्ध झाली आहे.

(२) उत्पन्नात वाढ – रोजगारवाढीमुळे लोकांच्या उत्पन्नामध्येही वाढ घडून येते. त्यामुळे त्यांच्या राहणीमानातही बदल घडून येतो.

(३) राष्ट्रीय उत्पन्नात वाढ – औद्योगिक उत्पादकता, उत्पादन राष्ट्रीय

उत्पन्नामध्ये वाढ घडवून आणते. विकसित देशांमध्ये औद्योगिक क्षेत्राचा अर्थव्यवस्थेतील वाटा सर्वाधिक असतो. भारतातही औद्योगिक उत्पादन वृद्धीदर हा देशाच्या अर्थव्यवस्थेच्या वृद्धीसाठी महत्त्वपूर्ण आहे.

(४) **साधनसंपत्तीचे योग्य वितरण** – औद्योगिकदृष्ट्या मागासलेल्या प्रदेशांमध्ये मोठे उद्योग उभारल्यामुळे इतर छोट्या व मध्यम आकाराच्या उद्योगांना चालना मिळते. त्यामुळे साधनसंपत्तीचे योग्यप्रकारे वितरण करणे शक्य होते.

(५) **तंत्रज्ञानाचा विकास** – मोठ्या व प्रमुख उद्योगांमध्ये मोठ्या प्रमाणात भांडवली गुंतवणूक केलेली असते. त्यामुळे तेथे आधुनिक तंत्रज्ञानाचा वापर केला जातो. तसेच, तंत्रज्ञान हस्तांतरही केले जाते. त्यामुळेच अशा प्रमुख व मोठ्या उद्योगांचे महत्त्व अधिक आहे.

(६) **विदेशी व्यापारातील महत्त्व** – देशातील प्रमुख उद्योग हे मोठ्या प्रमाणात निर्यातही करतात. त्यामुळे विदेशी चलनाची समस्या कमी होण्यास मदत होते आणि देशाच्या आर्थिक विकासाला मदत होते. या प्रमुख उद्योगांमध्ये लोह व पोलाद उद्योग, कापड व वस्त्र निर्मिती उद्योग, अभियांत्रिकी उद्योग, रसायन उद्योग इत्यादी उद्योगांमधून निर्यात केली जात असल्याने देशाच्या विदेशी व्यापारात वाढ होत आहे.

(७) **पायाभूत सुविधांचा विकास** – मोठ्या व प्रमुख उद्योगांच्या उभारणीमुळे पायाभूत सुविधांच्या विकासाला चालना मिळाली आहे. उदा. इमारती, रस्ते, पूल, संपर्क माध्यमे इत्यादी सुविधांची उपलब्धता झाली आहे. त्यामुळे विकासाला चालना मिळाण्यास मदत झाली.

अशा प्रकारे भारतातील प्रमुख उद्योगांच्या विकासामुळे देशाच्या औद्योगिकीकरणाला चालना मिळाली. पायाभूत सुविधांच्या विकासाला मदत झाली. रोजगारामध्ये वाढ झाली. देशाच्या विदेशी व्यापारामध्ये वृद्धी झाली. एकूणच देशाच्या औद्योगिक आणि आर्थिक विकासामध्ये प्रमुख उद्योगांचे योगदान मोठे आहे.

७.२ देशातील निवडक प्रमुख उद्योगांची प्रगती आणि समस्या (Progress and Problems of Major Industries)

देशातील निवडक प्रमुख उद्योगांची प्रगती आणि त्यांच्या सर्वसाधारण समस्यांचा आढावा खालीलप्रमाणे आहे.

(अ) लोह व पोलाद उद्योग (Iron and Steel Industry)

औद्योगिकीकरणाच्या दृष्टिकोनातून लोह व पोलाद उद्योगाची एक 'पायाभूत प्रमुख' उद्योग म्हणून ओळख आहे. या उद्योगास Mother Industry असे संबोधले जाते. देशातील सार्वजनिक व खासगी क्षेत्रातील या उद्योगांमध्ये जवळपास २३५

हजार कामगारांना रोजगार उपलब्ध झाला आहे. या उद्योगाच्या उत्पादनातील प्रगती खालीलप्रमाणे आहे.

या उद्योगात वर्ष १९५०-५१ मध्ये १ दशलक्ष टनापासून वर्ष २००५-०६ मध्ये ४४.५ दशलक्ष टन इतके उत्पादन वाढले आहे. भारत हा पोलाद उत्पादनामध्ये आता निर्यातदार देश म्हणून विकसित झाला असून वर्ष २००५-०६ मध्ये ४.५ दशलक्ष टन पोलादची निर्यात केली गेली. लोह व पोलाद उत्पादनाचे प्रमुख वैशिष्ट्य म्हणजे भारतामध्ये संशोधनात झालेली वाढ, रचना (Designe), व विकास होय. भारत आता परकीय मदतीवर अवलंबून न राहता पोलाद उद्योग उभारणीमध्ये स्वयंपूर्ण झाला आहे. भारताने बकारो पोलाद उद्योग जवळपास संपूर्णपणे स्वबळावर उभारला आहे. मागील काही वर्षात उदारीकरणाच्या नीतीमुळे पोलाद उद्योगामध्ये उत्तम कामगिरीची नोंद झाली आहे. ही उदारीकरणाची नीती म्हणजे पोलाद विकास निधीचे उच्चाटन, आयात शुल्कात घट, तंत्रज्ञानाचे आधुनिकीकरण व अद्ययावतपणा, गुणवत्ता सुधारणा, क्षमतेचा पर्याप्त वापर व उत्पादनाचे एकत्रीकरण यामार्फत खर्चात कपात इत्यादी.

आलेख क्र. ७.१ भारताची पोलाद उत्पादनातील प्रगती (दशलक्ष टनमध्ये)

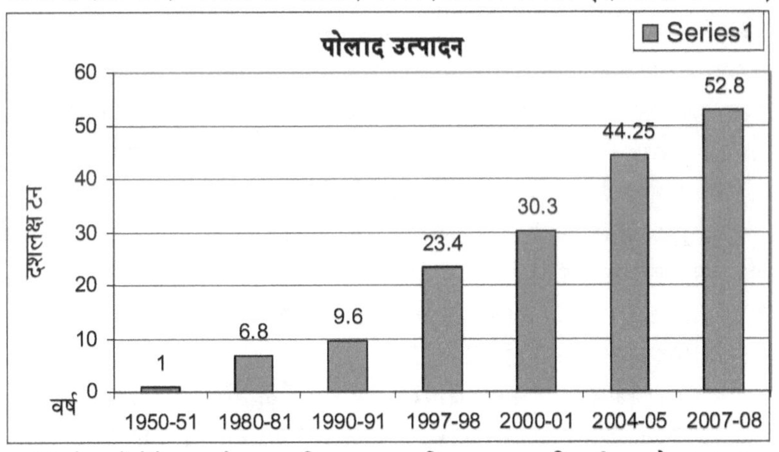

(संदर्भ : औद्योगिक अर्थशास्त्र, सचिन इपारकर, टिळक महाराष्ट्र विद्यापीठ, पुणे, २०१५)

स्वातंत्र्योत्तर काळात १ दशलक्ष टन उत्पादन असलेल्या भारतातील लोह व पोलाद उत्पादनाने स्वातंत्र्योत्तर काळात खूप मोठी प्रगती केली आहे. भारतातील पोलाद उत्पादन वर्ष २००७-०८ मध्ये ५२.८ दशलक्ष टन पर्यंत पोहोचले. पोलाद उत्पादनाची ही प्रगती पुढेही अशीच चालूच राहीली त्याचा आढावा खालीलप्रमाणे आहे.

तक्ता क्र. ७.१ भारताची लोह व पोलाद उत्पादनातील प्रगती (दशलक्ष टन)

वर्ष	खासगी क्षेत्रातील उत्पादन	सार्वजनिक क्षेत्रातील उत्पादन	एकूण उत्पादन
२०१३–१४	६४.९२	१६.७८	८१.६९
२०१४–१५	७१.७७	१७.२१	८८.९८
२०१५–१६	७१.८७	१७.९२	८९.७९
२०१६–१७	७९.४८	१८.४६	९७.९४
२०१७–१८	८३.८३	१९.७५	१०३.१३

(स्रोत – www.woarjornals.org access on Feb.2021)

लोह व पोलाद उद्योगाच्या समस्या – भारतातील या प्रमुख उद्योगाच्या उत्पादनामध्ये प्रगती होत असली तरी या उद्योगाच्या काही समस्या आहेत त्या खालीलप्रमाणे आहेत.

सार्वजनिक क्षेत्रातील पोलाद कारखान्यांची अकार्यक्षमता – स्थापनेपासून सार्वजनिक क्षेत्रातील पोलाद कारखाने अकार्यक्षम असल्याचे दिसून आले आहे. सहाव्या पंचवार्षिक योजना काळात लोह व पोलाद उद्योगांच्या क्षमतेचा फक्त ६९ टक्केच वापर केला जात होता. सामाजिक कार्यावर केला जाणारा मोठा खर्च, सदोष कामगार संबंध, अकार्यक्षम व्यवस्थापन, उत्पादन क्षमतेचा अपुरा वापर इत्यादींमुळे उद्योगांना तोटाही सहन करावा लागला आहे.

प्रशासकीय किंमत – देशात पोलादच्या किंमतीबाबत सरकारचे नियंत्रण आहे. म्हणजेच प्रशासकीय किंमतीचे धोरण राबविले जाते. पोलादच्या किंमती आणि वितरण यांवर सरकारी नियंत्रण असल्यामुळे काळाबाजार वाढला. सरकारी तोटा आणि उत्पादकांचे नुकसान झाले.

उत्पादनक्षमतेचा अपुरा वापर – या क्षेत्रातील उद्योगांमधे उत्पादनक्षमतेचा पूर्ण वापर केला जात नाही. १९७०–७१ मध्ये फक्त ६७ टक्के क्षमतेचाच वापर केला जात होता. १९८१–८२ मध्ये हा वापर ७५ टक्के इतका झाला. तरीही उत्पादनक्षमतेचा अपुरा वापर उत्पादन खर्चात वाढ होण्यास कारणीभूत ठरतो. तसेच, उद्योगांना तोटा सहन करावा लागतो.

इतर समस्या – देशात लहान पोलाद कारखान्यांची संख्या मोठी आहे. आदानाचा अपुरा पुरवठा, आदानाच्या वाढत्या किंमती, वीज टंचाई, भांडवल टंचाई यांसारख्या इतर समस्यादेखील आहेत.

(ब) कापड उद्योग (Cotton Textile Industry)

हा भारतातील सर्वांत जुना आणि संघटित उद्योग आहे. भारतात कापड उद्योगात आधुनिक यंत्रमागाद्वारे उत्पादन केले जाते. त्याचप्रमाणे हाताने सूत कताई करून कापड विणले जाते. त्याचबरोबर यंत्रमागाचे लघुउद्योगही आहेत. या तिन्हींचा एकत्रित विचार करता, कापड उद्योग हा भारतातील 'सर्वांत मोठा व महत्त्वाचा उद्योग' आहे. औद्योगिक उत्पादनाच्या २० टक्के उत्पादन या उद्योगात केले जाते. २० दशलक्षपेक्षा जास्त लोकांना हा उद्योग रोजगार उपलब्ध करून देतो व निर्यात उत्पन्नामध्ये ११ टक्के वाटा या उद्योगाचा आहे. कापड उत्पादनामध्ये जागतिक पातळीवरील आघाडीच्या पंचावन्न देशांमध्ये अमेरिकेनंतर भारताचा दुसरा क्रमांक आहे. तसेच, कापडाच्या निर्यातीमध्ये जपान व हाँगकाँगनंतर भारताचा तिसरा क्रमांक लागतो.

कापड व तयार कपड्यांची निर्यात – भारत हा कापड व तयार कपड्यांचा प्रमुख निर्यातदार देश आहे. १९६०-६१ मध्ये ६५ कोटी रुपयांचे सूत व कापड निर्यात केले गेले. परंतु २००५-०६ मध्ये ही निर्यात १७,४५६ कोटी रुपये इतकी वाढली. भारताच्या तयार कपड्यांची निर्यात मागील काही वर्षांत सतत वाढत आहे. १९६०-६१ मध्ये तयार कपड्यांची निर्यात फक्त १ कोटी रुपये होती, ती १९९०-९१ मध्ये ४,००० कोटी रुपये झाली, तर २००५-०६ मध्ये एकूण ३७,९५२ कोटी रुपयांची निर्यात झाली. सर्व प्रकारच्या तयार कपड्यांची निर्यात हिरे व दागिन्यांच्या नंतर दुसऱ्या क्रमांकाची मोठी निर्यात वस्तू आहे.

तक्ता क्र. ७.२ भारतातील कापड उद्योगाची प्रगती (उत्पादन स्क्वेअर मीटर)

वर्ष	गिरणी क्षेत्र	विकेंद्रित क्षेत्र	एकूण उत्पादन
१८५०-५१	३,७३०	१,०१०	४,७४०
१९७०-७१	४,०५०	३,५५०	७,६००
१९९०-९१	२,५९०	२०,३४०	२२,९३०
१९९७-९८	१,६६०	३४,०४०	३६,७००
२०००-०१	१,६७०	३८,५६३	४०,२३३
२००५-०६	१,६५६	४७,९२१	४९,५७७
२००७-०८	१,७८१	५३,४८७	५५,२६८

(संदर्भ : औद्योगिक अर्थशास्त्र, सचिन इपारकर, टिळक महाराष्ट्र विद्यापीठ, पुणे, २०१५)

भारताच्या कापड उद्योगामधे महत्त्वाच्या दोन प्रवृत्ती आढळून येतात. त्या म्हणजे, (१) स्वातंत्र्यप्राप्तीवेळी कापूसनिर्मित कापडांचे उत्पादन मोठ्या प्रमाणात होते. त्यानंतरच्या काळात कापड उत्पादनात ६० टक्के वाटा कापूसनिर्मित कापडाचा आणि ४० टक्के वाटा मनुष्यनिर्मित धाग्यापासून कापड उत्पादनाचा वाटा असे प्रमाण होते. (२) स्वातंत्र्योत्तरकाळात संघटित कापड गिरण्यांच्या उत्पादनाचा वाटा ५ टक्क्यांपर्यंत कमी झाला तर विकेंद्रित क्षेत्राचा वाटा ९५ टक्क्यांपर्यंत वाढला.

भारतातील कापड उद्योगांच्या समस्या खालीलप्रमाणे आहेत.

सरकारी नियंत्रणे व उत्पादन शुल्काचा बोजा – कापड उद्योगांबाबत सरकारी धोरण संदिग्ध व सदोष असल्याने या उद्योगाची प्रगती खूप मोठ्या प्रमाणात झाली नाही. कापड उत्पादनाचा प्रकार, सूत, वाटप आणि कापडाच्या किंमतीवरील नियंत्रणे यांसारख्या धोरणांमुळे उद्योगाच्या प्रगतीत मोठा अडथळा निर्माण झाला.

कच्च्या मालाची टंचाई – या उद्योगाला भेडसावणारी समस्या म्हणजे कच्च्या मालाची टंचाई होय. चांगल्या प्रतीचा कापूस योग्य किंमतीला उपलब्ध झाल्या शिवाय दर्जेदार कापड उत्पादन शक्य नाही. तसेच कापसाचा पुरवठा नियमित लागतो. कापसाचे दर हेक्टरी उत्पादन कमी झाले आहे. त्यामुळे कापसाचा पुरवठा, किंमती आणि दर्जा याबाबत अनिश्चितता आहे.

वीजटंचाई – या क्षेत्रातील उद्योगांना अनियमित आणि अपुरा वीजपुरवठा होत असल्याने उत्पादनामध्ये अडथळे निर्माण होतात.

जुनी यंत्रसामग्री – या क्षेत्रातील उद्योगांमध्ये जुनी यंत्रसामग्री (उदा. पावरलूम) वापरली जात असल्याने उत्पादनामध्ये अनेक अडचणी निर्माण होतात. तसेच उत्पादनाची गुणवत्ता कमी होते. आधुनिकीकरणासाठी उद्योगांकडे पुरेसे भांडवल नाही. उद्योगांच्या आधुनिकीकरणासाठी अत्याधुनिक स्वयंचलित यंत्रसामग्रीचा अभाव आहे.

वाढता उत्पादन खर्च आणि कमी होणारी स्पर्धात्मकता – कापड उद्योगाला आंतरराष्ट्रीय बाजारात वाढत्या स्पर्धेला सामोरे जावे लागते. तसेच उत्पादकता कमी होत आहे. उत्पादन खर्चात वाढ होत आहे. त्यामुळे या उद्योगांची स्पर्धात्मकता कमी होत आहे.

विकेंद्रित क्षेत्राकडून स्पर्धा – असंघटित क्षेत्राला उत्पादन शुल्कामध्ये सूट, विक्रीकरात सूट, वेतनदर कमी, असे अनेक फायदे आहेत. त्यामुळे विकेंद्रित क्षेत्राकडून स्पर्धा निर्माण झाल्याने संघटित क्षेत्रातील उत्पादनावर परिणाम होत आहे.

(क) साखर उद्योग (Sugar Industry)

भारत साखरेच्या उत्पादनात रशिया, ब्राझील व क्युबानंतर जगातील ४ था प्रमुख देश आहे. भारताचा जगातील एकूण साखर उत्पादनामध्ये २२ टक्के वाटा आहे. साखर उद्योग हा देशातील कृषी आधारित दुसरा मोठा उद्योग आहे. भारत सरकारच्या उत्पादन शुल्कद्वारे मिळणाऱ्या उत्पन्नाचा हा महत्त्वपूर्ण स्रोत आहे. या उद्योगात जवळपास ३.२५ लाख कामगारांना रोजगार उपलब्ध झाला आहे. या उद्योगाच्या विकेंद्रित स्वरूपामुळे आर्थिक विकास आणि प्रादेशिक समतोल या दृष्टिकोनातून साखर उद्योगास विशेष महत्त्व आहे.

भारतात आता ५७१ साखर कारखाने असून त्यांची एकूण उत्पादन क्षमता १९.२ दशलक्ष टन इतकी आहे. देशात २०१४-१५ मध्ये साखरेचे एकूण उत्पादन २५.०४ दशलक्ष टन इतके झाले. देशात मागील दोन दशकात साखरेचे उत्पादन व पुरवठा योग्य प्रमाणात आहे. भारतातील साखरेचे उत्पादन हे सर्वसाधारणपणे उपभोगापेक्षा अधिक आहे. परिणामी, साखरेचा खूप मोठ्या प्रमाणावर साठा शिल्लक आहे. साखर मोठ्या प्रमाणात अतिरिक्त असूनही आंतरराष्ट्रीय किंमतीपेक्षा साखरेची किंमत जास्त असल्याने निर्यात होऊ शकत नाही. परंतु साखरेची निर्यात वाढत आहे. १९९०-९१ मध्ये १.९० लाख टनापासून २००३-०४ मध्ये १.३ दशलक्ष टनापर्यंत निर्यातीत वाढ झाली आहे.

आलेख क्र. २ देशातील साखर उद्योगाची उत्पादनातील प्रगती
(उत्पादन दशलक्ष टन)

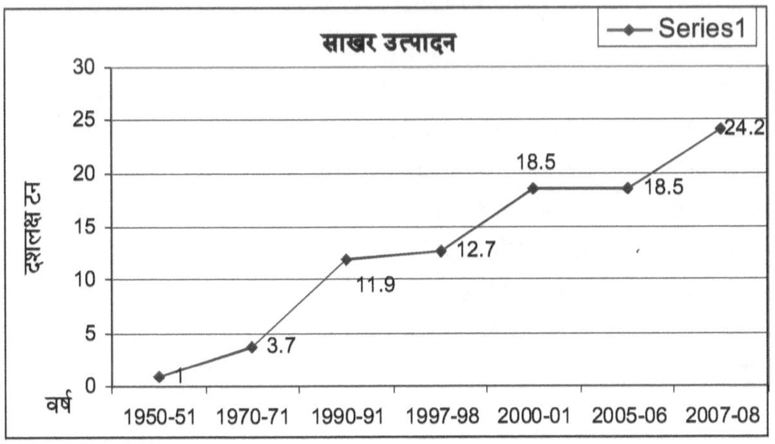

(संदर्भ : औद्योगिक अर्थशास्त्र, सचिन इपारकर, टिळक महाराष्ट्र विद्यापीठ, पुणे, २०१५)

भारतातील साखर उद्योगाच्या समस्या खालीलप्रमाणे आहेत.

कच्च्या मालाची समस्या – साखर उद्योगाचा कच्चा माल म्हणजे ऊस. देशात ऊसाचे दर हेक्टरी उत्पादन कमी आहे. तसेच ऊसात साखरेचा उतारा सरासरी ८ टक्के ते ९ टक्के आहे, जो इतर राष्ट्रांच्या तुलनेत कमी आहे. त्यामुळे देशात साखरेच्या उत्पादनाचा खर्च वाढतो आहे आणि आंतरराष्ट्रीय बाजारपेठेत स्पर्धा करणे अवघड जाते.

गूळ उत्पादकांशी स्पर्धा – ऊसापासून गुळाचे उत्पादन केल्यास उतारा केवळ ५ टक्के आहे. म्हणजे ऊसाचा वापर साखर उत्पादनाऐवजी गूळ उत्पादनासाठी केल्यास कच्च्या मालाचा अपव्यय होतो. त्यामुळे साखरेचे उत्पादन कमी होते. परंतु देशातील साखर उद्योगांना गूळ उत्पादकांशी स्पर्धा करावी लागते.

साखर उत्पादनातील समस्या – अल्प गळीत हंगाम, साखरेचा कमी उतारा, उत्तर प्रदेश आणि बिहार राज्यांतील चुकीची स्थाननिश्चिती, इत्यादीमुळे साखर उत्पादनात अनेक अडचणी निर्माण होतात. साखर कारखान्याचे आकारमान किफायतशीर नसल्याने साखरेचे उत्पादन कमी आणि खर्च अधिक असतो.

कामगार समस्या – या क्षेत्रातील कामागरांना वर्षभर काम मिळत नाही. केवळ गळीत हंगामात काम मिळते. त्यांना इतर कामगारांप्रमाणे सोयी सवलती मिळत नाहीत. ऊस तोडणी कामगारांना सतत स्थलांतर करावे लागते.

अशा प्रकारे साखर उद्योगांपुढे अनेक समस्या आहेत.

(ड) सिमेंट उद्योग (Cement Industry)

भारतात १२८ मोठे तर ३०० छोटे सिमेंट उत्पादनाचे कारखाने आहेत. या कारखान्यांची एकूण उत्पादन क्षमता १५२ दशलक्ष टन इतकी असून प्रत्यक्षात २००५-०६ मधील आकडेवारीनुसार १४० दशलक्ष टन इतके उत्पादन झाले. या उद्योगात २ लाखांपेक्षा जास्त लोक काम करत आहेत. भारत हा जगातील ७ वा प्रमुख सिमेंट उत्पादक देश आहे. प्रथम सहा देश म्हणजे रशिया, अमेरिका, इटली, जर्मनी, व फ्रान्स होय. भारतातील सिमेंटचा दरडोई वापर हा जगात कमीतकमी आहे तर जपान ७०० कि.ग्रॅ. जर्मनी ६५० कि.ग्रॅ. फ्रान्स ६०० कि. ग्रॅ. चीन १९० कि.ग्रॅ. व पाकिस्तान ९८ कि.ग्रॅ. या देशांच्या तुलनेत भारतात फक्त ६८ कि.ग्रॅ. दरडोई सिमेंटचा वापर केला जातो.

तक्ता क्र. ७.३ भारतातील सिमेंट उद्योगाची प्रगती (उत्पादन दशलक्ष टन)

वर्ष	क्षमता	उत्पादन
१९५०–५१	३.३	२.७
१९७०–७१	१७.३	१४.३
१९९०–९१	६४.०	४८.८
२००३–०४	१५१.७	१२३.५
२००५–०६	––	१४०.५

(संदर्भ : औद्योगिक अर्थशास्त्र, सचिन इपारकर, टिळक महाराष्ट्र विद्यापीठ, पुणे, २०१५)

आजरोजी, भारत हा जगातील चीननंतरचा सिमेंट उत्पादनातील दुसऱ्या क्रमांकाचा देश आहे. भारतात २०१३-१४ रोजी एकूण सिमेंट उत्पादन क्षमता ३५० दशलक्ष टन इतकी होती, तर एकूण उत्पादन २५५ दशलक्ष टन इतके झाले.

देशातील वरील चार प्रमुख उद्योगांबरोबरच देशातील ताग उद्योग, कागद उद्योग, कोळसा उद्योग, अभियांत्रिकी उद्योग, आणि वाहन उद्योग या प्रमुख उद्योगांच्या उत्पादनामध्येही प्रगती झाली आहे. परंतु या प्रमुख उद्योगांपुढेही वरील उद्योगांप्रमाणे काही समस्या आहेत. हे उद्योगही देशाच्या आर्थिक विकासामध्ये महत्त्वाची भूमिका पार पाडत आहेत.

७.३ सेवा उद्योग : माहिती तंत्रज्ञान उद्योग व पर्यटन उद्योग (Service Industry : Information Technology Industry and Tourism Industry)

सेवा उद्योग क्षेत्रामध्ये बँकिंग, वित्तीय सेवा, व्यापार, वाहतूक आणि दळणवळण, हॉटेल्स, पर्यटन सेवा, माहिती तंत्रज्ञान इत्यादी उद्योगांचा समावेश केला जातो. विविध देशांच्या आर्थिक विकासामध्ये सेवा उद्योग क्षेत्राची भूमिका महत्त्वाची आहे. भारतातील आर्थिक विकासाचा दर हा सेवा क्षेत्राच्या वृद्धीदरामुळे वाढत असलेला दिसून येतो. २०१५-१६ मध्ये सेवा क्षेत्राचा स्थूल देशांतर्गत उत्पादनातील हिस्सा ५२.९ टक्के इतका होता, तर या क्षेत्राचा विकास दर ९.७ टक्के इतका होता आणि २०१६-१७ मध्ये हा विकास दर ७.७ टक्के इतका झाला. २०१८-१९ मध्ये तो पुन्हा ८.३ टक्के इतका झाला. भारतातील या सेवा उद्योग क्षेत्रामधील माहिती तंत्रज्ञान उद्योग क्षेत्रामध्ये जलद औद्योगिक विकास घडून आलेला दिसून येतो. त्याचबरोबर सेवा क्षेत्रातील पर्यटन उद्योगही वेगाने विकासित होणारा उद्योग आहे. या उद्योगांच्या प्रगतीची माहिती खालीलप्रमाणे आहे.

(अ) पर्यटन उद्योग (Tourism Industry)

भारतीय पर्यटन मंत्रालय आणि पंतप्रधान नरेंद्र मोदी यांनी जगातील १५० देशातील प्रवाशांना भारतात प्रवेशासाठी ई-व्हिसा उपलब्ध करून देण्याची घोषणा केली. ऑगस्ट २०१५ पर्यंत ११३ देशांकरिता ही सुविधा उपलब्ध करण्यात आली आहे. २०१४ मध्ये जागतिक पर्यटन उद्योगामध्ये भारत ६५व्या स्थानी होता तो आता ५२व्या स्थानी आहे. सेवा उद्योग क्षेत्रातील या पर्यटन उद्योगाच्या प्रगतीचा आढावा खालीलप्रमाणे आहे.

तक्ता क्र. ७.४ भारतात आलेले विदेशी पर्यटक व त्यापासून प्राप्त झालेले उत्पन्न

वर्ष	विदेशी पर्यटक संख्या (दशलक्ष)	उत्पन्न (दशलक्ष अमेरिकन डॉलर)
१९९७	२.३७	२.९
१९९८	२.३६	२.९
१९९९	२.४८	३.0
२000	२.६५	३.५
२00१	२.५४	३.१
२00२	२.३८	३.१
२00३	२.७३	४.४
२00४	३.४६	६.२
२00५	३.९२	७.५
२00६	४.४५	८.६
२00७	५.0८	१0.१
२00८	२.२८	११.१
२00९	५.११	११.१
२0१0	५.५८	१४.१
२0११	६.३१	१६.६
२0१२	६.६५	१७.७
२0१३	६.९७	१८.४
२0१४	७.६८	२0.२
२0१५	८.0३	२१.१

(संदर्भ – अर्थसंवाद, मराठी अर्थशास्त्र परिषद, अंक जाने-मार्च २०१७ व एप्रिल-जून २०१७)

१९९७ साली भारतात आलेल्या विदेशी पर्यटकांची संख्या २.३७ दशलक्ष इतकी होती. तर ही संख्या २०१५ साली ८.०३ दशलक्ष इतक्या मोठ्या प्रमाणात वाढलेली दिसून येते. त्याचबरोबर या व्यवसायातून मिळणाऱ्या विदेशी चलनामध्येही मोठ्या प्रमाणात वाढ झालेली दिसून येते. १९९७ साली २.९ दशलक्ष अमेरिकन डॉलर इतक्या विदेशी चलनाची प्राप्ती झाली होती. तर २०१५ साली २१.१ अर्थात, २१०७१ दशलक्ष अमेरिकन डॉलर इतक्या विदेशी चलनाची प्राप्ती झाली. यावरून भारतामध्ये पर्यटन या सेवा क्षेत्रामधील उद्योगात सातत्याने प्रगती होत असल्याचे दिसून येते. ही प्रगती पर्यटक संख्या आणि उत्पन्न या दोन्ही बाबतीत घडून येत असल्याचे दिसून येते. विदेशी पर्यटकांबरोबरच देशामध्ये देशांतर्गत पर्यटकांची संख्यासुद्धा दरवर्षी वाढते आहे ही संख्यात्मक प्रगती खालीलप्रमाणे आहे.

तक्ता क्र. ७.५ भारतामधील देशांतर्गत पर्यटकांची संख्यात्मक प्रगती

वर्ष	पर्यटक (दशलक्ष)
२०१०	७४७.७
२०११	८६४.५३
२०१२	१०४५.०५
२०१३	११४२.५३
२०१४	१२८२.८०
२०१५	१४३१.९७

(संदर्भ – अर्थसंवाद, मराठी अर्थशास्त्र परिषद, अंक एप्रिल–जून २०१७)

पर्यटन उद्योगातील समस्या – भारतातील पर्यटन उद्योगामध्ये वरीलप्रमाणे प्रगती होत असली तरी या उद्योगाच्या काही समस्या आहेत. त्या खालीलप्रमाणे आहेत.

योग्य पायाभूत सुविधांचा अभाव (Lack of Proper Infrastructure) – यामध्ये चांगल्या रस्त्यांचा अभाव आणि पर्यटन स्थळांशी जोडणी यातील त्रुटीचा समावेश आहे.

अपर्याप्त जाहिरात आणि विपणन (Insufficient Promotion and Marketing) – भारताला आवश्यक भेटीचे ठिकाण म्हणून जाहिरात व इतर विपणन याबाबत पर्याप्त प्रमाणात रणनीती वापरली जात नाही. भारताला पारंपरिक

तंत्रापेक्षा आधुनिक उदा. Aggressive online दृष्टिकोनाचा उपयोग करणे गरजेचे आहे.

मनुष्यबळ – भारतातील पर्यटन क्षेत्रातील प्रगती राखण्यासाठी मोठ्या प्रमाणात कुशल मनुष्यबळाची वेगवेगळ्या स्तरावर आवश्यकता आहे. आजरोजी, पर्यटन क्षेत्र आणि आदरातिथ्य या दोन्ही क्षेत्रात मनुष्यबळाची मोठी मागणी आहे.

कर – संपूर्ण उद्योगावरील उच्च कर उदा. विमान सेवा, हॉटेल्स, आणि यात्रा चालक हे अति महाग आहेत.

सुरक्षितता – भारतीय पर्यटन क्षेत्रापुढील हे एक प्रमुख आव्हान आहे. स्त्रीयांशी गैरवर्तन, चोरी, क्रेडीट कार्ड धोकाधडी, दहशतवाद इत्यादी भारतीय पर्यटन उद्योगावर विपरित परिणाम करतात.

(ब) माहिती व तंत्रज्ञान उद्योग (Information and Technology Industry)

भारत सरकारने १९७० साली इलेक्ट्रॉनिक्स आणि संगणक क्षेत्रातील प्रगतीसाठी इलेक्ट्रॉनिक्स विभागाची स्थापना केली. १९७२ मध्ये सरकारने नवीन संगणक प्रणाली (software) योजना आखली आणि संगणकाच्या आयातीस व प्रणालीच्या निर्यातीस परवानगी दिली. ही योजना भारताच्या माहिती तंत्रज्ञान उद्योगाच्या इतिहासतील महत्त्वाचा बिंदू ठरली. परिणामी, १९७४ साली टाटा कन्सलटंसी सर्विसेस (TCS) या उद्योगाला अमेरिकेतील प्रथम ग्राहक बुर्गोस कॉर्पोरेशन लाभला. त्यापुढील दशकात भारतीय कंपन्या उदा. टीसीएस, विप्रो, इन्फोसिस या संगणक प्रणाली (software) उत्पादनाची निर्यात करत होत्या. परंतु हा व्यापार विशेष प्रेरणादायी स्वरूपाचा नव्हता.

मात्र माहिती तंत्रज्ञान अधिनियम 2000 (Information Technology Act 2000), राष्ट्रीय ब्रॉडबँड धोरण २००४ (National Broadband Policy 2004), आणि विशेष आर्थिक क्षेत्र अधिनियम २००५ ने (SEZ Act) या उद्योगास चालना दिली. परिणामी, देशी आणि विदेशी संगणक प्रणाली व माहिती तंत्रज्ञान उद्योगांच्या संख्येत वाढ झाली. भारतीय माहिती तंत्रज्ञान कंपन्यांनी भारतात आणि विदेशात त्यांची हजारो केंद्र उघडली. या उद्योगाचा बाजार आकार (विशेषत: निर्यात) २००८-०९ साली ६७ बिलियन अमेरिकन डॉलर वरून २०१९-२० मध्ये १९१ बिलियन अमेरिक डॉलर इतका वाढला.

१९९१-९२ साली या उद्योगाचा भारताच्या ढोबळ घरेलू उत्पादनातील (Gross Domestic Product - GDP) हिस्सा अवघा 0.४ टक्के इतका होता तो २०१७-१८ साली एकूण ढोबळ घरेलू उत्पादनाच्या ८ टक्के इतका वाढला. यावरूनच या उद्योगाची प्रगती स्पष्ट होते.

भारतातील माहिती तंत्रज्ञान उद्योगाच्या समस्या – भारतातील माहिती तंत्रज्ञान उद्योगाच्या समस्या खालीलप्रमाणे आहेत.

विझा समस्या (H1-B Visa) – माहिती तंत्रज्ञान उद्योगामध्ये काम करणाऱ्या कर्मचाऱ्यांसाठी विशेषत: अमेरिकन कंपन्यांमधील कर्मचाऱ्यांसाठी विझाची समस्या आहे. नव्या विझा नियमानुसार १,३०,००० अमेरिकन डॉलर इतक्या मोठ्या रक्कमेच्या वेतनाची अट घालण्यात आली आहे. त्यामुळे अमेरिकन कंपन्यां या अमेरिकन कर्मचाऱ्यांनाच काम देण्याचे धोरण आखत आहेत.

आर्थिक मंदी (Economic Slowdown) – भारतातील माहिती तंत्रज्ञान उद्योगांचे ग्राहक हे प्रामुख्याने पाश्चिमात्य देश आहेत उदा. अमेरिका, इंग्लंड, स्पेन, आणि कॅनडा इत्यादी देश हे मागील काही वर्षात मंद आर्थिक वृद्धीचा सामना करीत आहेत. त्याचा भारतातील माहिती तंत्रज्ञान उद्योगावर परिणाम होत आहे.

विदा सुरक्षा आणि खासगीपणाचे नियम (Data Protection and Privacy Rules) – इतर देशातील नवीन विदा सुरक्षा आणि खासगी बाबीसंबंधीचे नियम भारतीय कंपन्यांना सेवा बहाल करण्यात अडथळा ठरत आहेत. उदा. मे २०१८ पासून लागू करण्यात आलेला युरोपियन युनियनचा सर्वसाधारण विदा सुरक्षा अधिनियम.

देशांतर्गत आव्हाने (Domestic Challenges) – आज माहिती तंत्रज्ञान क्षेत्रातील पारंपरिक व्यावसायाचे स्वरूप कालबाह्य होत आहे. आज आधुनिक तंत्रज्ञान जसे Cloud Computing, artificial intelligence, internet of things, and blockchain इत्यादी खर्च कमी करण्यास उपयुक्त ठरत आहे. त्याचबरोबर या नव्या तंत्रज्ञानाने वेळेची बचत होत आहे आणि कर्मचाऱ्यांची उत्पादकताही वाढत आहे. तर दुसऱ्या बाजूस भारतीय कंपन्या हे नवे तंत्रज्ञान आत्मसात करण्यात कमी पडत आहेत.

जागतिक पातळीवरील नकारात्मक प्रतिमा (Negative Reputaion around the World) – काही भारतीय कंपन्यांनावर अमेरिकेतील ग्राहक कंपन्यांच्या दाव्यानुसार दंडात्मक कारवाई करण्यात आली. त्यामुळे भारतीय माहिती तंत्रज्ञान उद्योगाबाबत एक प्रकारची नकारात्मक प्रतिमा निर्माण झाली.

अशा प्रकारे भारतातील माहिती तंत्रज्ञान उद्योगासमोर वेगवेगळी आव्हाने आहेत. यातून मार्ग काढण्याचे प्रयत्न होत असून, भारतातील हा उद्योग पुन्हा जोमाने प्रगतीसाठी तयार होत आहे.

७.४ सूक्ष्म, लघू व मध्यम उद्योग (Micro, Small and Medium Enterprises - MSME)

सूक्ष्म उद्योग हे बहुधा ग्रामीण आणि निमशहरी भागामध्ये स्थापित झालेले

आहेत. ते हस्तकलांवर आधारित आहेत. हे उद्योग स्थानिक कौशल्य आणि संसाधाने वापरून त्यांचे उत्पादन स्थानिक पातळीवर विकतात. या उद्योगांची यंत्रसाम्रगीमध्ये अल्प गुंतवणूक असते व हे उद्योग मोठ्या प्रमाणात अंशकालीन रोजगार पुरवतात. हे उद्योग देशामध्ये सर्वत्र पसरलेले आहेत त्यामध्ये खादी, हँडलूम, बिडी उद्योग, एम्ब्रायडरी, आणि इतर हस्तकला वस्तूंचा समावेश होतो.

लघु आणि मध्यम आकाराच्या उद्योगांमध्ये ऊर्जा साधनांचा वापर करून यंत्रसामग्री वापरली जाते आणि काही प्रमाणात तंत्रज्ञानाचा उपयोग केला जातो. या उद्योगांची बाजारपेठ तुलनेने व्यापक आहे आणि यामध्ये निर्यातीचाही समावेश होतो.

सूक्ष्म, लघू आणि मध्यम उद्योगांचे वर्गीकरण आणि व्याख्या – या उद्योगांची जागतिक पातळीवर स्वीकारली जाणारी निश्चित अशी व्याख्या नाही. वेगवेगळे देश उद्योगांच्या वर्गीकरणासाठी वेगवेगळे निकष ठरवितात. त्यामध्ये बहुतेक करून गुंतवणूक मर्यादा आणि रोजगार संख्या आधार असते. भारतामध्ये सूक्ष्म, लघू आणि मध्यम उद्योग विकास अधिनियम २००६ हा कायदा करण्यात आला आहे. या अधिनियमातील तरतुदीनुसार सूक्ष्म, लघु आणि मध्यम उद्योगाची जी व्याख्या तथा वर्गीकरण करण्यात आले आहे ते खालीलप्रमाणे आहे.

तक्ता क्र. ७.६ सूक्ष्म, लघु आणि मध्यम उद्योगांचे वर्गीकरण

उद्योग वर्गीकरण	उत्पादन करणारे उद्योग (यंत्र व उपक्रमातील गुंतवणूक मर्यादा)	सेवा उद्योग (साधनसामग्री मधील गुंतवणूक मर्यादा)
सूक्ष्म	रु. २५ लाख	रु. १० लाख
लघु	रु. ५ कोटी	रु. २ कोटी
मध्यम	रु. १० कोटी	रु. ५ कोटी

(संदर्भ – Twenty Years of Economic Reforms in India 1991-2011, M.M. Sury, New Century Publications, New Delhi, July 2011)

सूक्ष्म, लघु आणि मध्यम उद्योग विकास अधिनियम २००६ मधील प्रमुख तरतुदी खालीलप्रमाणे आहेत.

लघु उद्योगांसाठी असणारी दोन स्तरावरील नोंदणी प्रक्रिया यासाठी पर्याय देण्यात आला आहे. त्यानुसार जिल्हा उद्योग केंद्राकडे सूक्ष्म व लघु उद्योगांनी त्यांच्या उद्योगच्या कार्यप्रणालीची नियमावली (Memorandum) दसरी दाखल करणे.

या कायद्यामुळे सूक्ष्म व लघु उद्योगांसंदर्भात देयक विलंब तपासण्याची कायदेशीर तरतूद करण्यात आली आहे.

या कायद्यानुसार या उद्योगांना वेळेवर आणि सुलभ कर्ज पुरविण्याची खात्री देण्यात आली आहे.

या कायद्यानुसार सूक्ष्म व लघु उद्योग पुरवित असणाऱ्या वस्तू व सेवा मिळविण्यासाठी केंद्र व राज्य सरकारच्या प्राधान्य धोरणास वैधानिक स्वरूप देण्यात आले आहे.

सूक्ष्म, लघु आणि मध्यम उद्योगांची प्रगती – २००९-१० च्या सर्वेक्षणानुसार या उद्योगांची संख्या पुढीलप्रमाणे होती. सूक्ष्म उद्योगांची एकूण संख्या ९५.०५ टक्के, लघु उद्योगांची एकूण संख्या ४.७४ टक्के, तर मध्यम उद्योगांची एकूण संख्या ०.२१ टक्के इतकी होती. या उद्योगांचे क्षेत्रानुसार वर्गीकरण खालीलप्रमाणे आहे.

तक्ता क्र. ७.७ सूक्ष्म, लघु आणि मध्यम उद्योगांचे क्षेत्रानुसार वर्गीकरण
(संख्या हजारात)

उद्योग	उत्पादन संस्था	सेवा संस्था	एकूण उद्योग
सूक्ष्म	९७४.७१	५०१	१,४७५.६८
लघु	५७.६७	१५.९१	७३.५८
मध्यम	२.८३	०.४०	३.२३
एकूण	१,०३५.१०	५१७.३९	१,५५२.४९

(स्रोत – Industrial Policy and Economic Development in India: 1947-2012, Anup Chatterji, New Century Publications, New Delhi, July 2012)

वरील वर्गीकरणामध्ये या उद्योगांची ग्रामीण संख्या ४५ टक्के आहे तर शहरी संख्या ५५ टक्के आहे. या उद्योगांची प्रगती खालीलप्रमाणे आहे.

तक्ता क्र. ७.८ सूक्ष्म, लघु आणि मध्यम उद्योगांची कामगिरी

वर्ष	उद्योग संख्या (दशलक्ष)	उत्पादन (रु. कोटी चालू किंमतीनुसार)	रोजगार (दशलक्ष)	निर्यात (रु. कोटी)
२००६-०७	२६.१०	७,०९,३९८	५९.४६	१,८२,५३८
२००७-०८	२७.२८	७,९०,७५९	६२.६३	२,०२,०१७
२००८-०९	२८.५२	८,८०,८०५	६५.९४	–
२००९-१०	२९.८१	९,२२,९१९	६९.५४	–

(स्रोत – Industrial Policy and Economic Development in India: 1947-2012, Anup Chatterji, New Century Publications, New Delhi, July 2012)

सूक्ष्म, लघु आणि मध्यम उद्योग अधिनियमानुसार केलेल्या वर्गीकरणानुसार २००६-०७ या आर्थिक वर्षापासून या क्षेत्राने सतत उत्पादन आणि रोजगार निर्मितीमध्ये प्रगती केलेली आहे. तसेच या क्षेत्राने निर्यातीमध्येही कामगिरी केली आहे. तसेच या उद्योगांची संख्या सतत वाढत असल्याचे दिसून येते.

'भारताच्या सकल राष्ट्रीय उत्पन्नात सूक्ष्म, लघु आणि मध्यम उद्योगांचा वाटा ३० टक्के इतका आहे. हा वाटा ४० टक्क्यांच्यावर नेण्याचे केंद्र सरकारचे उद्दिष्ट आहे. तर येत्या ५ वर्षांत (२०२१-२५) याक्षेत्रात ५ लाख नवे रोजगार निर्माण करण्याचे धेय आहे.'[१]

सूक्ष्म, लघु आणि मध्यम उद्योगांच्या समस्या तथा आव्हाने – हे उद्योग वरीलप्रमाणे प्रगती करत असले तरी या उद्योगांच्या काही समस्या आहेत, त्या खालीलप्रमाणे आहेत.

(१) अपर्याप्त वित्तीय उपलब्धता – सूक्ष्म व लघु उद्योगांचा आकार लहान असल्याने आणि वित्तपुरवठ्यासाठी किंवा कर्जपुरवठ्यासाठी त्यांच्याकडे पुरेशा प्रमाणात तारणाची उपलब्धता नसते. त्यामुळे त्यांना उद्योगामध्ये वाढ करण्यासाठी वित्तीय साहाय्य किंवा कर्जाची उपलब्धता होण्यामध्ये अडचणी निर्माण होतात.

(२) कच्चा मालाचा अपर्याप्त आणि अनियमित पुरवठा – सूक्ष्म व लघु उद्योगांची भांडवली गुंतवणूक कमी प्रमाणात असते. तसेच त्यांच्याकडे खेळते भांडवलही मोठ्या प्रमाणात उपलब्धत नसते. त्यामुळे त्यांना बाजारात पतपुरवठा होण्यातही अडचणी निर्माण होतात. परिणामी, मोठ्या प्रमाणात कच्चा माल खरेदी करून त्याचा साठा करण्यात हे उद्योग कमी पडतात. त्यामुळे त्यांना होणारा कच्चा मालाचा पुरवठा अनियमित व पर्याप्त प्रमाणात होत नाही.

(३) पायाभूत सुविधांचा अभाव – बहुतेक सूक्ष्म व लघु उद्योग हे ग्रामीण किंवा निमशहरी भागामध्ये आहेत. तेथे उद्योगांसाठी आवश्यक असणाऱ्या पायाभूत सुविधांचा अभाव आहे. सरकारने सूक्ष्म, लघु व मध्यम उद्योगांसाठी औद्योगिक केंद्र स्थापित करण्याचे धोरण आखले आहे. तरीही अनेक भागातील या उद्योगांकरिता पायाभूत सुविधांचा अभाव असल्याचे आढळून येते.

(४) अपुरे व्यवस्थापन व तांत्रिक कौशल्य – बहुतेक सूक्ष्म व लघु उद्योग हे कुशल कारागीरांच्या कलाकुसरीवर आधारित आहेत. परंतु या उद्योगांमध्ये व्यावसायिक व्यवस्थापनाचा अभाव आहे. तसेच आधुनिक तंत्रज्ञानाचा अभाव आहे. थोडक्यात, हे उद्योग अपुरे व्यवस्थापन व तांत्रिक कौशल्यावर आधारित असल्याचे दिसून येते.

---

[१] दैनिक लोकसत्ता दिनांक ०२ मार्च २०२१, पान ११

(५) जागतिकीकरणाचे आव्हान – हे उद्योग कलाकृतींवर आधारित असले तरी या उद्योगांसाठी लागणारी आधुनिक यंत्रसामग्री या उद्योगांना सहजपणे उपलब्ध होत नाही. त्यामुळे मोठे उद्योग, बहुराष्ट्रीय उद्योग यांच्याशी स्पर्धा करण्यात हे उद्योग अपयशी होण्याची शक्यता असते.

अशा प्रकारे सूक्ष्म, लघु व मध्यम आकारांच्या उद्योगांच्या विविध समस्या आहेत. तरीही स्थानिक कच्चा माल, स्थानिक कौशल्य आणि स्थानिक बाजारपेठा यांवर या उद्योगांचे भवितव्य आधारभूत आहे.

७.५ नवउद्योग (Start-up)

स्टार्टअप उद्योग संस्था या बहुधा तात्पुरत्या स्वरूपात स्थापन केल्या जातात जेणे करून त्याचे रूपांतर किंवा प्रगती वस्तूच्या बाजारात योग्य व व्यावसायिक मॉडेलमध्ये करणे शक्य होते. हे व्यावसायिक उपक्रम नवनवे व्यावसायिक मॉडेल ठरतात. स्टार्टअप उद्योगाचे मोठे केंद्र म्हणून भारत हा जगामध्ये तिसऱ्या क्रमांकाचा देश आहे.

स्टार्टअप उद्योगाची व्याख्या तथा अर्थ – 'स्टार्टअप' म्हणजे अशी संस्था जी भारतामध्ये नोंदणीकृत आहे व जिने ५ वर्षे पूर्ण केलेली नाहीत, जिची वार्षिक उलाढाल कोणत्याही मागील आर्थिक वर्षात २५ कोटी रुपयांपेक्षा अधिक नाही. या उद्योगात प्रामुख्याने नाविन्यपूर्ण उत्पादन, प्रक्रिया, किंवा व्यवसाय ज्यामध्ये आधुनिक तंत्रज्ञानाचा उपयोग केला जातो. उदा. ब्लॉक चैन, कृत्रिम बुद्धिमत्ता (Artificial Intelligence) वगैरे.

परंतु, अशी उद्योग संस्था ही अगोदरच अस्तित्वात असणाऱ्या उद्योगाचे विभाजन करून स्थापन केलेली नसते. स्टार्टअप उद्योग आंतर–मंत्रालयाकडून प्रमाणपत्र प्राप्त केल्यानंतरच कर सवलतीस पात्र ठरतात.

भारतातील स्टार्टअप उद्योगांपैकी जवळपास १० टक्के उपक्रम हे महिलांनी स्थापित केलेले आहेत. भारत सरकारच्या २०१६ च्या अहवालानुसार २०१५ साली देशामध्ये १९ हजारपेक्षा अधिक तंत्रज्ञानयुक्त स्टार्टअप उद्योग होते.

असे असले तरी या उद्योगांपुढे काही समस्या आहेत त्यापैकी महत्त्वाची म्हणजे वित्त-पुरवठ्याची समस्या आणि कामगार संख्येतील कमतरता.

समारोप – स्वातंत्र्योत्तर काळात जलद आर्थिक विकासाच्या दृष्टिने जलद औद्योगिक विकास हा अत्यंत महत्त्वाचा होता. या जलद औद्योगिकीकरणासाठी वेळोवेळी औद्योगिक धोरणांमध्ये बदलही करण्यात आले. या विविध औद्योगिक धोरणांच्या परिणामुळे देशातील मोठ्या उद्योगांमध्ये कमी-अधिक प्रमाणात सातत्याने

प्रगती होत आहे. त्याचबरोबर जागतिकीकरण, उदारीकरण या धोरणांच्या पार्श्वभूमीवर देशातील उद्योगांचे स्वरूप बदलत आहेत. देशांच्या औद्योगिक प्रगतीमध्ये देशातील लोकांना मोठ्या प्रमाणात रोजगार उपलब्ध व्हावा. देशामध्ये मोठ्या प्रमाणात महसूली वाढ व्हावी. यासाठी देशी उद्योग आणि विदेशी उद्योग यांच्यासाठी भारत एक उत्पादन केंद्र म्हणून उदयास यावे हा प्रयत्न मेक-इन-इंडिया, स्टार्टअप, स्किल इंडिया यांसारख्या उपक्रमांमधून करण्यात येत असल्याचे दिसते. असे असले तरीही प्रत्येक पातळीवरील उद्योगांच्या समस्या विविध प्रकारच्या आहेत. त्यामधून मार्ग काढत हे सर्व प्रमुख उद्योग देशाच्या आर्थिक आणि औद्योगिक प्रगतीमध्ये महत्त्वपूर्ण योगदान देत असल्याचे निदर्शनास येते.

प्रकरण – ८

उद्योग संकल्पना
(Industry Concepts)

प्रस्तावना

औद्योगिक अर्थशास्त्राचा अभ्यास करताना आपण वेगवेगळ्या उद्योग संकल्पना उदा. मोठे उद्योग अथवा प्रमुख उद्योग, सूक्ष्म उद्योग, लघु उद्योग, मध्यम उद्योग, स्टार्टअप उद्योग इत्यादींचा अभ्यास केला. परंतु उद्योगांच्या विकासासंबंधीत काही उद्योग संकल्पनांचा अभ्यास करणे महत्त्वाचे आहे. त्या दृष्टिने याप्रकरणात उद्योगांच्या विकासासंबंधीत असणाऱ्या काही निवडक संकल्पनांचा परिचय या प्रकरणात खालीलप्रमाणे दिला आहे.

८.१ उदयोन्मुख उद्योग (Sunrise Industry or Rising Industry)

उदयान्मुख अर्थात उदयाला येणारे उद्योग ही एक कालसापेक्ष संकल्पना आहे. नव्याने स्थापन झालेल्या व 'अल्प कालावधीत विकसित झालेल्या उद्योगांना उदयोन्मुख उद्योग' असे म्हटले जाते. देशातील उपभोक्त्यांच्या गरजांनुसार देशातील उत्पादनाचे धोरण व औद्योगिक धोरण ठरविले जाते. त्याची अंमलबजावणी करत असताना अनेक उद्योग स्थापन केले जातात. या उद्योगांवर उपभोक्त्यांच्या गरजांचा प्राधान्यक्रम, शासनाची धोरणे, तंत्रज्ञानातील बदल, आंतरराष्ट्रीय पातळीवर बदल, नैसर्गिक आपत्तीमधून होणारे बदल इत्यादी अनेक घटकांचे परिणाम होत असतात.

उदा. १९९० च्या दशकापर्यंत पुणे शहर हे सायकलींचे शहर म्हणून ओळखले जात होते. परंतु १९९० नंतरच्या दशकामध्ये दुचाकी उत्पादन, वितरण आणि ग्राहकांना खरेदीसाठी वित्तपुरवठा या धोरणाने शहरामध्ये सायकलींची जागा दुचाकी वाहनांनी घेतली. विविध कंपन्यांच्या दुचाकी बाजारात वितरीत करणारी व्यवस्था निर्माण झाली. ग्राहकांना कर्जावर/हप्तेबंद पद्धतीवर (Hire Purchase System or Loan) दुचाकी खरेदी करण्याची संधी प्राप्त झाल्याने पुणे शहर सायकलींऐवजी दुचाकींचे शहर

म्हणून परिचीत झाले. शहरामध्ये वाहन उद्योग मोठ्या प्रमाणात उदयाला आला.

तसेच १९९१ नंतरच्या जागतिकीकरण, उदारीकरणाच्या धोरणाने आधुनिक तंत्रज्ञान उपलब्ध झाले. संगणक आधारित अनेक उद्योगधंदे उदयाला आले. त्यामध्ये प्रामुख्याने संगणक प्रणाली (software industry) उद्योगांचा आणि माहिती तंत्रज्ञान उद्योगांचा मोठ्या प्रमाणात उदय झाला. पुणे, हैदराबाद, बेंगलूरू यांसारख्या शहरांमध्ये माहिती तंत्रज्ञान उद्योगांसाठी औद्योगिक वसाहती (विशेष आर्थिक क्षेत्र) उभारण्यात आल्या. कृत्रिम बुद्धिमत्ता (Artificial Intelligence), ब्लॉकचैन इत्यादींसारख्या क्षेत्रामध्ये अनेक उद्योग उदयास येत आहेत. आधुनिक तंत्रज्ञानावर आधारित स्टार्टअप उद्योग सुरू केले जात आहेत. यामध्ये तंत्रज्ञानावर आधारित ग्राहकांना वस्तू व सेवा घरपोच पुरवठा करणारी उद्योगांची साखळी उदयाला आली आहे. उदा. ॲमझॉन, फ्लिपकार्ट, झोमॅटो, उबेर, ओला वगैरे वगैरे

मागील काही दशकांमध्ये वस्तूंचे वेष्टणीकरण (Packaging Industry) उद्योगांमध्येही अनेक बदल घडून आले. उदा. बिस्किट सारख्या उत्पादनासाठी कागद आणि पुठ्ठ्यांचे वेष्टणीकरण केले जात होते त्याची जागा सुंदर आणि आकर्षक प्लास्टिक वेष्टणीकरणाने घेतली. काही विशिष्ट प्रकारच्या शीत पेयांकरीता विशिष्ट प्रकारचे वेष्टीकरण वापरण्यात येऊ लागले. उदा. फ्रुटी, ॲपे यांसारख्या शीतपेयांकरिता टेट्रा पॅकच्या वेष्टणीकरणाचा वापर होऊ लागला. त्यामुळे वेष्टीकरणाच्या क्षेत्रामध्ये अनेक उद्योगधंदे उदयाला आहे. अनेक उत्पादनांकरीता काचेच्या बाटल्याऐवजी प्लास्टिकच्या बाटल्यांचा वापर होऊ लागला. पेट्रोकेमिकल उद्योगातील प्लास्टिक उत्पादनामुळे प्लास्टिक पिशव्या, बाटल्या, खेळणी, ग्राहकपयोगी विविध वस्तू, फर्निचर इत्यादींसारखे अनेक उद्योग उदयाला आले.

थोडक्यात, जागतिकीकरण, उदारीकरण आणि बदलते औद्योगिक धोरण व तंत्रज्ञान यामुळे बाजाराच्या रचनेमध्ये बदल घडून येत आहेत. त्याचबरोबर उपभोक्त्यांच्या गरजांच्या प्राधान्यक्रमामध्येही बदल घडून येत आहेत. त्यातून जुने उद्योग मागे पडून नवे उद्योग उदयाला येत राहतील.

८.२ मावळते उद्योग (Sunset Industry)

उपभोक्त्यांचा गरजांचा प्राधान्यक्रम बदलला की उत्पादनाची व्युहरचनाही बदलते व त्यामुळे उद्योगनीतीमधेही बदल घडून येतात. अशा वेळी ज्या काही उद्योगांचा अस्त होतो त्या उद्योगांना 'मावळते उद्योग' असे म्हटले जाते.

'मावळते उद्योग' ही संकल्पना दोन अर्थाने वापरली जाते. एक म्हणजे अर्थव्यवस्थेतील महत्त्वाचे उद्योग जे जुने उद्योग आहेत, परंतु त्या उद्योगांमधील

गुंतवणुकीची गती मंदावलेली आहे. कारण, त्यांची रोजगार निर्मितीची क्षमता आणि कमी होत जाणारी नफा क्षमता आणि त्या तुलनेने या उद्योगांचा पर्यावरणीय खर्च किंवा पर्यावरणीय ऱ्हास मोठ्या प्रमाणात आहे.

तर दुसऱ्या अर्थाने ही संकल्पना वापरी जाते ती म्हणजे, असे उद्योग जे जुनाट यंत्रसामग्री व उत्पादन पद्धतीचा वापर करण्यामुळे उद्योग स्पर्धेमध्ये टिकून राहण्यास असमर्थ ठरत आहेत. तसेच, या उद्योगांमध्ये आधुनिक तंत्रज्ञानाचा वापर करणे एक जटिल व अत्यंत खर्चीक असून कर्जाचा बोजा वाढविणारे ठरू शकते. त्यामुळे असे उद्योग डबघाईस येतात. उदा. छपाई उद्योगामध्ये धातूचे टाईप वापरून छपाई करणाऱ्या छापखान्यांची जागा आधुनिक चार रंगी ऑफसेट यंत्रांनी घेतली, त्यामुळे धातूचे टाईप बनविणाऱ्या फाऊंड्री बंद झाल्या. तसेच जुन्या छपाई यंत्रावर चित्र अथवा फोटो छपाईसाठी ब्लॉक बनविणारे ब्लॉक मेकर्स उद्योगही बंद झाले.

एखाद्या व्यक्तीस काही निरोप देण्यासाठी १९९० च्या दशकामध्ये पेजर नावाचे एक छोटे यंत्र आणि निरोप देणारे उद्योग उदयास आले (उदा. मोटारोला कंपनीचे पेजर यंत्र आणि मॅक्सपेज ही निरोप देणारी कंपनी). परंतु, त्यानंतर आलेल्या मोबाईल फोनच्या आधुनिक तंत्रामुळे निरोप देणे, माहिती पाठविणे, थेट संपर्क करणे, इतकेच नव्हे तर इंटरनेटचा वापर इत्यादींसारख्या सोयीसुविधा उपलब्ध झाल्यामुळे पेजर यंत्र उत्पादक आणि निरोपाची सेवा देणारे उद्योग बंद झाले.

विशिष्ट उत्पादन पद्धतीमुळे हवामानावर होणारे परिणाम कमी करण्यासाठी हरित तंत्रज्ञानाचा वापर करण्याचा दबाव वाढत आहे. उदा. जीवाश्म इंधनाचा (कोळसा) वापर करून ऊर्जा निर्मिती करण्याऐवजी पुनर्निर्मित ऊर्जा साधनांचा उदा. पवन ऊर्जा, सौर ऊर्जा इत्यादींचा वापर करण्यासाठी प्रोत्साहन दिले जात आहे. तसेच पेट्रोल, डिझेल, नैसर्गिक गॅसवर चालणाऱ्या स्वयंचलित वाहनांऐवजी विद्युत मोटारीचा वापर करणाऱ्या वाहनांच्या निर्मितीचा आग्रह धरला जात आहे. त्यामुळे पारंपरिक उद्योगांसाठी लागणाऱ्या वस्तू बनविणारे अनेक लहान-मोठे उद्योग मावळण्याची शक्यता आहे.

मात्र, काही पारंपरिक मावळत्या उद्योगांना संरक्षण देण्याचे धोरण असते. अशा उद्योगांमध्ये हस्तकलांवर आधारित उद्योगांचा समावेश असतो. उदा. हँडलूम, खादी कापड निर्मिती उद्योग इत्यादी.

८.३ बालोद्योग (Infant Industry)

जागतिकीकरण, उदारीकरण तथा मुक्त व्यापार धोरणाच्या परिणामांमुळे अनेक देशांनी निर्हस्तक्षेप किंवा मुक्त व्यापार धोरणाला आळा घालून संरक्षित व्यापार धोरणाचा स्वीकार करण्यास सुरुवात केली आहे. 'बालोद्योग' हा युक्तिवाद किंवा

संकल्पना संरक्षित व्यापार धोरणाच्या समर्थनार्थ मांडलेला सर्वात लोकप्रिय युक्तिवाद आहे. ही संकल्पना सर्वप्रथम १७९० साली **अलेक्झांडर हॅमिल्टन** यांनी मांडली व ती अधिक लोकप्रिय करण्याचे काम **फ्रेडरिक लिस्ट** यांनी १८८५ साली केले. तर प्रसिद्ध विचारवंत **जॉन स्टुअर्ट मिल** यांच्या मते, देशातील उद्योगांना स्थापनेच्या काळात (बाल अवस्थेत) संरक्षण दिले पाहिजे की, जे उद्योग नंतरच्या काळामध्ये विकसित होऊन संरक्षण नीतीचा त्याग करू शकतील.

'बालोद्योग' या संकल्पनेचे समर्थन करताना म्हटले जाते की, ज्याप्रमाणे लहान मूल उभे राहात असताना ते पडू नये म्हणून कुटुंबातील व्यक्ती त्याला आधार देण्याचा प्रयत्न करते व नंतर ते उभे राहण्यास लागल्यावर आधार देणे बंद केले जाते, त्याप्रमाणे नव्याने स्थापन झालेल्या उद्योगांना स्पर्धेला सामोरे जाण्याची क्षमता निर्माण होण्याच्या सुरुवातीच्या काळात संरक्षण देण्याची आवश्यकता असते. म्हणून या युक्तिवादाला 'बाल उद्योग युक्तिवाद' असेही म्हटले जाते.

उदा. स्टार्टअप उद्योगांना सुरुवातीच्या काळात आधार देण्याची गरज असते, नंतर हे उद्योग विकसित झाल्यावर आधार देणे बंद करता येऊ शकते.

८.४ उद्योग ४.० (Industry 4.0)

उद्योग ४.० म्हणजे चवथ्या पिढीच्या उद्योगांचा आकृतीबंध होय. यामध्ये पहिल्या पिढीच्या उद्योगांचा आकृतीबंध म्हणजे उद्योग १.० हा औद्योगिक क्रांतीच्या काळातील उद्योगांचा आहे. तर दुसऱ्या पिढीच्या उद्योगांचा आकृतीबंध म्हणजे उद्योग २.० हा साधारणत: शंभर वर्षांनी उद्योगांच्या यांत्रिकीकरणामध्ये सुधारणा घडून येऊन असेंब्ली पद्धतीने मोठ्या प्रमाणात उत्पादन करण्यात येऊ लागले तो आहे. तर तिसऱ्या पिढीच्या उद्योगांचा आकृतीबंध म्हणजे उद्योग ३.० हा काळ २० व्या शतकातील उत्तरार्धात संगणक व स्वयंचलित यंत्रांच्या मदतीने उत्पादन घेणाऱ्या उद्योगांचा काळ होय.

उद्योग ४.० हा २१ व्या शतकाच्या दुसऱ्या दशकातील इंटरनेटवर आधारित आधुनिक तंत्रज्ञानाचा वापर करून उद्योगांचा विकास आणि विस्तार करणाऱ्या उद्योग पिढीचा कालखंड समजला जातो. यात इंटरनेट, कृत्रिम बुद्धिमत्ता, रोबोट, रोबोटिक्स, ड्रोन अशा साधनांनी अतिशय वेगवान बदल अपेक्षित आहेत. हे नवे तंत्रज्ञान चार मूलभूत तत्त्वांवर आधारित आहे.

- यात यंत्रे, उपकरणे व माणसे हे सर्व एकमेकांना जोडलेले असते.
- आवश्यक त्या सर्व माहितीची पारदर्शकता यात असते.
- जरूर ते अद्ययावत तंत्रज्ञान हाताशी उपलब्ध असते.

● सर्व निर्णय विकेंद्रित व स्वायत्त पद्धतीने घेतले जातात.

वरील तंत्रज्ञानाच्या व उद्योगाच्या आधारे आता केवळ औद्योगिक उत्पादनच नव्हे तर कृषि उत्पादन, अध्ययन, अध्यापन, सल्लासेवा, संशोधन, लेखन, चित्रकला, संगीत, आरोग्यसेवा, पर्यटन, मनोरंजन अशा सर्वच क्षेत्रांमध्ये मूलभूत क्रांती घडून येत आहे. कोविड–१९ या महामारीच्या काळात अशा आधुनिक तंत्रज्ञानाचा वापर मोठ्या प्रमाणात करण्यात आल्याचे दिसून येते. यामध्ये ऑनलाइन खरेदी, ऑनलाईन परीक्षा आणि शिक्षण, तर घरून काम करणे (work from home), तर इंटरनेटचा वापर करून ऑनलाइन मिटिंग, राष्ट्रीय व आंतरराष्ट्रीय परिषदा, चर्चा सत्रे आयोजित करण्यात आली.

याचे सर्वात महत्त्वाचे उदाहरण म्हणजे २०२० मध्ये अझरबैजान आणि अर्मेनिया या दोन देशांमध्ये जे युद्ध झाले त्यामध्ये मोठ्या प्रमाणात ड्रोन तंत्रज्ञानाचा वापर करण्यात आला. त्यामुळे अशा आधुनिक तंत्रज्ञानाच्या उद्योगांना (उद्योग ४.0) वाढती मागणी आहे. त्यांचा विकास आणि विस्तार होत आहे.

८.५ उद्योगांचे वाजवीकरण (Rationalisation of Industries)

दुसऱ्या महायुद्धानंतर युरोपातील औद्योगिक व्यवस्था पूर्णपणे मोडकळीस आली होती. त्यामुळे अर्थिक व्यवस्थेचे पुनर्वसन आणि पुनर्रचना करण्याची गरज निर्माण झाली होती. जर्मन उद्योगपतींनी त्यांच्या उद्योगांची पुनर्रचना करण्याच्या ज्या उपाययोजना हाती घेतल्या त्यांना 'उद्योगांच्या पुनर्रचनेचे तत्त्वज्ञान तथा वाजवीकरण' (Rationalisation) म्हणून ओळखले जाते. औद्योगिक प्रक्रियेचे शास्त्रीय व्यवस्थापन या कक्षेत उद्योगांच्या वाजवीकरणाची ही एक व्यापक संकल्पना आहे.

प्रा. सार्जन्ट फ्लोरेन्स यांनी या तत्त्वज्ञानाची व्याख्या पुढीलप्रमाणे केली आहे. 'वाजवीकरण हे तत्त्वज्ञान किंवा पद्धती शास्त्रोक्त व तर्कसंगतपणे एखाद्या उद्योगातील सर्व व्यावसायिक संस्थांनी अकार्यक्षमता आणि अपव्यय (waste) नाहीसा करण्यासाठी एकत्रितपणे कार्य करण्याची एक चळवळ आहे.'[१]

थोडक्यात, उद्योगांचे वाजवीकरण हे उद्योगांची पुनर्रचना आणि औद्योगिक क्रियांवरील नियंत्रण आहे जे अपव्यय जवळपास नाहीसे करते आणि खर्च कमी करणारा एक क्रांतीकारी बदल आहे.

उद्योगांच्या वाजवीकरणाची वैशिष्ट्ये (Features of Rationalisation) – (१) वाजवीकरण हे उद्योगांचा उद्देश, रचना आणि नियंत्रणामधील मूलभूत बदला

---

[१]Industrial Economics, Prof. B.N. Narayan, Anmol Publications Pvt.Ltd., New Delhi, 1997 pg.35

संदर्भात आहे. (२) याचे ध्येय सर्व प्रकारच्या अपव्ययाचे शास्त्रीय अभ्यासाने उच्चाटन करणे आहे. (३) याचे दुसरे ध्येय हे कामगारांची कार्यक्षमता किंवा उत्पादकता वाढविणे आहे. (४) यामध्ये कमीतकमी खर्चात अधिकतम उत्पादनाचे लक्ष आहे. (५) याचे लक्ष अधिकतम उत्पादन आणि समाजाचे आर्थिक कल्याण आहे.

उद्योगांच्या वाजवीकरणाचे विविध पैलू (Aspects of Rationalisation) –

(१) तांत्रिक बाजू – यामध्ये उत्पादन प्रक्रियेत प्रमाणीकरण, सुलभीकरण, यांत्रिकीकरण, शीघ्रता आणि विशेषीकरण इत्यादींचा समावेश होतो.

(२) संघटनात्मक बाजू – या पैलूचा भर हा विविध पातळींवर काम करणाऱ्या व्यक्तींना एकत्र आणण्यासाठी व्यवस्थापनाकडून वापरल्या जाणाऱ्या पद्धतींवर आहे.

(३) वित्तीय बाजू – याचा भर हा उद्योगाच्या संतुलित भांडवली पुरवठ्यावर आहे, ज्यामध्ये अति भांडवलीकरणाने नफ्याचे नि:सारण टाळणे आणि कमी भांडवलीकरण टाळणे यावर आहे.

(४) सामाजिक बाजू – यामधे औद्योगिक शांतता आणि सुसंवाद याचा समावेश आहे. तसेच, व्यवसाय संस्थेमध्ये नैतिक आणि सांस्कृतिक प्रगती आणणे याचाही समावेश आहे आणि कामगारांसाठी चांगल्या सोयीसुविधा आणि कामगार कल्याणाचा समावेश यामध्ये आहे.

उद्योगांच्या वाजवीकरणाचा परिणाम (Impact of Rationalisation)

– वाजवीकरणामध्ये उत्पादक, कामगार, ग्राहक आणि राष्ट्र हे सर्व उद्योगामध्ये भागीदार (Stakeholders) आहेत. याचा सकारात्मक परिणाम या सर्व भागीदारांवर होतो. उत्पादकास अधिक उत्पादन, कमी खर्च, संसाधनांचा पर्याप्त वापर, नफा महत्तीकरण, अपव्यय उच्चाटन आणि कमी स्पर्धा इत्यादी लाभ होतात. तर कामागार अधिक कार्यक्षम आणि उत्पादनक्षम बनतात. परिणामी, कामगार कल्याण आणि लाभ वाढत जातात. ग्राहकांना स्वस्त आणि चांगले उत्पादन उपलब्ध होते. तर राष्ट्रास संसाधानांचा कार्यक्षम वापर झाल्याने राष्ट्रीय उत्पन्नात वाढ होते आणि औद्योगिकीकरणात वाढ होते, असे लाभ होतात.

समारोप – औद्योगिक अर्थशास्त्राचा अभ्यास करताना याविषयात वापरण्यात येणाऱ्या काही निवडक संकल्पना आणि त्याचे तत्त्वज्ञान याचा वरीलप्रमाणे या प्रकरणात थोडक्यात परिचय करून दिला आहे.

प्रकरण – ९

उद्योगांची सामाजिक जबाबदारी
(Corporate Social Responsibility-CSR)

प्रस्तावना

साधारणत: महत्तम नफा कमविणे हा उद्योग संस्थेचा प्रमुख उद्देश असतो. परंतु १९३० च्या सुमारास आलेल्या जागतिक महामंदीमुळे उद्योगांच्या या दृष्टिकोनामध्ये तथा उद्देशामध्ये बदल होण्यास प्रारंभ झाला. हा बदल म्हणजे उद्योगांमधील इतर भागीदार (stakeholders) उदा. कामगार, गुंतवणूकदार, भागधारक, पुरवठादार, ग्राहक आणि स्थानिक समाज यांच्याप्रती असलेली उद्योगाची नैतिक जबाबदारी जाणीव होय. ही नैतिक सामाजिक जबाबदारी वैधानिकदृष्ट्या उद्योगांवर बंधनकारक नसली तरीही उद्योगांचा नावलौकिक वाढण्यासाठी ही जबाबदारी उद्योगांसाठी उपयुक्त ठरत असल्याचे दिसून येते. म्हणूनच सार्वजनिक तसेच खासगी क्षेत्रातील अनेक उद्योग या जबाबादारीप्रती आपले दायित्व निभावताना दिसून येतात. उद्योगांच्या या बदलत्या जबाबदारीची ओळख व्हावी या उद्देशाने 'उद्योगांच्या सामाजिक जबाबदारी' याविषयीची चर्चा या प्रकारणात थोडक्यात मांडली आहे.

९.१ उद्योगांच्या सामाजिक जबाबदारीची पार्श्वभूमी अथवा उदय (Evolution of Corporate Social Responsibility)

साधारणत: १९३० च्या सुमारास व्यावसायिक घराण्यांना त्यांची समाजाबद्दल असणारी जबाबदारीची जाणीव झाली. समाजाप्रती व्यवसायांची चिंता संघटीत रूपाने उदयास आली. उद्योगांना त्यांच्या उत्पादनाकरिता बाजारपेठ म्हणून ग्राहकांची गरज लक्षात आली. ही गरज महामंदीच्या काळात अधिक तीव्र झाली. त्यामुळे ग्राहकांची काळजी करणे हे उद्योगांच्या हिताचे असल्याचे त्यांच्या लक्षात आले. या महामंदीने व्यवसायांना त्यांच्या व्यावसायिक रणनीतीमध्ये बदल करण्यास भाग पाडले. त्यामुळे व्यवसायाच्या नैतिक बाजू उदयास आल्या उदा. योग्य तंत्रज्ञान, गुणवत्ता सुधारणा,

खर्च कपात, आणि ग्राहकांकडून नावलौकिक प्राप्त करणे इत्यादी.

त्यानंतरच्या दशकात उद्योगांच्या नैतिक वर्तणुकीची व्यापकता वाढली आणि त्यामध्ये आर्थिक, सामाजिक व पर्यावरणीय समस्या यांचा समावेश करण्यात आला. हे नैतिक वर्तन प्रत्येक कंपनीनुसार वेगवेगळे असल्याचे दिसून येते. परंतु त्याने उद्योगांच्या सामाजिक जबाबदारीचा पाया निर्माण करण्यात महत्त्वाची भूमिका पार पाडली आहे.

उद्योगांची सामाजिक जबाबदारी या संकल्पनेमध्ये तीन महत्त्वपूर्ण शब्द आहेत. वास्तविक पाहता हा उद्योग, प्राथमिकरित्या त्यांच्या भागधारकास जबाबदार असतो. परंतु उद्योग ग्राहक, कामगार, आणि पुरवठादार यांसारख्या इतर भागीदारांप्रतीही जबाबदार आहे. उद्योगांची ही सामाजिक जबाबदारीची संकल्पना विकासाची प्रक्रिया शाश्वत करण्याच्या गरजेतून उदयास आली आहे. परंतु उद्योगांची सामाजिक जबाबदारी संकल्पना ही २० व्या शतकाच्या शेवटच्याकाळात एक व्यवस्थापकीय कार्य म्हणून उत्क्रांत झाली आहे.

९.२ उद्योगांची सामाजिक जबाबदारी : व्याख्या व अर्थ (Corporate Social Responsibility : Definition & Meaning)

शाश्वत विकासासाठीच्या जागतिक व्यवसाय परिषदेचे (The World Business Council for Sustainable Development) अध्यक्ष **बीर्जान स्टीगसन** (Bjorn Stigson) म्हणाले की, ''उद्योगांच्या सामाजिक जबाबदारीची जागतिक मान्यताप्राप्त अशी संज्ञा नाही, ही संकल्पना नेहमी बदलत्या गरजा आणि काळानुसार पुनर्गठीत केली जाते.'' या परिषदेने उद्योगांची सामाजिक जबाबदारीची जी व्याख्या केली आहे ती पुढीलप्रमाणे आहे.

शाश्वत विकासासाठीच्या जागतिक व्यवसाय परिषदेने उद्योगांची सामाजिक जबाबदारीची व्याख्या करताना म्हटले आहे की, ''व्यावसायांची नैतिक वर्तणूक आणि आर्थिक विकासातील योगदान याप्रती असणारी बांधिलकी, तसेच कामगार शक्ती आणि त्यांचे कुटुंबीय, त्याचबरोबर स्थानिय समुदाय व मोठा समाज यांच्या जीवनाची गुणवत्ता सुधारणे ही उद्योगांची सामाजिक जबाबदारी होय.''

उद्योगांची सामाजिक जबाबदारीची अशीही व्याख्या केली जाऊ शकते की, उद्योगांचे वर्तन प्रचलित सामाजिक नीतिनियम, मूल्य आणि कामगिरीच्या अपेक्षांबरोबर एकरूप होतील, अशा पातळीवर आणणे.[१]

मिल्टन फ्रिडईडमन (Milton Friedman) यांनी सुरुवातीस उद्योगांची सामाजिक जबाबदारी ही संकल्पना वापरली. त्यांच्या मते, उद्योगांच्या सामाजिक

जबाबदारीचा दृष्टिकोन हा व्यावसायामध्ये/व्यावसायिक स्पर्धेत टिकून राहण्यासाठी संसाधनांचा वापर करणे आणि नफ्यामध्ये वाढ करणे यासाठी कार्याचे नियोजन करणे हा होता.

उद्योगांची सामाजिक जबाबदारी या संकल्पनेनुसार, उद्योग/व्यावसायिक संघटन समाजाचे हित लक्षात घेऊन उद्योगाच्या कार्याचा ग्राहक, कर्मचारी, भागधारक, समाज आणि पर्यावरण; अशा सर्व घटकांवर होणाऱ्या परिणामांची जबाबदारी घेते. हे बंधन वैधानिक बंधनापलिकडचे असते. व्यावसायिक संघटन, या सर्व घटकांच्या जीवनाची गुणवत्ता सुधारण्यासाठी स्वच्छेने पुढील पावले उचलते.

तक्ता क्र. ९.१ उद्योगांच्या सामाजिक जबाबदारीतील भागधारकांचे (Stakeholders) वर्गीकरण

प्राथमिक सामाजिक भागधारक	दुय्यम सामाजिक भागधारक	प्राथमिक गैरसामाजिक भागधारक	दुय्यम गैरसामाजिक भागधारक
गुंतवणूकदार	सरकार व नियामक	नैसर्गिक पर्यावरण	पर्यावरणात्मक दबाव गट
व्यवस्थापकांसह कर्मचारी	नागरी संस्था	भविष्यकालीन पिढी	प्राणी कल्याणकारी संघटना
स्थानीय समुदाय	सामाजिक दबाव गट	बिगर मानवी जीव	
पुरवठादार	माध्यम व शैक्षणिक समालोचक		
इतर व्यवसायिक भागीदार	व्यापारी मंडळ		
	स्पर्धक		

(स्रोत – Corporate Social Responsibility, Madhumati Chatterji, Oxford University Press, New Delhi, 2014)

९.३ उद्योगांच्या सामाजिक जबाबदारीचे पैलू (Dimensions of CSR)

व्यवसायाच्या सामाजिक जबाबदारीचे तीन वेगवेगळे पैलू आहेत. ते म्हणजे सामाजिक कर्तव्य (Social obligations), सामाजिक प्रतिक्रिया (Social reactions), आणि सामाजिक प्रतिसाद (Social responsiveness). सामाजिक कर्तव्य अथवा बंधन यामध्ये व्यवसाय कोणत्याही प्रकारच्या भ्रष्ट कार्याशिवाय साधनसंपत्तीचा वापर करून नफा कमविण्यासाठी व्यवसायिक कार्य करेल याचा समावेश आहे. तर दुसरा पैलू अथवा बाजू म्हणजे सामाजिक प्रतिक्रिया याचा अर्थ प्रचलित सामाजिक नीतिनियम, मूल्य आणि अपेक्षा याप्रती व्यवसायिक घराण्यांचा प्रतिसाद होय. तसेच तिसरा पैलू अथवा बाजू सामाजिक प्रतिसाद हा एक लोकांच्या समस्यांवर बाजू घेणे यासंबंधी व्यापक स्वरूपाचा आहे. त्यामध्ये, समाजाच्या भविष्यातील गरजा विचारात घेणे, आणि त्यांचे समाधान करण्याचे प्रयत्न करणे इत्यादी समाविष्ट आहे. उद्योगाच्या सामाजिक जबाबदारीच्या चार ठळक बाजू (aspects) आहेत. त्या म्हणजे, जबाबदारी (Responsibility), उत्तरदायित्त्व (Accountability), शाश्वतता / निरंतरता (Sustainability), सामाजिक करार (Social Contract).

(अ) उद्योगांच्या सामाजिक जबाबदारीचे लाभ (Advantages of CSR)

उद्योगांची सामाजिक जबाबदरी ही संकल्पना 'योग्य गोष्ट करणे' या चांगल्या गुणासह उत्क्रांत झालेली आहे. त्यामुळे उद्योगांना विशिष्ट नैतिक मूल्याधारित नाममुद्रा उभारण्यामध्ये मदत होते आणि बाजारात ग्राहकांची निष्ठा प्राप्त करता येते.

भ्रष्टाचार, घोटाळे, पर्यावरणीय आघात यांसारख्या घटनांमुळे उद्योग देशोधडीला लागले. हे प्रकार नियामक, न्यायालय, सरकार व माध्यमांचे नकारात्मक लक्ष वेधतात आणि बाजारामध्ये उद्योगसंस्थेस ते अडचणींचा मुख्य स्रोत बनतात. परंतु उद्योगांची सामाजिक जबाबदारी ही संकल्पना एक समग्र स्वरूपाचा हस्तक्षेप आहे जो उद्योगांना अशा बाजार जोखीममध्ये जोखीम व्यवस्थापनात मदतीचा ठरतो.

उद्योगांची सामाजिक जबाबदारी ही प्रक्रिया कामगारांची भरती आणि धारणा ज्यास स्पर्धात्मक बाजारामध्ये टिकून राहण्यासाठी महत्त्व आहे, त्यामध्ये ही प्रक्रिया सकारात्मक योगदान देते.

सामाजिक जबाबदारीसंदर्भात व्यापक धोरण असलेली उद्योगसंस्था वचनबद्ध व्यक्तीस आकर्षित करते जे इतरांपेक्षा विशिष्ट स्वरूपात लाभदायक ठरते. जेव्हा कर्मचाऱ्यांचा पगार, निधी उभारणीचे कार्य किंवा समाज स्वयंसेवक म्हणून कर्मचारी जेव्हा उद्योगांची सामाजिक जबाबदारी मार्फत पुढे येतात तेव्हा त्यांचे उद्योगसंस्थेबाबतचे प्रत्यक्ष ज्ञान समृद्ध होते.

उद्योगांच्या सामाजिक जबाबदारीविषयक परिणामांचे मोजमाप करणारी यंत्रणा विकसित करण्याचे अनेक प्रयत्न करण्यात आले आहेत.

(ब) उद्योगांची सामाजिक जबाबदारीवरील टीका (Criticisms on CSR)

उद्योगांच्या सामाजिक जबाबदारीच्या कोणत्याही कार्यामुळे साधनसामग्री व नफ्यामध्ये घट होते. हे कार्य उद्योगांच्या नफा कमविण्याच्या उद्देशाच्या परस्परविरोधी आहे. या तर्कावर आधारित **मिल्टन फ्रिडमन** (Milton Friedman) यांनी उद्योगांच्या सामाजिक जबाबदारीसंदर्भात म्हटले आहे की, ''उद्योगांची फक्त एकच सामाजिक जबाबदारी आहे, ती म्हणजे गैरव्यवहाररहीत खुल्या आणि मुक्त स्पर्धेत टिकून राहण्यासाठी साधनसंपत्तीचा व ऊर्जेचा वापर करणाऱ्या कार्याचा आराखडा तयार करून नफ्यात वाढ करणे होय.''

कोणत्याही व्यवस्थापकीय निर्णयात सामाजिक जबाबदारी पार पाडताना कशाला प्राधान्य द्यावे हे एक कठीण काम आहे. तथ्यांवर आधारित समस्या उदा. पर्यावरण रक्षण, कामगार कल्याण, बाजारभावापेक्षा कमी किंमतीस मालाची विक्री, समुदाय विकास, सांस्कृतीक, शैक्षणिक व वैद्यकीय सेवा इत्यादींची मदत हे सामाजिक जबाबदारीमध्ये मोडते. उद्योग जे कर्मचारी नेमणूक करतात ते कायदेशीर तरतुदींचे पालन करून त्यांच्याप्रती व समाजाप्रती जबाबदारी पार पाडतात. अशा कार्यामध्ये कोणताही सार्वजनिक हेतू नसतो. अशा प्रकारे उद्योगांच्या सामाजिक जबाबदारी संदर्भात वेगवेगळ्या टीका करण्यात येतात.

(क) उद्योगांची सामाजिक जबाबदारी अंमलबजावणीची पद्धती (Methodology of CSR)

उद्योगांची सामाजिक जबाबदारी पार पाडण्याकरता साधारणत: तीन पर्यायांचा/ पद्धतींचा वापर केला जात असल्याचे निदर्शनास येते. खासगी क्षेत्रातील बहुसंख्य उद्योगांनी याकामी सामाजिक संस्था/संघटनांची (NGOs) स्थापना केली आहे ज्या त्यांना नियंत्रण आणि लवचिकता प्रदान करतात. काही प्रकरणांमध्ये सामाजिक जबाबदारीच्या कार्यात अस्तित्वात असणाऱ्या सामाजिक संघटनांची (NGOs) मदत घेतली जाते. तर तिसऱ्या पर्यायामध्ये ही जबाबदारी सरकारी संस्थांमार्फत पार पाडली जाते. काही प्रकरणामध्ये एकापेक्षा अधिक पर्यायांचा वापर उद्योगांकडून केला जातो.

९.४ भारतातील उद्योगांची सामाजिक जबाबदारीची भूमिका (CSR in India)

भारतामध्ये उद्योगांच्या सामाजिक जबाबदारी संदर्भात प्रथमच १९८० च्या औद्योगिक धोरणामध्ये आवाहन करण्यात आले. भारतीय उद्योगांची सामाजिक जबाबदारी

ही पुढील पाच प्रमुख मुद्द्यांमध्ये वर्गीकृत करता येते. (१) जागृती व सामाजिक जबाबदारीचे धोरण, (२) सामाजिक जबाबदारीवरील खर्च, (३) सामाजिक जबाबदारीखालील उपक्रमांना पाठिंबा, (४) सामाजिक जबाबदारीचा परिणाम, (५) सामान्य प्रवाह/समस्या.

(अ) उद्योगांच्या सामाजिक जबाबादारीविषयीची वैधानिक तरतूद (Legal Provision of CSR)

कंपनी कायदा २०१३ च्या (Companies Act 2013) कलम १३५ (१) नुसार ज्या कंपनीचे नक्त मूल्य (net worth) रु. ५०० कोटी किंवा त्यापेक्षा अधिक अथवा एकूण उलाढाल (turnover) रु. १००० कोटी किंवा त्यापेक्षा अधिक किंवा कोणत्याही आर्थिक वर्षातील निव्वळ नफा (net profit) रु. ५ कोटी किंवा त्यापेक्षा अधिक आहे, अशा प्रत्येक कंपनीने उद्योगाची 'सामाजिक जबाबदरी'विषयी एक समिती गठीत केली पाहिजे. अशा समितीमध्ये तीन किंवा अधिक संचालक असतील व त्यापैकी कमीतकमी एक संचालक हा स्वतंत्र संचालक (Independent Director) असेल.

कंपनी कायदा २०१३ च्या या कलम १३५ (३) नुसार अशी सामाजिक जबाबदारीविषयीची समिती (अ) अनुसूची ७ (Schedule VII) मध्ये नमूद केल्याप्रमाणे सामाजिक जबाबदारीची कार्ये हाती घेण्यासाठी सामाजिक जबाबदारीचे एक धोरण तयार करेल आणि त्याविषयी संचालक मंडळास शिफारस करेल. (ब) यातील कंडिका (अ) नुसार कार्यांसाठी येणाऱ्या खर्चांसाठीच्या रक्कमेची शिफारस करेल, आणि (क) वेळोवेळी उद्योगाच्या सामाजिक जबाबदारीच्या धोरणाची तपासणी करेल.

(ब) सार्वजनिक क्षेत्रातील नवरत्न उद्योगांची सामाजिक जबाबदारीची भूमिका–

तेल व नैसर्गिक वायू महामंडळ मर्या. (ONGC) हे सामाजिक जबाबदारी अंतर्गत शिक्षण, आरोग्य सेवा, उद्योजकता विकास, जलव्यवस्थापन, आणि आपत्ती निवारण यामध्ये योगदान देते.

इंडियन ऑयल कार्पोरेशन लि. (IOCL) हे नफ्यापलिकडे जाऊन त्याची सामाजिक जबाबदारी पार पाडते. त्यामध्ये ऊर्जा संरक्षण, कार्बन उत्सर्जनात घट करणे, जैवइंधनाचे व्यापारीकरण, इतर स्वच्छ विकास यंत्रणेचा स्वीकार करणे हे अंतर्भूत आहे.

भारत पेट्रोलियम कार्पोरेशन लि. (BPCL) या महामंडळाने सामाजिक जबाबदारीची सुरुवात १९८४ पासून 'give back to the society our best' या

तत्त्वानुसार केली आहे. या महामंडळाची मुंबई जवळील माहूल तेल शुद्धीकरण प्रकल्पाच्या परिसरातील ३७ गावांचा सामाजिक जबाबदारीमध्ये समावेश केला आहे. त्यामध्ये शिक्षण, आरोग्य व सामाजिक संघटनांद्वारे इतर मदत दिली जाते.

भारत पेट्रोलियमप्रमाणेच हिंदुस्थान पेट्रोलियम कार्पोरेशनसुद्धा १९८४ पासून सामाजिक जबाबदारीची अंमलबजावणी करत आहे. भारतातील सार्वजनिक क्षेत्रातील या नवरत्न उद्योगांच्या सामाजिक जबाबदारीची माहिती खालीलप्रमाणे आहे.

तक्ता क्र. ९.२ सार्वजनिक क्षेत्रातील नवरत्न उद्योगांची सामाजिक जबाबदारी (२००६-०७)

नवरत्न उद्योग (रु.कोटी)	उलाढाल (रु.कोटी)	नफा	CSR धोरण/निधी
ओएनजीसी (ONGC)	५९,०५८	१५,६४३	सामाजिक जबाबदारीचे धोरण. नफ्याच्या 0.७५ टक्के निधीस
गेल (GAIL)	१६,०४७	२,३८७	सामाजिक जबाबदारीचे धोरण. नफ्याच्या १ टक्के निधीस
एनटीपीसी (NTPC)	३५,३८०	६,८६४	सामाजिक जबाबदारीचे धोरण आहे
सेल (SAIL)	३९,१८९	१०,९६६	सामाजिक जबाबदारीचे धोरण. नफ्याच्या १ टक्के निधीस

(स्रोत – Corporate Social Responsibility in India, Sanjay Kumar Panda, The Icfai University Press, Hyderabad, 2008)

(क) खासगी क्षेत्राची भूमिका

१ फेब्रुवारी २००३ रोजी टाटा स्टील उद्योगाने सामाजिक जबाबदारी धोरणाचा स्वीकार केला. तसेच खासगी क्षेत्रातील इतर उद्योगांनीही या धोरणाचा स्वीकार केला आहे. उदा. ITC Ltd., Infosys, ICICI, Cyber Media, Gujarat Industries Power Co. यासारख्या उद्योगांनी सामाजिक जबाबदारीच्या धोरणाचा स्वीकार केला आहे. याशिवाय खासगी क्षेत्रातील उद्योगांच्या संघटनासुद्धा या कार्यात सहभागी आहेत. त्यामध्ये प्रमुख्याने सी.आय.आय. (Confederation of Indian Industry-

CII) ने १९९५ साली 'सामाजिक विकास परिषदे'ची (Social Development Council) स्थापना केली. या परिषदेद्वारे सभासद उद्योग सामाजिक जबाबदारीमध्ये आपले योगदान देतात. ही परिषद आरोग्य, महिला सबलीकरण, शिक्षण व साक्षरता, एचआयव्हीचे नियंत्रण, समुदाय विकास, गैरलाभार्थी तरुणांचे सक्षमीकरण इत्यादीसंदर्भात कार्य करते. खासगी क्षेत्रातील उद्योगांची दुसरी संघटना फिक्कीने (Federation of Indian Chambers of Commerce and Industry-FICCI) डिसेंबर १९९५ मध्ये एक सामाजिक–आर्थिक विकास संस्था (Socio-Economic Development Foundation) स्थापन केली.

(ड) उद्योगांच्या सामाजिक जबाबदारीचा परिणाम (Impact of CSR)

उद्योगांच्या सामाजिक जबाबदारीचा परिणाम उदाहरणादाखल खालीलप्रमाणे दिला आहे.

तक्ता क्र. ९.३ आरोग्य क्षेत्रावरील परिणाम/प्रभाव

उद्योग क्षेत्र	गौण क्षेत्र/परिघक्षेत्र	जिल्हा (सरासरी)	राज्य (सरासरी)
भिलाई स्टील	२७७	३४	२१
बकारो स्टील	२१०	१६६	३९
दुर्गापूर स्टील	२६३	१००	११२
रुरकेला स्टील	२२५	५९	३८

(टिप – तक्त्यातील आकडे 2001 सालच्या प्रती लाख लोकसंख्येमागे उपलब्ध बेडची संख्या दर्शवितात, राष्ट्रीय सरासरी ८१ इतकी आहे)

तक्ता क्र. ९.४ उद्योगांच्या सामाजिक जबाबदारीचा साक्षरतेवरील परिणाम

उद्योग क्षेत्र	परिसर/परिघक्षेत्र	जिल्हा	राज्य
भिलाई स्टील	७४९	४०६	२८५
बकारो स्टील	७६३	३२७	२६७
दुर्गापूर स्टील	७८५	४६९	४०८
रुरकेला स्टील	७९२	३४२	३७६

(टिप – तक्त्यातील आकडे 2001 सालच्या प्रती हजारी लोकसंख्येमागे साक्षर संख्या दर्शवितात, राष्ट्रीय सरासरी ५२० इतकी आहे)

(इ) सामाजिक परीक्षण (Social Audit)

काही मोजक्या उद्योगांपैकी एक 'टाटा स्टील'ने सामाजिक जबाबदारीच्या परिणामाचे परीक्षण करण्यासाठी स्वतंत्र व्यक्तींची एक समिती नेमली. असे पहिले सामाजिक परीक्षण १९८० साली न्यायाधीश एस.पी.कोतवाल, प्रा. रजनी कोठारी, आणि प्रा. पी.सी. मावळणकर यांनी केली. तर दुसरे परीक्षण १९९० साली निवृत्त न्यायाधीश डी.एन.मेहता, प्रा. पी.सी. मावळणकर, आणि प्रा. सच्चिदानंद यांनी केले. या सामाजिक परीक्षणातून टाटा स्टीलने सामाजिक बंधन/कर्तव्य पार पाडल्याचे निदर्शनास आले आहे. तर टाटा स्टीलने असे तिसरे परीक्षण २००१–०२ मध्ये केले आहे.

समारोप – बदलत्या काळानुरूप महत्तम नफा कमविणे या उद्योगांच्या उद्देशाबरोबरच उद्योगांची 'सामाजिक जबाबदारी' याची जाणीव आणि कार्यास सुरुवात झाली. या सामाजिक जबाबदारीच्या कार्यामध्ये सार्वजनिक क्षेत्रातील आणि खासगी क्षेत्रातील उद्योग महत्त्वाची भूमिका पार पाडत आहेत.

संदर्भसूची

1) *Industrial Economics*, B.N. Narayan, Anmol Publications Pvt. Ltd., New Delhi, 1997.

2) *Industrial Economics,* B.D. Kulkarni, Everest Publishing House, Pune, 1999.

3) *Industrial Economics*, R.R. Barthwal, New Age International Publishers, New Delhi, 2000.

4) *Business Economics*, Prof. Narasimha Murthy M.S. & Dr. Nagendra S., Mohit Publications, New Delhi, 2010.

5) *India Economy Since 1947*, Ansi Rahila, New Century Publication, New Delhi, 2018.

6) *Industrial Policy and Economic Development in India 1947-2012*, Anup Chatterji, New Century Publication, New Delhi, July 2012.

7) *Special Economic Zones in India*, Nidheesh K.B., Studer Press, Delhi, 2016.

8) *Economic Survey of Maharashtra 2017-18.*

9) *Trends and Dynamics of Productivity in India: Social Analysis*, Sarthak Gulati & Others, Reserve Bank of India Occasional Papers, Vol. 41, No.1 : 2020.

10) *Economic Survey 2007-08*, Oxford University Press, New Delhi, 2008.

11) *Twenty Years of Economic Reforms in India 1991-2011*, M.M. Sury, New Century Publications, New Delhi, July 2011.

12) *Corporate Social Responsibility in India*, Sanjay Kumar Panda, The Icfai University Press, Hyderabad, 2008.

13) *Corporate Social Responsibility*, Madhumati Chatterji, Oxford University Press, New Delhi, 2014.

14) *औद्योगिक अर्थशास्त्र*, प्रा. देसाई व प्रा. लिमये, एम.व्ही. फडके आणि कंपनी, कोल्हापूर, मार्च २०११.

15) *श्रम अर्थशास्त्र*, सुधीर बोधनकर व साहेबराव चव्हाण, श्री साईनाथ प्रकाशन, नागपूर, दुसरी आवृत्ती, जून २०१२.

16) *व्यापारी अर्थशास्त्र अंशलक्षी*, डॉ. मुकुंद महाजन, निराली प्रकाशन, ऑगस्ट २०११.

17) *भारतीय अर्थशास्त्र*, डॉ. मेधा कानेटकर, श्री साईनाथ प्रकाशन, नागपूर, जुलै २०१२.

18) *भारतातील वित्तीय बाजार आणि संस्था*, डॉ. मुकुंद महाजन, निराली प्रकाशन, एप्रिल २०१२.

19) *अर्थसंवाद*, मराठी अर्थशास्त्र परिषद, जाने–मार्च २०२०, जाने–मार्च २०१८, जाने–मार्च २०१७, एप्रिल–जून २०१७.

20) *अर्थजिज्ञासा*, डॉ.वि.म. गोविलकर, कॉन्टिनेन्टल प्रकाशन, पुणे, द्वितीयावृत्ती १ जानेवारी २०१५.

21) *पर्यावरण आणि विकासाचे अर्थशास्त्र*, डॉ. अविनाश कुलकर्णी व डॉ. प्रविण जाधव, पायल पब्लिकेशन, पुणे, जून २०१६.

22) मराठी विश्वकोष – अर्थशास्त्र, मराठी विश्वकोष निर्मिती मंडळ (प्रकाशित व अप्रकाशित लेख), www.marathivishwakosh.org

23) http://www.pib.gov.in/PressRelease Accessed 01-04-2019.

24) https://www.drsonikagupta.com/2020/07/22/industrial-economics-meaning-scope

25) https://corporatefinanceinstitute.com/resources/knowledge/deals/motives-for-mergers :- 01-01-2021.

26) http://www.economicsdiscussion.net/monopoly/control-monopoly :- 01-01-2021.

27) http://www.economicsdiscussion.net/articles/6 :- 23-01-2021.

28) http://www.britannica.com/topic/seller-concentration :-01-01-2021.

29) www.dictionary.cabridge.org :- 20-01-2021.

30) www.rhythmsystems.com :- 20-01-2021.

31) https://economicsconcepts.com/the_optimum_firm.htm :- 23-01-2021.

32) https://www.yourarticlelibrary.com/economics/the-concept-of-optimum-firm :- 23-01-2021.

33) https://efinancemanagement.com/sources-of-finance.euro-issues :- January 2021.

34) https://www.mondaq.com/india/contracts-and-commercial-law/977312/overvidw-external-commercial-borrowings-ecbs-in-india :- January 2021.

35) https://economictimes.indiatimes.com/definition/FIIs :- February 2021.

36) https://www.sebi.gov.in/sebi_data/commondocs/pt1b5_h.html :- February 2021.

37) www.woarjournals.org :- February 2021.

38) http://www.greenworldinvestor.com/2012/12/29/biggest-problem-of-indias-tourism-industry-lack-of-infrastructure :- February 2021.

39) http://www.sourceseek.com/5-challenges-facing-the-it-industry-in-india :- February 2021.

लेखक–परिचय

डॉ. अविनाश कुलकर्णी

डॉ. अविनाश कुलकर्णी यांना पुण्यातील एका नामांकित सहकारी पतपुरवठा संस्थेत व्यवस्थापकीय कामाचा १८ वर्षांचा अनुभव आहे. त्याचबरोबर त्यांना सहकार विषयातील संशोधनाचा जवळपास ५ वर्षांचा अनुभवही आहे. त्यांच्या पीएच.डी.च्या संशोधनाचा विषय हा पुण्यातील नागरी सहकारी बँकांच्या अनुत्पादक मालमत्तेचा तुलनात्मक अभ्यास हा होता. तर त्यांचा पोस्ट-डॉक्टरल संशोधनाचा विषय पुण्यातील पश्चिम उपनगरातील नागरी सहकारी पतसंस्थाचा अभ्यास हा होता. अशाप्रकारे कुलकर्णी यांना सहकार क्षेत्रात प्रत्यक्ष कामाचा आणि संशोधनाचा मिळून एकूण २३ वर्षांचा अनुभव आहे. कुलकर्णी यांना २०१३–२०१५ याकालावधीत इंडियन कौन्सिल ऑफ सोशल सायन्स रिसर्च (ICSSR), नवी दिल्ली यांची 'पोस्ट डॉक्टरल रिझर्च फेलोशिप' मिळाली होती.

कुलकर्णी यांना २०१५ पासून अर्थशास्त्रातील पदव्युत्तर विशेषत: एम.फील. व पीएच.डी.च्या विद्यार्थ्यांना मार्गदर्शनाचा अनुभव आहे. त्यांची विविध विषयांवरील एकूण ८ पुस्तके आणि प्रसिद्ध नियतकालिकांमधून अनेक शोधनिबंध तथा लेख प्रकाशित झाले आहेत. त्याचबरोबर त्यांनी मराठी विश्वकोशसाठी आपल्या विविध लेखांद्वारे योगदान दिले आहे.

डॉ. अविनाश कुलकर्णी यांनी (ICSSR च्या) दोन लघु संशोधन प्रकल्पांसाठी सल्लागार म्हणून काम केले आहे. ते 'मराठी अर्थशास्त्र परिषदे'चे आजीव सदस्य असून त्यांनी परिषदेच्या पुण्यातील आर्थिक व्यवस्थापन कार्यात योगदान दिले आहे. डॉ. अविनाश कुलकर्णी एप्रिल २०१६ पासून महाराष्ट्र राज्य मराठी विश्वकोश निर्मिती मंडळाच्या, अर्थशास्त्र ज्ञानमंडळाच्या समन्वयकांचे साहाय्यक म्हणून कार्यरत आहेत.

www.ingramcontent.com/pod-product-compliance
Lightning Source LLC
Chambersburg PA
CBHW050918220726
PP18604600001B/4